નકલી નારાયણ

સહજાનંદ

સનાતન ધર્મના ઉપાસ્ય દેવોને
લુપ્ત કરવા અંગ્રેજોની મદદથી ઊભો કરાયેલો એક બહેરૂપિયો

ડૉ. કૌશિક ચૌધરી

Made with on the Notion Press Platform.

www.notionpress.com

અર્પણ

વૈદિક આરાધ્ય દેવોની ઉપાસના કરતા
સનાતની હિન્દુ સમાજ અને તેના ધર્મનિષ્ઠ સંતો
તેમજ સંસારીઓને

પ્રસ્તાવના

સનાતન ધર્મના શુદ્ધિકરણ અને સત્યશોધનની એક સાહસિક યાત્રા

ભારતીય સંસ્કૃતિ અને સનાતન ધર્મનો ઇતિહાસ હજારો વર્ષો પુરાણો છે. આ ઇતિહાસમાં અનેક ચઢાવ-ઉતાર આવ્યા છે, અનેક બાહ્ય આક્રમણો થયા છે અને અનેક વિચારધારાઓએ આ મહાન વટવૃક્ષને છેદવાના પ્રયાસો કર્યા છે. પરંતુ સનાતન ધર્મની ખરી તાકાત તેના શાસ્ત્રો, તેના વેદો, તેના ઉપનિષદો અને તેના ઋષિમુનિઓની તપશ્ચર્યામાં રહેલી છે, જેને કારણે તે દરેક આઘાત જીરવીને પણ અડીખમ રહ્યો છે. જોકે, ઇતિહાસ સાક્ષી છે કે બહારના આક્રમણો કરતા ઘરના જ ભેદીઓ અથવા તો ધર્મના નામે ઘૂસેલા પાખંડોએ સમાજને વધુ નુકસાન પહોંચાડ્યું છે. જ્યારે ધર્મના રક્ષક હોવાનો દાવો કરનારા જ ધર્મના મૂળ તત્વોને કોરી ખાવાનું શરૂ કરે, ત્યારે સમાજને જાગૃત કરવો એ એક ઈશ્વરીય કાર્ય બની જાય છે. ડૉ. કૌશિક ચૌધરીનું આ નવું પુસ્તક, "નકલી નારાયણ સહજાનંદ: સનાતન ધર્મના ઉપાસ્ય દેવોને લુપ્ત કરવા અંગ્રેજોની મદદથી ઊભો કરાયેલો એક બહેરૂપિયો", એ દિશામાં એક મશાલ સમાન છે.

આ પુસ્તક માત્ર કોઈ એક સંપ્રદાયની ટીકા નથી, પરંતુ એક ઊંડા ઐતિહાસિક અને શાસ્ત્રીય સંશોધનનો દસ્તાવેજ છે. આ પુસ્તક એક એવા ષડયંત્રનો પર્દાફાશ કરે છે જે છેલ્લા ૨૦૦ વર્ષથી સનાતન ધર્મના ગર્ભમાં ઉછરી રહ્યું છે. એક એવું ષડયંત્ર જેણે ભગવાન વિષ્ણુ, ભગવાન શિવ, દેવી શક્તિ અને અન્ય વૈદિક દેવતાઓના સ્થાને એક સામાન્ય મનુષ્યને ભગવાન તરીકે પ્રસ્થાપિત કરી દીધા. એક એવું ષડયંત્ર જેની જડોમાં અંગ્રેજ શાસકોની 'ડિવાઈડ એન્ડ રૂલ' (ભાગલા પાડો અને રાજ કરો) ની નીતિ અને સનાતન ધર્મને નબળો પાડવાની કુટિલ યોજનાઓ રહેલી છે.

લેખક ડૉ. કૌશિક ચૌધરી, જેઓ પોતે એક ગહન ચિંતક અને સંશોધક છે, તેમણે આ પુસ્તકમાં અત્યંત નિર્ભીકતાથી કલમ ચલાવી છે. તેઓ માત્ર આક્ષેપો નથી કરતા, પરંતુ સજ્જડ પુરાવાઓ રજૂ કરે છે. આ પુસ્તકની સૌથી મોટી વિશેષતા એ છે કે તેમાં રજૂ થયેલા પ્રમાણો અન્ય કોઈ બહારના સ્રોતમાંથી

નહીં, પરંતુ જે તે સંપ્રદાયના પોતાના જ માન્ય શાસ્ત્રો અને ઇતિહાસમાંથી લેવામાં આવ્યા છે. 'સત્સંગી જીવન', 'વચનામૃત', 'ભક્તચિંતામણી' અને 'પુરૂષોત્તમલીલામૃત સુખસાગર' જેવા ગ્રંથોમાં લખાયેલી વાતોને જ આધાર બનાવીને લેખકે સાબિત કર્યું છે કે કેવી રીતે એક વ્યવસ્થિત યોજનાબદ્ધ રીતે હિન્દુ સમાજની શ્રદ્ધાનું અપહરણ કરવામાં આવ્યું છે.

પુસ્તકનો મુખ્ય સૂર : ઐતિહાસિક છેતરપિંડીનો પર્દાફાશ

પુસ્તકના કેન્દ્રમાં જે મુખ્ય વિચાર છે તે અત્યંત આઘાતજનક અને વિચારપ્રેરક છે. લેખક સ્પષ્ટ કરે છે કે ૧૯મી સદીની શરૂઆતમાં જ્યારે અંગ્રેજો ભારત પર પોતાની પકડ મજબૂત કરી રહ્યા હતા, ત્યારે તેમને એક એવા ધર્મની જરૂર હતી જે દેખાવમાં હિન્દુ લાગે પણ તેની કાર્યપદ્ધતિ અબ્રાહમિક હોય. સનાતન ધર્મની વિવિધતા, પંચદેવ પૂજા અને વેદોની સર્વોપરિતા તેમને ખટકતી હતી. આ પુસ્તક દાવો કરે છે કે સહજાનંદ સ્વામી અને તેમની ટોળકીએ અંગ્રેજોના આ ઈરાદાને પાર પાડવામાં મહત્વની ભૂમિકા ભજવી.

વાચકો જ્યારે આ પુસ્તકના પાના ઉથલાવશે ત્યારે તેમને જણાશે કે કેવી રીતે રામાનંદ સ્વામીના ઉદ્ધવ સંપ્રદાયને હાઈજેક કરવામાં આવ્યો. કેવી રીતે ભગવાન શ્રીકૃષ્ણની ભક્તિના ઓઠા હેઠળ ધીમે ધીમે કૃષ્ણને જ ગૌણ બનાવી દેવામાં આવ્યા અને સહજાનંદ સ્વામીને 'સર્વોપરી' જાહેર કરી દેવાયા. લેખકે બહુ ઝીણવટપૂર્વક દર્શાવ્યું છે કે સંપ્રદાયના શરૂઆતના સાહિત્યમાં જે વ્યક્તિ કૃષ્ણભક્ત તરીકે ઓળખાતી હતી, તેને પાછળના સાહિત્યમાં કેવી રીતે સ્વયં કૃષ્ણ, પછી કૃષ્ણથી પણ અધિક અને અંતે અક્ષરધામના અધિપતિ તરીકે ચિતરવામાં આવી.

પુસ્તકમાં પ્રસ્તુત થયેલા પદ્મપુરાણ, સ્કંદપુરાણ અને વિષ્ણુપુરાણના શ્લોકો અને તેની સામે સંપ્રદાય દ્વારા કરવામાં આવેલા તેના વિકૃત ભાષાંતરોનો તુલનાત્મક અભ્યાસ કોઈપણ તટસ્થ વાચકની આંખ ઉઘાડવા માટે પૂરતો છે. લેખકે દર્શાવ્યું છે કે કેવી રીતે શાસ્ત્રોમાં જબરદસ્તીથી ફેરફારો કરીને, નવા શ્લોકો ઉમેરીને અને અર્થનો અનર્થ કરીને સહજાનંદ સ્વામીને ભગવાન સાબિત કરવાના હવાતિયાં મારવામાં આવ્યા છે.

અંગ્રેજો સાથેની સાંઠગાંઠ

આ પુસ્તકનું સૌથી સંવેદનશીલ અને મહત્વપૂર્ણ પાસું એ છે કે તે તત્કાલીન અંગ્રેજ અધિકારીઓ અને સહજાનંદ સ્વામી વચ્ચેના સંબંધો પર પ્રકાશ ફેંકે છે. સર જોન માલ્કમ, ડનલોપ અને ગવર્નર જનરલ સાથેની મુલાકાતો અને તેમને મળેલા આશીર્વાદો પાછળનો રાજકીય હેતુ શું હતો? શા માટે જ્યારે પેશ્વાઓ (જેઓ સનાતની હતા) સહજાનંદનો વિરોધ કરતા હતા ત્યારે અંગ્રેજો

તેમને રક્ષણ અને જમીનો આપતા હતા? લેખકે 'સત્સંગી જીવન'માંથી જ ટાંકેલા સંદર્ભો, જેમાં અંગ્રેજ શાસનને ઈશ્વરીય વરદાન ગણાવવામાં આવ્યું છે અને રાજાને 'ઈસુના દાસ' તરીકે વર્ણવીને તેમના દસ ધર્મો પાળવાની આજ્ઞા આપવામાં આવી છે, તે વાચકને સ્તબ્ધ કરી દેશે. આ એક ઐતિહાસિક સત્ય છે જેને અત્યાર સુધી હિંદુ દેખાવ અને નામના આવરણ નીચે ઢાંકી રાખવામાં આવ્યું હતું.

સમાજ પર થયેલી વિપરીત અસરો

પ્રકાશક તરીકે, અમને આ પુસ્તક પ્રકાશિત કરવાનો ગર્વ એટલે છે કે આ માત્ર ભૂતકાળનું પોસ્ટમોર્ટમ નથી, પણ વર્તમાન સમાજની આંખ ખોલવાનો પ્રયાસ છે. ડૉ. ચૌધરીએ પુસ્તકમાં દર્શાવ્યું છે કે આ 'નકલી નારાયણ' ને પ્રસ્થાપિત કરવાની હોડમાં સમાજે શું ગુમાવ્યું છે. આપણા પરંપરાગત તહેવારોનું સ્વરૂપ બદલાઈ ગયું છે. નવરાત્રીમાં શક્તિની ઉપાસનાને બદલે સ્વામીઓની ભક્તિ, લગ્નોમાં ગણેશ સ્થાપનને બદલે સ્વામીઓની મૂર્તિઓ, અને શિવરાત્રિએ શિવલિંગ પર જળાભિષેકને બદલે મનુષ્ય મૂર્તિઓ પર અભિષેક—આ બધું સનાતન પરંપરાનું કેવું અધઃપતન છે તે આ પુસ્તક જોરદાર રીતે રજૂ કરે છે.

લેખક ચેતવણી આપે છે કે આ માત્ર એક સંપ્રદાયનો પ્રસાર નથી, પણ હિન્દુ ધર્મનું 'ચર્ચાઈઝેશન' (CHURCHIZATION) છે. જેમ અન્ય મતોમાં એક જ પુસ્તક, એક જ પેગંબર અને એક જ ઈશ્વરનો ખ્યાલ હોય છે, તેવું જ માળખું અહીં ઊભું કરવામાં આવ્યું છે. 'કુસંગી' અને 'સત્સંગી' ના નામે સમાજમાં જે ભાગલા પાડવામાં આવ્યા છે, સગા ભાઈને પણ જો તે સંપ્રદાયમાં ન માને તો શત્રુ ગણવાની જે શીખ અપાય છે, તેની આ પુસ્તકમાં આકરી ટીકા કરવામાં આવી છે.

પુસ્તકના એક અત્યંત મહત્વપૂર્ણ પ્રકરણમાં લેખકે ઇતિહાસના એક ગંભીર અધ્યાય તરફ આપણું ધ્યાન દોર્યું છે - યહૂદી અને ખ્રિસ્તી ધર્મ વચ્ચેનો સંબંધ. જેમ ખ્રિસ્તી ધર્મનો ઉદ્ભવ યહૂદી ધર્મમાંથી જ થયો હતો, પરંતુ કાળક્રમે યુરોપમાં પોતાનો વિસ્તાર વધાર્યા બાદ તેણે પોતાના જ મૂળ સમાન યહૂદી ધર્મને દબાવી દીધો અને યહૂદીઓને પારાવાર યાતનાઓ સહન કરવી પડી; લેખક ચેતવણી આપે છે કે આજે BAPS અને અન્ય સ્વામિનારાયણ શાખાઓ દ્વારા જે રીતે વિદેશોમાં ભવ્ય મંદિરોનું નિર્માણ થઈ રહ્યું છે, તે સનાતન ધર્મ સાથે એ જ ઇતિહાસનું પુનરાવર્તન કરવાની એક કોશિશ છે. આ મંદિરો દ્વારા વિશ્વના ફલક પર હિન્દુ ધર્મના નામે જે પ્રચાર થાય છે, તેમાં ધીરે-ધીરે વૈદિક દેવતાઓને ગૌણ કરી સ્વામિનારાયણને જ સર્વોપરી સ્થાપિત કરવામાં આવી રહ્યા છે. આ એક લાંબા ગાળાની વ્યૂહરચના છે, જેનો ઉદ્દેશ્ય સનાતન ધર્મને તેના જ આશ્રયે ઉછરેલા એક સંપ્રદાય દ્વારા ગળી જવાનો છે. જો આ 'ઐતિહાસિક

પેટર્ન'ને અત્યારે ઓળખવામાં નહીં આવે, તો ભવિષ્યમાં સનાતન ધર્મીઓની હાલત પણ પોતાના જ ઘરમાં પરાયા જેવી થઈ શકે છે.

આ પુસ્તકના લેખક ડૉ. કૌશિક ચૌધરી કોઈ સામાન્ય લેખક નથી. તેઓ વિજ્ઞાન અને અધ્યાત્મ બંનેના ઊંડા અભ્યાસુ છે. તેમની અગાઉની કૃતિઓ, જેવી કે 'IT'S NOT A CREATION, IT'S A PROJECTION THROUGH EXPRESSION' અને 'THE PLAY OF JUSTICE', તેમના બૌદ્ધિક વ્યાપનો પરિચય આપે છે. તેમણે ઈસરોના પૂર્વ અધ્યક્ષ અને પ્રોફેસર સ્ટીફન હોકિંગ જેવા વૈજ્ઞાનિકો સાથે પોતાના વિચારોનું આદાન-પ્રદાન કર્યું છે. જ્યારે આવા ગજાના લેખક પોતાની સંપૂર્ણ શક્તિ અને સંશોધનવૃત્તિ એક ધાર્મિક પાખંડને ખુલ્લું પાડવામાં કામે લગાડે, ત્યારે તેની વિશ્વસનીયતા અનેકગણી વધી જાય છે. તેમની ભાષામાં સત્યનો રણકો છે અને તર્કમાં ધાર છે. તેમનો ઉદ્દેશ્ય કોઈની લાગણી દુભાવવાનો નથી, પણ ભ્રમણામાં જીવતા સમાજને સત્યના અરીસા સામે ઊભો રાખવાનો છે.

"નકલી નારાયણ સહજાનંદ" પુસ્તક એ દરેક સનાતની હિન્દુ માટે છે જે પોતાના ધર્મના મૂળ સ્વરૂપને ચાહે છે. આ પુસ્તક તમને અસ્વસ્થ કરી શકે છે, તમારા વર્ષો જૂના માનસિક ખ્યાલોને તોડી શકે છે, અને કદાચ તમને ક્રોધિત પણ કરી શકે છે. પરંતુ સત્ય હંમેશા કડવું હોય છે. જેમ કડવી દવા જ રોગને મૂળમાંથી નાબૂદ કરી શકે છે, તેમ આ પુસ્તકમાં રજૂ થયેલું કડવું સત્ય જ સમાજમાં ફેલાયેલા અંધશ્રદ્ધા અને પાખંડના રોગને દૂર કરી શકશે.

અમે આશા રાખીએ છીએ કે વાચકો આ પુસ્તકને પૂર્વગ્રહ વગર, ખુલ્લા મને અને વિવેકબુદ્ધિથી વાંચશે. આ પુસ્તકનો હેતુ સંવાદ અને શુદ્ધિકરણનો છે. જો આપણે આજે નહીં જાગીએ, તો આપણી આવનારી પેઢીઓ 'નારાયણ' અને 'નકલી નારાયણ' વચ્ચેનો ભેદ ભૂલી જશે. સનાતન ધર્મના રક્ષણ માટે, વેદોના સન્માન માટે અને આપણી ઋષિ પરંપરાના જતન માટે આ પુસ્તકનું વાંચન અને મનન અનિવાર્ય છે.

આ એક પુસ્તક નથી, એક અભિયાન છે—ધર્મના નામે ચાલતા અધર્મને પડકારવાનું, અને સત્યને પુનઃસ્થાપિત કરવાનું. અમે ડૉ. કૌશિક ચૌધરીના આ ભગીરથ કાર્યમાં સહભાગી થવાનું ગૌરવ અનુભવીએ છીએ અને આ મહત્વપૂર્ણ દસ્તાવેજ સમાજને અર્પણ કરીએ છીએ.

- ડૉ. ગૌરાંગશરણ દેવાચાર્ય

કાર્યકારી અધ્યક્ષ અને મંત્રી, સનાતન સેવા ટ્રસ્ટ

તારીખ : ૧૧ ફેબ્રુઆરી, ૨૦૨૬

પ્રારંભ

સનાતન ધર્મ વિરુદ્ધ ઊભા કરાયેલ સહજાનંદી ષડયંત્રની સમયરેખા

૧. ઇ.સ. ૧૮૦૨માં રામાનંદ સ્વામીના મૃત્યુ પછી સહજાનંદ સ્વામીના હાથમાં ઉધ્ધવ સંપ્રદાય આવ્યો. મૂળ સંપ્રદાયના ઇતિહાસમાં કહેવાય છે કે તેના ત્રણ વર્ષ પહેલાં જ ઇ.સ. ૧૭૯૯માં સહજાનંદ સ્વામી રામાનંદ સ્વામી પાસે વૈષ્ણવ સાધુ તરીકેની દીક્ષા લેવા આવ્યા હતા, કારણકે તેમને ભગવાન વિષ્ણુની તપસ્યા પછી પણ ભગવાન વિષ્ણુના દર્શન પ્રાપ્ત નહોતા થયા. ગુજરાતમાં આવી રામાનંદ સ્વામીને મળ્યા પહેલાંના સહજાનંદ સ્વામીના જીવનના કોઈ ઐતિહાસિક પ્રમાણ નથી. તે ઉત્તર પ્રદેશથી આવ્યા હતા અને તેમનો જન્મ અયોધ્યાથી અમુક કિલોમીટર દૂર આવેલા છપૈયા ગામમાં થયો હતો એવું સહજાનંદે જરૂર કહ્યું. પણ ગુજરાત આવ્યા પહેલાંના તેમના જીવનની એ ખાલી જગ્યાને પૂરવા ભારતને પોતાના કબજામાં લેવાની કોશિશો કરતા અંગ્રેજોના એ કાળમાં પૌરાણિક કથાઓ જેવા કોઈ અજ્ઞાત રાક્ષસો સામે લડતા સહજાનંદની બાળપણ અને કિશોર અવસ્થાની કાલ્પનિક વાતો લખાઈ છે. ઘનશ્યામ અને નીલકંઠવર્ણી રૂપે ભગવાન કૃષ્ણ અને ભગવાન શિવના નામ સહજાનંદના તે અજ્ઞાત જીવનને અપાયા છે. હનુમાનજી, ભગવાન શિવ, મા પાર્વતી, ભગવાન સૂર્યનારાયણ, બદ્રીનાથ ભગવાન વિષ્ણુ, બ્રહ્માજી અને અન્ય વૈદિક દેવો આ દરમિયાન એ ઘનશ્યામ કે નીલકંઠવર્ણીના દર્શન કરવા, તેમની સેવા કરવા અને તેમના આશીર્વાદ લેવા આવ્યા - તેવી બીભત્સ કથાઓ એ સમયની ખાલી જગ્યા પુરવા લખાઈ છે.

એટલે આપણે સહજાનંદ અને તેમના સંપ્રદાયની ક્રોનોલોજી કૃષ્ણ ભક્તિ પાછળ ચાલતા ઉધ્ધવ સંપ્રદાયની દોરી રામાનંદ સ્વામીના મૃત્યુ પછી સહજાનંદના હાથમાં આવી ત્યાંથી જ સમજીએ, કારણકે તે પ્રમાણિત

અને લેખિત સ્વરૂપે અલગ અલગ સ્થાને ઉપસ્થિત છે.

૨. રામાનંદ સ્વામીના જૂના બધા શિષ્યોની અવહેલના કરી ત્રણ વર્ષ પહેલાં જ એ સમૂહમાં આવેલા સહજાનંદને જ્યારે તે સંપ્રદાય રામાનંદ સ્વામી દ્વારા આપવામાં આવ્યો, ત્યારે સહજાનંદની ઉંમર માત્ર ૨૧ વર્ષ હતી. રામાનંદ સ્વામી પણ સહજાનંદની જેમ કેટલાક વર્ષો પહેલાં બિહારથી ગુજરાત આવ્યા હતા. ત્રણ વર્ષ પહેલાં આવેલા ૨૧ વર્ષના સહજાનંદને ઉદ્ધવ સંપ્રદાયનું નેતૃત્વ આપવાની આ આજુગતિ ઘટના જે કારણે પણ બની એનાથી રામાનંદ સ્વામીના કેટલાક સ્ત્રી અને પુરુષ શિષ્યો વિરોધ કરી અલગ થઈ ગયા, જે સહાજનંદથી વડીલ હતા અને તેમના ઘણા સમય પહેલેથી ઉધ્ધવ સંપ્રદાયમાં હતા. પણ મુક્તાનંદ સ્વામી નામના રામાનંદ સ્વામીના એક શિષ્ય જે સહજાનંદથી ૨૨ વર્ષ મોટા હતા, તેમણે વિરોધ ન કર્યો એટલે સહજાનંદને રામાનંદ સ્વામીના શિષ્યોની એક ટોળકીએ પોતાના મુખ્યા તરીકે સ્વીકારી લીધા.[૧]

૩. હવે લોકોએ કોઈનો વિરોધ કરેલો હોય એટલે એને ઊંચો અને મહાન બતાવવા જેમ વધુ કોશિશો થાય એમ સહજાનંદને ભગવાન વિષ્ણુ-નારાયણ-કૃષ્ણના હજી વધુ નામ આપવામાં આવ્યા. સહજાનંદને રામાનંદ સ્વામી 'નારાયણ મુનિ' કહેતા હતા એમ કહી એક નામ 'નારાયણ મુનિ' આપવામાં આવ્યું. પદ્મપુરાણના એક શ્લોકમાં ભગવાન વિષ્ણુને નરનારાયણ સ્વરૂપે નારાયણ મુનિ તરીકે તેમને સંબોધવામાં આવ્યા છે, એ નારાયણ મુનિ સહજાનંદ છે એવું બતાવવા આ નામનો ઉપયોગ કરાય છે. હરિ, ઘનશ્યામ, નીલકંઠ વગેરે નામ તો પહેલેથી જોડાયા જ છે. પણ છતાંય સહજાનંદને પોતાના નેતા સ્વીકારનાર ટોળીએ તેમને હજી એક વધુ નામ આપ્યું; સ્વામિનારાયણ. એ નામનો જન્મ અમુક લોકો સહજાનંદની ટોળીના એક કવિ નિષ્કુળાનંદના કાવ્ય 'યમ-દંડ' મારફતે કરાયો હોવાનું માને છે, જ્યાં નારાયણ મુનિમાંથી સહજાનંદને સ્વામિનારાયણ કહેવાયા. [૧]

તો બીજી બાજુ, મૂળ ગાદી વડતાલના પુસ્તક પુરૂષોત્તમલીલામૃત સુખસાગર : તરંગ ૧૩ મુજબ, સહજાનંદ સ્વામી પોતે જ એક મીટિંગ બોલાવી પોતાની ટોળકીને કહે છે કે 'નારાયણ નામ તો ઘણા છે જેમ કે સૂર્યનારાયણ, વીરાટનારાયણ, લક્ષ્મીનારાયણ, નરનારાયણ, વાસુદેવનારાયણ આદી... સૌ નારાયણ માધ્યમાં અમો સ્વામી (સ્નેહયુક્ત પ્રદાતા) છીએ ને નિર્ધાતા છીએ માટે અમારું નામ 'સ્વામિનારાયણ' છે, તેનુ આજથી સૌ કોઈ

ભજન અને જપ કરજો.' આ જ સમયે સહજાનંદ સ્વામીએ તેમના સંપ્રદાયમાં કૃષ્ણ ભક્તિ માટે કિર્તન રૂપે ગવાતા 'કૃષ્ણ કૃષ્ણ', 'રાધે કૃષ્ણ', 'રાધે ગોવિંદ' વગેરે મંત્ર બંધ કરાવીને પોતાના આ સ્વામિનારાયણ નામને જ એક સર્વોપરી મંત્ર બતાવી તેનું જ કીર્તન કરવાનું કહ્યું. સાથે કહ્યું કે આ સર્વોપરી મંત્ર જપવાથી બધાથી ઉપરનું સર્વોપરી ધામ અક્ષરધામ મળે છે. ભગવાન કૃષ્ણનું નામ હટાવવાનો આ પહેલો મોટો પડાવ હતો. કૃષ્ણને મૂળ ઈશ્વર બતાવવા સાથે પોતાને કૃષ્ણ બતાવવાનું શરૂ થયું, અને મંત્ર સ્વામિનારાયણ જ રહ્યો. એટલે તેમની ટોળી સ્વામિનારાયણ મંત્ર સાથે સહજાનંદને નજરમાં રાખતી ત્યાંથી જ થઈ ગઈ. આ ટોળકીને પહેલું બળ ત્યારે મળ્યું જ્યારે દાદા ખાચર નામના એક કાઠી જમીનદારને સહજાનંદ નારાયણ છે એવું ઠસાવી ભોળવવામાં આવ્યા, અને તેમની જાગીર હેઠળના ૧૩ - ૧૪ ગામમાં સહજાનંદને માનવાનું ચલણ વધ્યું. પણ આજે એજ સંપ્રદાયના સ્વામીઓ એ કાઠી દરબારો વિશે અપમાનજનક વાતો પોતાની કથાઓમાં કરે છે. દાદા ખાચરને સહજાનંદ સ્વામીના અનુયાયીઓએ કેવી રીતે પાખંડ અને છળ કરી પોતાના જૂથમાં ફસાવ્યા એના પ્રસંગો મહર્ષિ દયાનંદ સરસ્વતીએ તેમના પુસ્તક સત્યાર્થ પ્રકાશના અગિયારમા સમુલ્યાસમાં લખ્યા છે. [૫,૬]

૪. સહજાનંદને માનતી આ આખી ટોળકીનો ઇસ ૧૮૦૨ થી ૧૮૧૭ સુધી સનાતન ધર્મના લગભગ દરેક સંપ્રદાયે વિરોધ કર્યો. રામાનુજ, માધવાચાર્ય અને વિષ્ણુ માર્ગી જેવા વૈષ્ણવ સંપ્રદાયથી લઈને સૂર્ય ઉપાસક, કૂડાપંથી, કબીર પંથી, શક્તિ પૂજકો, જીવોપાસક, જૈન ધર્મી અને નાસ્તિકના માર્ગી એ તમામ હિંદુ મતોએ આ ટોળકીનો વિરોધ કર્યો. સૌથી પ્રચંડ વિરોધ નાગા બાવાઓ અને ગોરખનાથ પંથના શૈવોએ કર્યો. [૨,૭] ઘણીવાર આ ટોળીના લોકો જ્યાં દેખાય ત્યાં મારવાના કિસ્સા પણ સામે આવવા લાગ્યા. સનાતની સમાજ તરફથી અને રામાનંદ સ્વામીના છૂટા પડેલા શિષ્યો તરફથી તેમની નિરંતર પ્રતાડના અને વિરોધ થયા. અમદાવાદના રાજા પેશ્વાએ સહજાનંદના અમદાવાદમાં આવવા પર પ્રતિબંધ મૂકી દીધો. પણ એ દરમિયાન ગુજરાતના અંગ્રેજ પ્રભાવ હેઠળ રહેલા વિસ્તારમાં સહજાનંદ સ્વામીની અંગ્રેજ અમલદારો સાથે સારી એવી મુલાકાત થતી રહી.[૧]

શિક્ષાપત્રી લખી આપનાર બ્રાહ્મણ શતાનંદનું લખેલું સહજાનંદનું જીવન ચરિત્ર 'સત્સંગી જીવન' તેના બીજા પ્રકરણના ચોત્રીસમા અધ્યાયમાં

મહાકાળી, કાલભૈરવ અને શિવના ઉપાસકો કે જે સહજાનંદ અને તેમની ટોળીનો વિરોધ કરી રહ્યા છે તેમને અસુર કહે છે. ચોત્રીસમા અધ્યાયના પહેલા પાંચ શ્લોકમાં લખ્યું છે કે ભગવાન શ્રીહરિ (સહજાનંદ) નો પ્રતાપ સહન ન થવાથી અસુર ગુરુઓ અને રાજાઓ ક્રોધે ભરાયા અને શ્રીહરિને (સહજાનંદને) મારવા પ્રેરણા કરી. આ ઇસ ૧૮૦૨ થી ૧૮૧૭ નો સમય છે જ્યારે અંગ્રેજો મરાઠાઓને યેન કેન પ્રકારે હરાવી તેમનાથી ભારત હડપી રહ્યા છે. આ અધ્યાયના પચ્ચીસમા શ્લોકથી સહજાનંદ સ્વામી તેમના ભક્તોને અંગ્રેજ ગવર્નર લોર્ડ માલ્કમના આગમન વિશે આશ્વાસન આપવાનું શરૂ કરે છે. તેમાં તે કહે છે, 'તમને દુઃખ આપનાર અસુરો (સનાતની પંથના ગુરુઓ અને સાધકો) નો વિનાશકાળ નજીક આવ્યો છે. તમારો અપરાધ કરનાર શિવ તુલ્ય શક્તિશાળી હોય તો પણ પરિવાર સહિત નાશ પામે છે. (૨૬- ૨૭). આગળ ૩૧મા શ્લોકથી કહેવાય છે, "હે સંતો! તમારા રક્ષણ માટે ભગવાનના અસાધારણ સંકલ્પથી વાયુ દિશામાંથી આ અસુર ગુરુઓ અને રાજાઓને શિક્ષા કરનાર કોઈ રાજા આવશે. તે ભગવાન રામચંદ્રજીએ કિંપુરુષ ખંડના અધિપતિ તરીકે નિયુક્ત કરેલા વાલીપુત્ર અંગદના વંશમાં જન્મેલ પયગંબર ઇસુ (જેમને કેટલાક સ્થાને 'ઇશાન' કહેવાયા છે) નો ઉપાસક છે, અને નાના રાજાઓને તાબે કરવાની કળામાં ચતુર છે. (૩૨) તે છ ગુણોમાં અર્થાત્ સંધિ, વિગ્રહ, યાન, આસન, સંશ્રય, દ્વૈધીભાવમાં નિપુણ છે. સામ, દામ, દંડ ભેદ આ ચાર ઉપાયોમાં અને ઋણ દેવું, લેવું આદિ અઢાર પ્રકારના વ્યવહારમાં પણ નિપૂણ છે. (૩૪) સ્વયં રાજા હોવા છતાં સુવર્ણ આદિ અલંકારોને છોડીને તપસ્વી જેવા વેશ રાખે છે, પોતાના ગુરુ ઈસુએ કહેલા દસ પ્રકારના સ્વધર્મનું સારી રીતે પાલન કરે છે. (૩૭) પછી ૩૮ થી ૪૨ મા શ્લોકમાં અંગ્રેજ જેનું પાલન કરે છે તે દસ પ્રકારના ધર્મો (ખ્રિસ્તીઓના TEN COMMANDMENTS) કહેવામાં આવ્યા છે.

૧. એક ઇસુ સિવાય બીજો કોઈ દેવ નથી આ એમનો પ્રથમ ધર્મ છે,

૨. સમર્થ તે ઇસુને વિષે જ પ્રેમ કરવો.

3. અસત્યવાદમાં ઇસુના ક્યારેય પણ સોગંદ ન લેવા.

૪. રવિવારે રાત્રી દિવસ ઇસુની આરાધના કરવી અને વ્યવહારિક કાર્યમાં રજા રાખવી.

૫. માતાપિતાને સદાય આદર આપી માનવાં.

૬. કોઈ પણ મનુષ્યનો ઘાત ન કરવો,

૭. પરસ્ત્રી સાથે વ્યભિચાર ન કરવો.

૮. કોઈની કોઈપણ વસ્તુની ચોરી ન કરવી.

૯. કોઈની ખોટી સાક્ષી ન પૂરવી.

૧૦. લાંચ આદિ વડે પારકા ધનને લેવાની મનથી પણ ક્યારેય ઇચ્છા કરવી નહિ એ એમનો દશમો ધર્મ છે.' (૩૮-૪૨)

પછી સહજાનંદ દ્વારા પોતાની ટોળીને આજ્ઞા કરાઈ છે, 'હે સંતો ! આ પ્રમાણે દશ પ્રકારના ધર્મોનું યથાર્થ પાલન કરતો તે ઉત્તમરાજા અધર્મીઓને શિક્ષા કરી તમારું સર્વ પ્રકારે રક્ષણ કરશે. (૪૩) હે નિષ્પાપ સંતો ! એ રાજાનું આગમન ન થાય ત્યાં સુધી તમે સર્વે કોઈ ઓળખી ન શકે તેવા વેષને ધારણ કરો. કારણ કે, દેશકાળને અનુસારે વર્તન કરવું એ પણ એક પ્રકારની શાસ્ત્રની નીતિરૂપ ધર્મ જ છે.' (૪૪) [૨]

૫. સહજાનંદ સ્વામીના પોતાની ટોળકીને આ પ્રકારના આશ્વાસનો અને અંગ્રેજો સાથે તેમના સંબંધો વચ્ચે આખરે, ઇસ ૧૮૧૭ નવેમ્બરમાં પેશ્વાની અંગ્રેજો સામે હાર થઈ, અને ગુજરાત અંગ્રેજોના હાથમાં આવ્યું. ફેબ્રુઆરી ૧૮૧૮માં અંગ્રેજોએ સહજાનંદને અમદાવાદ બોલાવ્યા. જે અંગ્રેજ અમલદારે સહજાનંદને અમદાવાદ બોલાવ્યા તે ઇડવીન આયર્નસાઇડ હતો, જે સહજાનંદને નવ વર્ષ પહેલા એટલે કે ૧૮૦૯માં ખેડામાં મળી ચૂક્યો હતો જ્યાં તે પોતે મેજિસ્ટ્રેટ ઓફિસમાં હતો. આયર્નસાઇડે સહજાનંદ સામે અમદાવાદના કાલુપુરમાં મંદિર બનાવવા માટે જમીન અને ધન આપવાનો પ્રસ્તાવ મૂક્યો. સહજાનંદે એ ખુશીથી સ્વીકાર્યો. ૧૮૧૯માં આયર્નસાઈડના ગયા પછી અમદાવાદના કલેક્ટર તરીકે જ્હોન એન્ડ્રુ ડનલોપ આવ્યા, જેમણે કાલુપુરમાં સહજાનંદના સમૂહના મંદિર માટે જમીન ફાળવવાની મંજૂરી બ્રિટનથી મેળવી આપી અને ૧૮૨૦ થી ત્યાં મંદિર નિર્માણ શરૂ થયું, જે ૧૮૨૩ સુધી ચાલ્યું.

૬. કલેક્ટર એન્ડ્રુ ડનલોપે કાલુપુર મંદિર નિર્માણ સમયના બે વર્ષોમાં સહજાનંદ સ્વામીના જીવન અને કાર્ય વિશે એક અહેવાલ તૈયાર કર્યો, જેનું નામ હતું 'હિન્દુઓનો એક નવો સંપ્રદાય (A NEW SECT OF HINDUS)'. ડનલોપે આ લેખિત અહેવાલને સૌથી પહેલા કલકત્તાની બિશપ કોલેજના પ્રથમ પ્રિન્સિપાલ બનેલા વિલિયમ હોજ મિલને બતાવ્યો. કાલુપુર મંદિરના

ઉદઘાટનના ચાર મહિના બાદ વિલિયમ હોજ મિલ જૂન ૧૮૨૨માં ગુજરાત પ્રવાસે આવ્યા ત્યારે ડનલોપે તેમને આ નિબંધ બતાવ્યો, જેની મિલે તેમની ડાયરીમાં નકલ કરી હતી, જે હવે ઓક્સફર્ડ યુનિવર્સિટીની બોડલીયન લાઇબ્રેરીમાં સચવાયેલો છે. આ આહેવાલનું ૧૮૨૨માં વિસ્તૃત સંસ્કરણ બોમ્બે કુરિયરમાં અજ્ઞાતપણે પ્રકાશિત થયું હતું, જે 'સ્વામિનારાયણ હિંદુવાદ' વિશે અંગ્રેજીમાં પ્રથમ કૃતિ મનાય છે. વિલિયમ હૉજ મિલની એજ ડાયરીમાં સહજાનંદને હિંદુ શાસ્ત્રોના અર્થઘટનોને શુદ્ધ કરી હિંદુ-ખ્રિસ્તી એકતાને જન્મ આપનારા એક સમાજ સુધારક તરીકે વર્ણવવામાં આવ્યા છે.[૧]

મધ્યાંતર (ઇન્ટરવલ) : આ રીતે હિન્દુ ધર્મના તમામ માન્ય સંપ્રદાયો, પંચદેવ ઉપાસકો તેમજ જૈનો દ્વારા વિરોધ અને પ્રતાડના મેળવી રહેલી સહજાનંદી ટોળકીને અમદાવાદમાં એક મંદિર બનાવડાવી આપી અને તેને હિંદુ ધર્મના એક નવા પંથ તરીકે ઓળખ આપતો પહેલો લેખ પ્રકાશિત કરી સમાજમાં સ્વીકૃતિ આપવાનું કાર્ય અંગ્રેજોએ કર્યું. એ પછી અંગ્રેજોએ એ નવા પંથને એક હિંદુ જિસસનો પંથ કેવી રીતે બનાવ્યો તે આગળ સમજીએ.

૭. ઇ.સ. ૧૮૨૩માં કાલુપુર મંદિરનું લોકાર્પણ કરવામાં આવ્યું, અને તે માટે અંગ્રેજોએ ૫૦,૦૦૦ લોકોની ભીડ એકઠી કરી આપી જ્યાં સહજાનંદને હિંદુઓમાં સ્વીકૃતિ અપાવવાની અને માન્ય હિંદુ સંપ્રદાયોથી મોટા બનાવવાની કોશિશ થઈ. સહજાનંદને ૨૦૦થી વધુ અંગ્રેજ સૈનિકોની સુરક્ષા આપવામાં આવી જે હંમેશા તેમની સાથે રહેતા. આમ, ગુલામ હિંદુ સમાજ સામે તેમના જ દ્વારા વિરોધ પામેલા એક વ્યક્તિને અંગ્રેજ શાસન પ્રાયોજિત ધર્મનો સ્થાપક કે પયગંબર બનાવી ઉભો કરવામાં આવ્યો. તે ટોળીની વાતોને હિંદુઓનો એક નવો પંથ કહેવામાં આવ્યો અને ગુલામ હિંદુ પ્રજાને તેનો રાજાઓ જેવો તાક જામ બતાવી આંજવાની કોશિશ થઈ. [૧]

- **શિક્ષાપત્રીનું પ્રપંચ**

૮. ઇસ ૧૮૨૫માં કલકત્તાથી અન્ય એક પાદરી બિશપ હેબર ગુજરાત આવ્યા, અને સહજાનંદ તેમને મળવા નડિયાદ આવ્યા. સહજાનંદે વડતાલ મંદિર, તેની બાજુમાં સભાગૃહ અને હૉસ્પિટલ નિર્માણ માટે હેબર પાસે પૈસામાંગ્યા. બિશપ હેબરે સહજાનંદને તેમના પંથમાં ઈશ્વરની સંકલ્પના વિશે પ્રશ્નો પૂછ્યા. ત્યાં સહજાનંદે કહ્યું કે કૃષ્ણ ઈશ્વરનો એ પ્રાચીન અવતાર છે જેની તેમનો પંથ પૂજા કરે છે, પણ ઈશ્વરનો કે સૂર્યનો બીજો અર્વાચીન

અવતાર તેમનામાં (સહજાનંદમાં) થયો છે. બિશપ હેબરને હજી તે પૂર્ણરૂપે ખ્રિસ્તી સ્વરૂપ જેવું ન લાગ્યું, કારણકે ત્યાં ઈશ્વર અવતારરૂપે ફક્ત એક જ વાર અને એક જ જિસસના સ્વરૂપે આવ્યા છે. એટલે હેબરે મંદિર માટે પૈસા આપવાની ના પાડી, પણ સભાગૃહ અને હૉસ્પિટલ માટે પૈસા આપવાનું સ્વીકાર્યું. આ મુલાકાત પછી એજ વર્ષે સહજાનંદે વડતાલ મંદિરમાં રાધા કૃષ્ણની મૂર્તિની બાજુમાં આશીર્વાદ આપતી મુદ્રામાં 'હરિકૃષ્ણ મહારાજ' નામે પોતાની મૂર્તિ સ્થાપી. આજના સંપ્રદાયના સ્વામીઓના કથનો અને લખાણો મુજબ તે સમયે તેમણે કહ્યું કે જ્યારે લોકો તેમના ઇષ્ટદેવના દર્શન માટે આ મંદિરમાં આવશે ત્યારે અહીંનું સંત મંડળ તેમને ધીરે ધીરે સહજાનંદની સર્વોપરી હોવાની વાતમાં નિષ્ઠા અપાવશે.[૧,૩,૯] બીજા વર્ષે ઇસ ૧૮૨૬માં સહજાનંદે બ્રાહ્મણ શતાનંદ પાસે શિક્ષાપત્રી લખાવી, કારણકે સહજાનંદને સંસ્કૃતનું જ્ઞાન એટલું નહોતું. શિક્ષાપત્રી તે સમયે બૃહદ ગુજરાતમાં વ્યાપ્ત વૈષ્ણવ પંથમાં પૂજ્ય મનાતા વલ્લભાચાર્ય રચિત શિક્ષાપત્રની નકલ સમાન હતી. સહજાનંદની શિક્ષાપત્રીમાં વૈષ્ણવ શિક્ષાપત્ર મુજબ જ કૃષ્ણને સર્વોપરી ઈશ્વર અને પૂર્ણપુરુષોત્તમ કહી તેમને મૂળ આરાધ્ય માનવામાં આવ્યા હતા અને સાથે પંચદેવ ઉપાસના કરવાનું કહેવામાં આવ્યું હતું. સાથે અન્ય ઉપાસના ક્રિયાકાંડ, ઉત્સવ વગેરે પણ વૈષ્ણવ જેવા જ રાખવામાં આવ્યા હતા. પણ એ બસ ગુજરાતના હિંદુ સમાજમાં ટકી રહેવા રખાયેલું એક બાહ્ય આવરણ હતું, જેના અંદર સર્વોપરી સહજાનંદનો ખેલ એક વર્ષ પહેલાં જ રચાઈ ચૂક્યો હતો.

૯. આમ, ૧૮૨૫થી ખ્રિસ્તી ઈસુ જેવી એકમાત્ર સર્વોપરી ઈશ્વરની સંકલ્પનાનો સહજાનંદી ટોળીમાં પાયો નંખાયો, અને સનાતન ધર્મના તમામ વૈદિક ઈશ્વરોને તે એકમાત્ર સર્વોપરી ઈશ્વરના નીચે તેના સેવક કે નિષ્ફળ ગયેલા અવતાર તરીકે લાવવાનું શરૂ થયું. ત્યારબાદ સહજાનંદની એ ટોળકીના લોકોએ નવા નવા પુસ્તકો લખે રાખ્યા જેમાં સનાતન ધર્મના તમામ આરાધ્ય દેવી દેવતાઓને નીચા દેખાડતી, તેમનું વિકૃત અપમાન કરતી કથાઓ લખાઈ. આ પુસ્તકોમાં સનાતન ધર્મના વૈદિક ઈશ્વરો પોતે જ હિંદુઓ સામે આવીને પોતાને સહજાનંદના સેવક કહેતાં હોય અને હિન્દુઓને પોતાની પૂજા છોડી સહજાનંદની ઉપાસના કરવાનું કહેતા હોય તેવી કથાઓ લખાઈ. સૌથી વધુ આક્રમણ અને વિકૃત અપમાન કરાયું એ ભગવાન શિવનું જેમના શૈવ પંથી સન્યાસીઓ અને નાગા બાવાઓએ આ ટોળકીનો સૌથી આક્રમક વિરોધ કર્યો હતો. બસ, ત્યારથી આજસુધી આ સંપ્રદાયમાં જે જે ફસાયું છે કે પ્રવેશ્યું છે

તે એજ વિકૃત કથાઓને હિંદુ ધર્મના શાસ્ત્રો માને છે, અને એ હિંદુ જિસસ જેવા સહજાનંદને સનાતન ધર્મનો એકમાત્ર પૂજવા યોગ્ય સર્વોપરી ઈશ્વર માને છે. માત્ર સહજાનંદને જ ભગવાન માની તેમને જ પૂજવા યોગ્ય અને અન્ય વૈદિક ઈશ્વરોને સહજાનંદના સેવક માનતા એ અનુયાયીઓને 'સત્સંગી' કહેવાય છે. જ્યારે સહજાનંદ સિવાય અન્ય કોઈપણ હિંદુ કે ગૈરહિન્દુ ઈશ્વરની પૂજા કરનારને તે સંપ્રદાયના 'કુસંગી' કહેવામાં આવે છે. અસલમાં એ બધા અંગ્રેજોના રમતા મુકાયેલા સનાતન ધર્મ વિરોધી ષડયંત્રના પીડિત છે.

- **મુખ્ય પ્રપંચ - કૃષ્ણથી પુરુષોત્તમ અલગ કરવું, અને વિષ્ણુથી નારાયણ અલગ કરવું**

૧૦. લોકો કહે છે કે સહજાનંદ સ્વામીએ જે મંદિરો બનાવ્યા એ કૃષ્ણ મંદિરો જ હતાં. શિક્ષાપત્રીમાં કૃષ્ણને જ આરાધ્ય દેવ કહેવાયા છે વગેરે. પણ એમાં એક બહુ મોટું પ્રપંચ છે. સહજાનંદે સ્થાપેલા તમામ મંદિરોમાં ક્યાંય ભગવાન વિષ્ણુનું નામ નથી, દરેક મંદિરમાં નારાયણ નામે ઈશ્વર છે, કારણકે તેમણે એ બધા મંદિરોના નિર્માણના પંદર વર્ષ પહેલાથી પોતાને જ સ્વામિનારાયણ નામ આપી દીધું હતું. અને વિષ્ણુ પંચદેવમાં હોવાથી નારાયણ નામને વિષ્ણુથી અલગ કરવાની આખી ચાલ શરૂથી તેમની ટોળકીમાં કાર્યરત હતી. બીજી બાજુ એજ કાર્ય તેમણે વૈષ્ણવ દર્શનમાં વિકૃતિ લાવવાની કોશિશ રૂપે ભગવાન કૃષ્ણ સાથે કર્યું. સનાતન ધર્મ અને વૈષ્ણવ માર્ગમાં ભગવાન કૃષ્ણ વિષ્ણુના પૂર્ણ અવતાર હોવાથી તેમને પંચદેવમાંના એક વિષ્ણુ રૂપે સીધા પરમેશ્વર તરીકે દર્શાવી શકાય છે, અને તેમની સાથે વિષ્ણુ માટે પરમેશ્વર રૂપે વપરાતા એ 'પુરુષોત્તમ' શબ્દને જોડી પૂર્ણપુરુષોત્તમ પણ કહેવામાં આવે છે. સહજાનંદી ટોળીમાં ભગવાન કૃષ્ણનો મહિમા બસ તેમનાથી આ પૂર્ણપુરુષોત્તમનું પદ છીનવવા માટે ગાવામાં આવ્યો છે.

૧૧. સહજાનંદી ટોળી ભગવાન કૃષ્ણને એક લાકડીના ટેકા કે નિસરણી તરીકે ઉપયોગ કરે છે. તે પહેલા ભગવાન કૃષ્ણને સર્વોપરી ઈશ્વર, પૂર્ણપુરુષોત્તમ અને અક્ષરધામના (અવિનાશી ધામ રૂપે વૈકુંઠના) અધિપતિ કહે છે, અને પછી કહે છે કે સહજાનંદ કૃષ્ણ છે. એની સ્પષ્ટતા આપતાં તે આગળ કહે છે કે એ પુરુષોત્તમ પરમેશ્વરનો પ્રાચીન અવતાર કૃષ્ણ છે અને અર્વાચીન અવતાર સહજાનંદ છે. આ રીતે કૃષ્ણને નિસરણી બનાવી તે શીર્ષ પર ચઢે છે, અને પછી એ નિસરણી રૂપી કૃષ્ણને ફેંકી દઈ તેમને

પોતાના નીચે કરી દે છે. તે કૃષ્ણને સહજાનંદના નિષ્ફળ ગયેલા અવતાર કહેવા લાગે છે જે વૈકુંઠ નામના માયાના પ્રભાવવાળા ધામમાં ફસાઈ ગયા છે, અને સહજાનંદના સૌથી ઉપરી ધામ અક્ષરધામમાં નથી જઈ શક્યા. BAPS ના પુસ્તકો વૈકુંઠને અક્ષરધામની તુલનામાં નર્ક તુલ્ય કહે છે જ્યાં સાંસારિક તાપ સહન કરવો પડે છે. આમ, શિક્ષાપત્રી તે સંપ્રદાયની મૂળ નિયત નથી, તે બસ એક ષડયંત્રની શરૂઆત છે, જેથી હિન્દુઓ વચ્ચે રહી શકાય અને પછી આગળની વાત કહી તે હિંદુઓને વટલાવી શકાય. આગળ આ ટોળી કહે છે કે એ પુરુષોત્તમ પરમેશ્વર સહજાનંદ છે, અને આજ સુધીના બધા અવતાર સહજાનંદના હતા. આ માટે એ વારંવાર કહેવાય છે કે સહજાનંદ સર્વોપરી છે, અને એ અવતાર નથી, એ સર્વ અવતારના અવતારી છે. રામ, કૃષ્ણ જેવા એમના પૂર્વ અવતારો હિંદુ પ્રજાને જિસસ જેવા એકમાત્ર ઈશ્વર પાછળ ચાલતા ખ્રિસ્તી અને ઇસ્લામ જેવા એકાંતિક ધર્મમાં ન ઢાળી શક્યા, એટલે સહજાનંદને એ એકમાત્ર સર્વોપરી ઈશ્વર રૂપે નીચે આવવું પડ્યું.[૪] બિલકુલ એ રીતે જેમ જીસસને ઈશ્વરનું રાજ્ય સ્થાપવા આવવું પડ્યું હતું. જેમ જીસસને દીક્ષા આપનાર જ્હોન બાપટીસ્ટ માટે કહેવાય છે કે તેમણે મુખ્ય ઈશ્વર માટે માર્ગ તૈયાર કર્યો, એવું રામાનંદ સ્વામી માટે આ સહજાનંદી ટોળકીમાં કહેવાય છે. બહુ સમાન છે, બસ હિંદુ પ્રજાને છેતરવામાં આવી છે નારાયણ નામ અને ભગવાં વસ્ત્રો અને ટીકા તિલકના પ્રપંચથી.

૧૨. અક્ષરધામનું પાખંડ: 'અક્ષરધામ' - એવા નામનું સનાતન ધર્મના શાસ્ત્રોમાં કોઈ ધામ નથી. શબ્દ 'અક્ષર' વેદોથી પુરાણો સુધી ચાલ્યો આવે છે જેનો અર્થ છે અવિનાશી. એ શબ્દ દરેક સ્થાને એક વિશેષણ તરીકે વપરાયો છે. બ્રહ્મ રૂપી પરમાત્મા જ એકમાત્ર અવિનાશી છે, બાકી બધું નાશવંત છે એવું બતાવવા 'અક્ષર બ્રહ્મ' શબ્દ આવે છે. એજ રીતે ભગવાન કૃષ્ણ ગીતાના અક્ષર બ્રહ્મ યોગ અધ્યાયમાં પોતાના એ મૂળ અક્ષરબ્રહ્મ સ્વરૂપને નિરાકાર અવ્યક્ત સ્વરૂપ કહે છે, અને તેને પોતાનું મૂળ પરમ પદ કહે છે. અર્થાત્ સાકાર રૂપે વ્યક્ત થયેલા તે અસલમાં મૂળ રૂપે અવિનાશી અવ્યક્ત બ્રહ્મ છે. આ રીતે વિષ્ણુ પુરાણમાં ભગવાન વિષ્ણુના વૈકુંઠધામને અને શિવ પુરાણમાં કાશીને અક્ષર એટલે કે અવિનાશી કહેવાયા છે. એટલે કે સૃષ્ટિના વિનાશ પછી પણ એ ધામ રહી જાય છે કારણકે ત્યાં જ પરમાત્મા સ્વયં અવ્યક્ત અવિનાશી બ્રહ્મ સ્વરૂપે વાસ કરે છે. અર્થાત્ સૃષ્ટિનો વિલય થઈ ગયા બાદ અવિનાશી અવ્યક્ત બ્રહ્મનું જે એકમાત્ર સ્થાન વધે છે તેને વિષ્ણુપુરાણમાં

વિષ્ણુનું વૈકુંઠ અને શિવપુરાણમાં શિવનું કાશી કહ્યું છે. એટલે અક્ષર વૈકુંઠ અને અક્ષર કાશી રૂપે અક્ષર શબ્દ એ બે સ્થાનોના ખાલી વિશેષણ તરીકે હિંદુ શાસ્ત્રોમાં વપરાયો છે, 'અક્ષરધામ' એવો તો કોઈ શબ્દ જ વપરાયો નથી, ના વૈકુંઠ અને કાશીથી અલગ 'અક્ષરધામ' નામનું કોઈ અલગ ધામ હિંદુ શાસ્ત્રોમાં છે. પણ સહજાનંદની ટોળકીએ તેમની હયાતીમાં જ પહેલા અક્ષર શબ્દને સીધો ધામ સાથે જોડી અક્ષરધામ નામનું એક સર્વોચ્ચ ધામ બતાવ્યું, જેને પહેલાં કૃષ્ણનું અક્ષરધામ અને કૃષ્ણને અક્ષરધામના અધિપતિ કહેવાયા. અને તે પછી, આગળ કહ્યા મુજબ કૃષ્ણને નિસરણીની જેમ ઉપયોગમાં લઈ સહજાનંદને ઉપર ચડાવી અક્ષરધામના અધિપતિ બનાવી દેવાયા, અને કૃષ્ણને સહજાનંદના નિષ્ફળ ગયેલા અવતાર બતાવાયા જે પોતાની નિષ્ફળતાના કારણે અક્ષરધામથી નીચલા સ્તરે આવેલા નર્ક-તુલ્ય વૈકુંઠમાં ફસાઈ જાય છે.[૪, ૮]

૧૩. આ સંપ્રદાય હિંદુ સભ્યતા અને સનાતન ધર્મના આધ્યાત્મિક સ્વરૂપ પર એક સૌથી મોટું સંકટ છે, અને એ બુધ્ધિહિન વિચાર પર એક તમાચો છે કે સનાતન ધર્મ અને હિંદુ સંસ્કૃતિ ભગવા વસ્ત્રો અને ટીકા તિલકના એ બાહ્ય દેખાવમાં છે. કારણકે ભગવા વસ્ત્રો અને ટીકા તિલક વિનાના અનેક લોકો, મહાપુરુષો હિંદુ આધ્યાત્મથી ભરેલા છે અને તેમણે હિંદુ આધ્યાત્મની સમયે સમયે રક્ષા કરી છે. હિંદુ સનાતન ધર્મનું નિરાકાર ૐ થી સાકાર પંચદેવ સુધીનું શાસ્ત્રોનું અને ઉપાસ્ય દેવનું સ્વરૂપ હિન્દુત્વ છે. અને તે સ્વરૂપ પાછળ જીવાતું જીવન હિંદુ સભ્યતા છે.

- **સંદર્ભ પુસ્તકો (ઉપરના લખાણમાં મોટા કૌંસ [ ]માં આપેલા નંબર નીચેના પુસ્તકો અને વીડિયોના સંદર્ભ સૂચવે છે)**

૧. AN INTRODUCTION OF SWAMINARAYAN HINDUISM BY RAYMOND BRADY WILLIAMS, CHAPTER 1

પીડીએફ લિંક :
HTTPS://DRIVE.GOOGLE.COM/FILE/D/1ULZOTV2IFX_CWOAM9I7ATLP-PGAY_-DBY/VIEW?USP=SHARING

૨. શતાનંદ કૃત સત્સંગી જીવન :

પીડીએફ લિંક :
HTTPS://DRIVE.GOOGLE.COM/FILE/D/1JPTU2HHCKTYY2N2LJMGRP7EWLXWYD-QHZ/VIEW?USP=DRIVE_LINK

૩. BAPS નું સહજાનંદ ચરિત્ર

૪. અક્ષરાનંદ સ્વામીની વાતો, કુંડળધામ

૫. શ્રી સ્વામિનારાયણ મહામંત્ર મહિમા

૬. પુરૂષોત્તમલીલામૃત સુખસાગર : તરંગ ૧૩

૭. શ્રી હરિલીલા સુધાકર, જેતલપુર-કાલુપુર શાખા

૮. અક્ષરપુરુષોત્તમ ઉપાસના, BAPS

૯. વીડિયો લિંક:
HTTPS://DRIVE.GOOGLE.COM/FILE/D/11OFPH4ZAYDWN8HFQK-18C7RE-VM2RJBYM/VIEW?USP=DRIVESDK

અનુક્રમ

પ્રકરણ ૧

સનાતન ધર્મ અને તેના ઉપાસ્ય દેવ

પ્રસ્તાવનામાં જે સનાતન ધર્મ વિરુદ્ધ ષડયંત્રના ઇતિહાસથી આપણે પરિચિત થયા, તેના સ્વરૂપ અને તેના પ્રપંચને પૂર્ણ રીતે જાણીએ, તે પહેલાં આપણે એ જાણી લઈએ કે આપણો એ સનાતન ધર્મ શું છે? કોણ છે આપણા સનાતન ધર્મના નારાયણ અને કૃષ્ણ? કોણ છે આપણા સનાતન ધર્મના શાસ્ત્રોક્ત ઉપાસ્ય દેવ, જેને આપણે પરમાત્મા માની પોતાના ઇષ્ટ કહીએ છીએ? આપણા સાચા શાસ્ત્રો કયા છે, અને તેમાં શું કહેવામાં આવ્યું છે? વિષને જાણતા પહેલા અમૃતને જાણી લઈએ. ગંદકીને ખોદતાં પહેલાં સાત્વિક સુંદર સત્યમાં પોતાના પગ સ્થિર કરી દઈએ. આવો, પહેલાં સત્ય જાણી લઈએ, પછી અસત્યના પ્રપંચની યાત્રાએ નિકળીએ.

➢ સનાતન ધર્મ શું છે?

(લેખક - ડૉ. કૌશિક ચૌધરી, 'સનાતન' પૂર્તિ , 'ધર્મ અને તત્વ' કૉલમ, ૧૨ ડિસેમ્બર, ૨૦૨૪/લોકસત્તા જનસત્તા)

આ સમસ્ત સંસાર જે અનેકો બ્રહ્માંડનો બનેલો છે તે એક વ્યવસ્થા મુજબ ચાલે છે, જેને વેદોમાં કહેવામાં આવી છે 'ઋત'. એ ઋત શબ્દ પરથી જ આપણો 'ઋતુ' શબ્દ આવ્યો છે. જેમ ઋતુઓ એક પછી એક આપોઆપ બદલાતી રહે છે અને એક નિયમિત સંતુલિત વ્યવસ્થા ચાલે છે, તેમ આખા બ્રહ્માંડમાં (સાચો શબ્દ સૃષ્ટી છે, કારણકે બ્રહ્માંડ અનેક છે) એક વ્યવસ્થા (ORDER) ચાલે છે જેનાથી તારાઓ, ગ્રહો, આકાશગંગાઓ અને અન્ય અવકાશી પદાર્થો સાથે સમસ્ત જડ-ચેતન પ્રકૃતિ નિશ્ચિત કર્મના સિધ્ધાંત મુજબ સંતુલન જાળવે છે. આ સંતુલન જાળવવાની વ્યવસ્થાને કહે છે

ઋત. ઋગ્વેદમાં વારંવાર આ શબ્દ આવે છે, અને એમાં ઋતને અનુસરવાનું કહેવામાં આવે છે. સમસ્ત સૃષ્ટિનું નિયમન રાખતી એ ઋત નામની વ્યવસ્થાને અનુસરીને ચાલવું એને જ કહે છે 'ધર્મ'. તમે એ વ્યવસ્થાથી અલગ પણ વર્તી શકો છો, પણ એમાં તમારું સંતુલન ગુમાવશો, સમગ્ર સૃષ્ટિથી વિપરીત માર્ગ હોવાથી એમાં તમારી ઉન્નતિ નહિ થાય, એક સમય પછી વિનાશ થશે. એટલે આદર્શ અપાયો કે એ ઋતને ધારણ કરીને જીવવું એજ આ સૃષ્ટિમાં ઉન્નતિનો માર્ગ છે. એટલે જ ધર્મ શબ્દ આવ્યો, જેનો અર્થ છે (ઋતને) ધારણ કરવું, એનાથી (ઋતથી) વિપરીત ન થવું.

આ ઋત નામની વ્યવસ્થા સમસ્ત સૃષ્ટિના ઉત્પત્તિ કર્તા કારણ એવી બ્રહ્મની ચેતનામાંથી રચાયેલી છે. આ કારણે તે ઉત્પત્તિ કાળથી ચાલી આવે છે. તે ઉત્પત્તિ કાળ પહેલા પણ હતી અને પછી પણ હંમેશા રહેવાની છે. જે થયું છે, થાય છે અને થવાનું છે તે આ ઋત નામની વ્યવસ્થા રૂપે જ થવાનું છે, અર્થાત્ તેનો ના આદિ છે ના અંત. તે વ્યવસ્થા હંમેશા છે જ. એટલે કે તે સનાતન છે. એટલે એ વ્યવસ્થાને ધારણ કરતો ધર્મ પણ સનાતન કહેવાય છે. તેનો પણ ન આદિ છે ના અંત. એક રીતે આ સમગ્ર સૃષ્ટિમાં ધર્મ એટલે એ ઋતને અનુસરવું. એના સિવાય એનો બીજો કોઈ અર્થ નથી. એટલે કહેવાય છે કે ધર્મ જે છે એ તો સનાતન છે, ઋતને અનુસરવાનો જ છે. બીજો કોઈ ધર્મ છે જ નહિ સંસારમાં. બાકી બધું જે છે તે સંપ્રદાય છે, પંથ છે. એ સનાતન ધર્મ આપણો છે - એ કહેવું પણ યોગ્ય નથી. આપણે એ સનાતન ધર્મને અનુસરવાવાળા લોકો છીએ - એ કહેવું સાચું કથન છે. એટલે શંકરાચાર્યજી તેમના પ્રવચનોમાં 'સનાતનીઓ' શબ્દ નથી પ્રયોજતા, તે કહે છે - 'સનાતન ધર્માવલંબી', એ જેણે સનાતન ધર્મનું આવલંબન સ્વીકાર્યું છે.

હવે આ ઋત નામની વ્યવસ્થા જે સૃષ્ટિમાં ચાલે છે તે 'બ્રહ્મ' નામના એક ઈશ્વરીય તત્વથી વ્યાપ્ત છે. તે ઈશ્વરીય તત્ત્વ મૂળરૂપે નિરાકાર છે, નિર્ગુણ છે અને અવ્યક્ત છે. એટલે કે આકાર રહિત છે, ગુણ રહિત છે, અને તેણે પોતાને વ્યક્ત નથી કર્યું કે તે કોણ છે? તે એક ચેતનાયુક્ત શક્તિ (ફોર્સ) છે. પણ એજ અવ્યક્ત બ્રહ્મ જ્યારે વ્યક્ત થાય છે ત્યારે ધીરે ધીરે વિવિધ સર્જનો કરી આકાર ધારણ કરે છે. તે વિવિધ ગુણોમાં અને આખરે ગુણોથી ઉપર ઉઠેલી ગુણાતીત સ્થિતિમાં પોતાને વ્યક્ત પણ કરે છે. વેદો, ઉપનિષદો અને છ દર્શનો સુધી બ્રહ્મ નામનું એ ઈશ્વરીય તત્વ નિરાકાર રહે છે, પણ તે નિર્ગુણમાંથી સગુણ અને અવ્યક્તમાંથી વ્યક્ત સ્વરૂપમાં આવી

જાય છે. વેદોમાં તેત્રીસ કોટિ દેવો એ બ્રહ્મની વિવિધ ગુણ અને શક્તિને વ્યક્ત કરે છે, એટલે કે તે સગુણ છે, પણ નિરાકાર છે. આમ વેદોના દેવ નિરાકાર છે, પણ નિર્ગુણ નથી. તે સગુણ છે. તેમનું વેદમંત્રોથી આહ્‌વાન થાય છે, એક નિરાકાર શક્તિ તરીકે. પણ વેદોના અંતિમ ભાગમાં જતાં અથર્વવેદ આદિમાં યંત્ર રૂપે તે નિરાકાર ઈશ્વરની સાકાર ઉપાસનાનો માર્ગ આવી જાય છે. સાથે અથર્વશીર્ષરૂપે અથર્વવેદના એક ઉપનિષદ તરીકે સાકાર પંચદેવ ઉપાસના પણ પ્રસ્થાપિત થાય છે.

અને એટલે એજ વેદોનું સંકલન કરનારા, દર્શનોમાં છેલ્લું અને સર્વોચ્ચ એવું વેદાંત દર્શન (બ્રહ્મસૂત્ર) લખનારા વેદવ્યાસ જ્યારે મહાભારત અને અઢાર પુરાણ રચે છે, ત્યારે તેમાં એજ નિરાકાર ઈશ્વરને સાકારરૂપે પેશ કરે છે. ત્યાં એ બ્રહ્મજ્ઞાની અનુભવી ઋષિ આ બુદ્ધિ વાપરે છે કે જે નિરાકાર ઈશ્વરીય તત્વ આ સૃષ્ટિને ચલાવે છે તે કોઈ એક જ સાકાર સ્વરૂપમાં કેદ ન થઈ જાય. તે વેદોમાં જ આપેલા દેવોની અભિવ્યક્તિને પાંચ દેવોમાં સંગઠિત રૂપે વ્યક્ત કરી તેમને સર્વોચ્ચ ઈશ્વર બતાવે છે, જે કહેવાય છે પંચદેવ. વિષ્ણુ, શિવ, શક્તિરૂપે દેવી, સૂર્ય/બ્રહ્મા અને ગણેશ. આ પંચદેવમાંથી દરેકના સ્વતંત્ર પુરાણ લખાય છે જેમાં દરેકનું પરબ્રહ્મ પરમાત્મા તરીકે સ્વતંત્ર મહત્વ દર્શાવાય છે.

પંચદેવ રૂપે નિરાકાર ઈશ્વરની વિવિધ શક્તિઓ અને લાક્ષણિકતાઓને અલગ અલગ વ્યક્ત કરવામાં આવી છે, જેથી મનુષ્ય કોઈ એક આકૃતિમાં જ ઈશ્વરને સાકાર રૂપે કલ્પી લઈ તેની ગુલામીમાં કેદ ન થઈ જાય. તે જ્યારે કોઈ એકને સર્વોચ્ચ મૂળ પરમાત્મા માને ત્યારે તેની નજરમાં બીજા પુરાણોમાં રહેલા બીજા સ્વરૂપની મહાનતા પણ સામે રહે, તે એક આકૃતિમાં ઝનૂની ન બની જાય. અંતે તેને જ્ઞાત રહે કે આ પાંચ રૂપમાં સૃષ્ટિના એ મૂળ નિરાકાર ઈશ્વરની સંપૂર્ણતાને વ્યક્ત કરાઈ છે. તે કોઈ એક જ સ્વરૂપમાં ભેગી કરવાથી બે નુકશાન હતા. એક તો એ અલગ અલગ શક્તિઓનું મહત્વ અસરકારક રીતે ઉપસાવી ન શકાત, બધી શક્તિઓ બસ શબ્દો તરીકે રહી જાત અને એ આકૃતિ મુખ્ય બની જાત. અને બીજું, મનુષ્ય એ ગુણો અને શક્તિઓથી અલગ એક સાકાર સ્વરૂપમાં પોતાનો અહંકાર આરોપી એના માટે ઝનૂની થઈ જાત. ઈશ્વર એક બાજુ રહી જાત, અને મનુષ્યનો અહંકાર ઈશ્વરના એક નામ અને આકૃતિ સાથે સંસાર ઉપર સત્તા જમાવવા નીકળી પડત. બિલકુલ એવું જેવું આપણે દેશી - વિદેશી ગૈર સનાતની સંપ્રદાયોમાં જોઈએ છીએ.

આ કારણે સનાતન ધર્મમાં પંચદેવ ઉપાસનાને જ કેન્દ્રીય સ્થાન આપવામાં આવ્યું. પંચદેવમાંથી કોઈ એકને પોતાની સ્થિતિ અને પ્રકૃતિ મુજબ સર્વોચ્ચ સ્વરૂપ માનો, અને બાકીના ચાર સ્વરૂપને તેના અંશ માનો. જેથી સતત એ વાત દ્રષ્ટિમાં રહે કે કોઈ એક સાકાર સ્વરૂપ સંપૂર્ણ નથી, આ બધા સ્વરૂપો જે નિરાકાર ઈશ્વરીય ઊર્જાને વ્યક્ત કરે છે તે મૂળ ઈશ્વરીય તત્વ છે, અને તે અત્ર તત્ર સર્વત્ર છે. આપણા આત્મા રૂપે પણ એજ છે. અને એટલે આપણે આમાંના કોઈ સાકાર સ્વરૂપને સૃષ્ટિમાં ક્યાંય આકૃતિ રૂપે જોવા જવાનું નથી. આપણે પોતાના આત્મામાં જ એમની દિવ્યતાને પ્રાપ્ત કરી તેમની સ્થિતિએ વિકસવાનું છે, અને અંતે તે નિરાકાર બ્રહ્મમાં ભળી જઇ અવ્યક્ત બની જવાનું છે. એજ મોક્ષ છે. વેદો ઉપનિષદો સુધી અને છ દર્શનો બ્રહ્મસૂત્ર સુધી પહોંચે છે ત્યારે અંતે આજ નિષ્કર્ષ અને ઉપદેશ સામે આવે છે. એજ ઉપદેશ પુરાણોમાં પણ પંચદેવ ઉપાસના રૂપે અપાયો છે.

પંચદેવની શક્તિઓ અને મહત્વ આ રીતે છે.

વિષ્ણુ - સર્વ વ્યાપક દેવ, જે સંસારમાં ઋતની વ્યવસ્થા જાળવી એનું રક્ષણ કરે છે. એટલે કે ધર્મ જાળવી રાખે છે.

શિવ - યોગી રુદ્ર જે મનુષ્યને યોગ દ્વારા પોતાના આત્માને અનુભવમાં લાવવાનું શિખવે છે, અને દ્રશ્ય સંસારથી વૈરાગી બનાવે છે. એટલે જ કલ્પના અંતે સર્જનના વિનાશ માટે નિરાકાર બ્રહમ આ સ્વરૂપ લે છે.

શક્તિ - મનુષ્યમાં રહેલી એ સુષુપ્ત શક્તિ જે યોગ દ્વારા જાગ્રત થઈ મનુષ્યને નિરાકાર બ્રહ્મની શક્તિઓથી જોડે છે. તે જ એક મનુષ્યને દેવ બનાવે છે. એટલે વિષ્ણુને વિષ્ણુ બનાવવાવાળી, રુદ્રને શિવ બનાવવાવાળી આ શક્તિ છે.

સૂર્ય/બ્રહ્મા - તે નિરાકાર ઈશ્વરીય શક્તિને એ રીતે ઉપયોગમાં લાવે છે જેથી બ્રહ્માંડમાં સર્જન થઈ શકે અને આ જડ ચેતન સૃષ્ટિની માયા રચાઈ શકે.

ગણેશ - નિરાકાર બ્રહ્મમાં રહેલી એ એક શક્તિ જે ભાવાત્મક છે. તે તમારા પર અનુગ્રહ કરે છે, કૃપા દ્રષ્ટિ કરે છે. તમે સત્ય સુધી પહોંચવાની યાત્રામાં જે જે પગથિયાં ચડો છો ત્યાં તે તમારા માટે માર્ગ સુલભ બનાવવાની, નિર્વિઘ્ન બનાવવાની કોશિશ કરે છે. તમને વિકસિત કરવાની રાહમાં તમારું ધ્યાન રાખવાનું કાર્ય

એ કરે છે.

આ પાંચ સ્વરૂપમાં આપણી એ નિરાકાર ઈશ્વરીય શક્તિ કામ કરી રહી છે, અને આપણે તેનાથી એક થઈ જવાનું છે. કારણકે આપણે આત્મા રૂપે એજ છીએ. આ શરીર તો બસ એક ધારણ કરેલું ક્ષણિક વસ્ત્ર છે, જે સમયે સમયે આપણે છોડવું પડે છે. ત્યાં સુધી જ્યાં સુધી આપણે આપણા એ નિરાકાર, અવ્યક્ત બ્રહ્મ સ્વરૂપમાં પુનઃ સ્થિર નથી થઈ જતા. આ છે સનાતન ધર્મનું મૂળ સ્વરૂપ.

➢ સનાતન ધર્મના શાસ્ત્રોમાં વિષ્ણુ - નારાયણ

(લેખક - ડૉ. કૌશિક ચૌધરી, 'સનાતન' પૂર્તિ, 'ધર્મ અને તત્વ' કૉલમ, ૧૬ મે ૨૦૨૪/લોકસત્તા જનસત્તા/ શીર્ષક : વેદોમાં ભગવાન વિષ્ણુનું સર્વોચ્ચ ઈશ્વર તરીકે પ્રાગટ્ય)

સનાતન ધર્મની શરૂઆત થાય છે ચાર વેદથી જે ક્રમમાં લખાયેલા છે. ઋગ્વેદ, યજુર્વેદ, સામવેદ અને અથર્વવેદ. દરેક વેદ ચાર પ્રકારના ગ્રંથોનો સમૂહ છે, જે પણ ક્રમમાં આવે છે. સંહિતા, બ્રાહ્મણ ગ્રંથ, આરણ્યક અને ઉપનિષદ - આ ચાર પ્રકારના ગ્રંથથી એક વેદ બને છે. સૌથી પહેલો ગ્રંથ છે ઋગ્વેદ જેનો સંહિતા ભાગ સૌથી મોટો છે. તે પૃથ્વી પરનો સૌથી પ્રાચીન ગ્રંથ છે અને ભારતીય સનાતન સભ્યતાની શરૂઆત છે. તેમાં તેત્રીસ પ્રકારના દેવોની પૂજા કે યજ્ઞો દ્વારા આહ્વાન કરીને ભારતના ધર્મની શરૂઆત થાય છે. આ તેત્રીસ દેવોમાં છે બાર આદિત્ય એટલે કે સૂર્ય સાથે જોડાયેલા દેવો, આઠ વસુ, અગિયાર રુદ્ર, બે અશ્વિની કુમાર અને એક દેવી. સૂર્ય આદિત્ય અને વસુ બંનેમાં આવતા હોવાથી તે સામાન્ય નીકળી જઈ એક દેવી સાથે તેત્રીસ દેવ બને છે. ઋગ્વેદમાં અલગ અલગ એમ કુલ દસ મંડળ છે અને દરેક મંડળમાં અલગ અલગ સંખ્યામાં સૂક્ત છે. દરેક સુક્તમાં કેટલાક મંત્રો છે. દરેક સૂક્ત કોઈ નિશ્ચિત દેવના આહ્વાન માટે કોઈ નિશ્ચિત ઋષિએ કોઈ નિશ્ચિત છંદમાં રચાયેલ મંત્રોથી બન્યું છે. એ ઋષિ, દેવ અને છંદનું નામ દરેક સૂકતની શરૂઆતમાં લખવામાં આવ્યું છે.

ઋગ્વેદના પ્રથમ મંડળના પ્રથમ સૂક્તનો પ્રથમ શ્લોક અગ્નિના આહ્વાન માટે છે. અગ્નિ સહિત પંચમહાભુતોના દેવ પૃથ્વી, વાયુ, વરુણ, આકાશ અને

તે સિવાય સૂર્ય, ચંદ્ર અને નક્ષત્ર એમ આ આઠ વસુઓ કહેવાય છે. તેમના આહ્વાન માટેના પોતપોતાના સૂક્ત છે. એજ રીતે સૂક્ત છે બાર આદિત્યોના, જેમાં છે વિવસ્વાન, આર્યમાન, ત્વસ્તા, સાવિત્ર, ભગ, ધત, મિત્ર, વરુણ, અમસા, પુશન, ઇન્દ્ર અને છેલ્લે છે વિષ્ણુ. કેટલીક ખોટી ધારણાઓ છે કે બાર આદિત્ય એટલે બાર સૂર્ય કે સૂર્યના બાર નામ. પણ અસલમાં આદિત્ય એટલે જે સૌથી તેજસ્વી છે તે સૂર્યનો આધાર લઈ તેના તેજ પાછળ રહેલા તેનાથી પણ વિશેષ અને મૂળ તેજસ્વી સ્રોત સુધી લઈ જતા દેવ. જેમ કે વિવસ્વાન એ આજના સૂર્યનું નામ છે, તો તે સૂર્ય છે. પણ ઇન્દ્ર એ વીજળી અને વરસાદ સાથે જોડાયેલ દેવ છે જે ઋગ્વેદમાં મનુષ્યો સાથે સીધી રીતે જોડાયેલો અને વારંવાર તેમની રક્ષાએ આવતો આદિત્ય છે. એટલે જ ઋગ્વેદમાં સૌથી વધુ આહ્વાન કરતા સૂક્ત ઇન્દ્ર માટે છે. આર્યમાન આપણી આખી આકાશગંગામાં ભ્રમણ કરનાર એ આદિત્ય છે જે સવારથી બપોર વચ્ચેના સૂર્ય તરીકે તપે છે. તે ઘોડાઓનું રક્ષણ કરનાર અને લગ્ન જેવા પ્રસંગોમાં વિધીઓને સફળ કરનાર દેવ છે. ભગ ભાગ્ય ચમકાવનાર, તો ધત્ સ્વાસ્થ્ય આપનાર આદિત્ય છે. સાવિત્ર સૂર્યોદય પહેલાં સુષુપ્ત રહેનાર સૂર્યની મૂળ શક્તિ છે, મિત્ર સવારની સંધ્યા સમયનું તેજ છે જે સિધ્ધાંતો, સંધિઓ, નિયમો અને સત્યનું રક્ષણ કરનાર દેવ છે, તો વરુણ સાંજની સંધ્યા સમયનું તેજ છે. પુશન મુસાફરી દરમિયાન રક્ષણ આપનાર આદિત્ય છે.

પણ આ બધાથી વિસ્તૃત આદિત્ય છે છેલ્લા આદિત્ય વિષ્ણુ. ઋગ્વેદના પ્રથમ મંડળના બાવીસમાં સુક્તના સોળથી એકવીસમા શ્લોકમાં પહેલીવાર વિષ્ણુનો ઉલ્લેખ આવે છે અને ત્યાંજ વિષ્ણુની વ્યાખ્યા કરવામાં આવી છે. એ જે સર્વત્ર વ્યાપક છે તે વિષ્ણુ. તમામ તેત્રીસ કોટી દેવતાઓમાં આ એકમાત્ર દેવ છે જેને કહેવાયા છે કે તે સર્વ સ્થાને સૂર્યના તેજની જેમ વ્યાપેલા છે, અને તે જ બધા લોકને ધારણ કરે છે. તે મનુષ્યોની મદદ કરવામાં ઇન્દ્રના શ્રેષ્ઠ મિત્ર છે, તેમના ત્રણ ડગલાંમાં પૃથ્વી લોક, દ્યુલોક અને અંતરિક્ષ મપાઈ જાય છે. આમ, ભલે ઇન્દ્ર અને અન્ય દેવોને સમર્પિત સૂક્ત ઋગ્વેદમાં વધુ હોય, પણ સર્વવ્યાપક દેવ તરીકે અને સૌથી મૂળભૂત શક્તિ ધરાવતા દેવ તરીકે વિષ્ણુનું મહત્વ એ રીતે જ દેખાય છે જેમ મહાભારતમાં વધુ સમય ચર્ચાતા કુરુવંશીઓ વચ્ચે શ્રીકૃષ્ણનું વર્ણન અને તેમની ઉપસ્થિતિ દેખાય છે. પ્રથમ મંડળમાં જ આગળ એકસો ચોપનમું સૂક્ત વિષ્ણુ સૂક્ત તરીકે વિષ્ણુનો યશ વર્ણવે છે, જે ૧૫૫ અને ૧૫૬માં સૂક્ત સુધી ચાલુ રહે છે. ફરી સાતમા

મંડળમાં નવ્વાણું અને સોમાં સૂક્તમાં સર્વવ્યાપક દેવ તરીકે વિષ્ણુનો યશગાન અને આહ્વાન છે. અને પછી ઋગ્વેદનો સંહિતા ભાગ પૂર્ણ થાય છે, અને ઋગ્વેદના બ્રાહ્મણ ભાગ તરીકે ઐતેરેય બ્રાહ્મણનો પહેલો જ શ્લોક આવે છે, 'અગ્નિ દેવોમાં સૌથી નીચે અને વિષ્ણુ દેવોમાં સૌથી ઉચ્ચ છે. બાકી બધા દેવો તે બંનેના વચ્ચે છે.' (ઐતેરેય બ્રાહ્મણ ૧.૧.૧)

આમ, ઋગ્વેદના સંહિતા ભાગમાં જે વિષ્ણુને ફક્ત પાંચ જ સૂક્ત આપી તેત્રીસ દેવોમાં પડદા પાછળ બેઠેલા સર્વવ્યાપક દેવ તરીકે વચ્ચે વચ્ચે સામે રજૂ કરાઈ રહ્યા હતા, તેમને ઋગ્વેદના બ્રાહ્મણ ભાગના પહેલા જ શ્લોકમાં સૌથી ઉચ્ચ દેવ તરીકે સ્થાપિત કરાય છે. અને તે પછી રચાયેલા બીજા વેદ યજુર્વેદની કૃષ્ણ યજુર્વેદ શાખાની તૈત્તિરીય સંહિતામાં વિષ્ણુને એજ રીતે સર્વ દેવોમાં સર્વોચ્ચ અને તમામ યજ્ઞનું કેન્દ્ર કહેવાયા છે. અહીં તૈત્તિરીય સંહિતામાં જ્યાં-જ્યાં "વિષ્ણુ" નામ આવ્યું છે, ત્યાંના સંપૂર્ણ અનુવાદ (ભાવ સહિત) અપાયા છે.

૧. "હે વિષ્ણુ, તું અમારું રક્ષણ કર. જેમ તારા પગલાંથી તું લોકમાં વ્યાપ્ત થયો છે, તેમ અમને સર્વ દિશામાંથી સુરક્ષા આપ." (૧.૨.૨-૧.૨.૩)

૨. "વિષ્ણુએ ત્રણ વખત પગલાં ભર્યાં; ત્રણ પગલાંમાં તેણે સમગ્ર જગતને નાપ્યું. તેની આ ગતિથી જગત સુરક્ષિત થયું." (૧.૨.૧૩-૧.૨.૧૪)

3. "વિસ્તૃત પગલાં ભર, હે વિષ્ણુ! અમને વિશાળ સ્થાન આપ. અમને જીવન અને યજ્ઞમાં પૂરતો અવકાશ અને સમૃદ્ધિ પ્રદાન કર." (૧.૩.૩-૧.૩.૪)

૪. "આ કર્મ (યજ્ઞનો ચરણ) વિષ્ણુનો પગ છે. આ પગમાં વિષ્ણુની ગતિ અને તેનો વ્યાપ સમાયેલો છે." (૧.૬.૬-૧.૬.૭)

૫. "અગ્નિ અને વિષ્ણુને અમે અગિયાર આહુતિઓ અર્પણ કરીએ છીએ. અગ્નિ દેવતાઓનું મુખ છે અને વિષ્ણુ સ્વયં યજ્ઞનું સ્વરૂપ છે." (૨.૨.૯)

૬. "અગ્નિ અને વિષ્ણુને અમે આ આહુતિ અર્પણ કરીએ છીએ જેથી લાંબા સમયથી ચાલી આવતી બીમારી દૂર થાય. તેઓ આપણા આરોગ્ય અને આયુષ્યના રક્ષક છે." (૨.૩.૧૧)

૭. "વિષ્ણુ જ આ યજ્ઞ છે. જે અર્પણ અમે કરીએ છીએ તે વિષ્ણુને જ પહોંચે છે. આખી યજ્ઞવિધિ વિષ્ણુમાં જ સમાયેલ છે." (૩.૧.૧૦-૩.૧.૧૧)

8. "તું વિષ્ણુનો પગ છે, જે શત્રુઓને હરાવે છે અને વૈર-ભાવ દૂર કરે છે." (૪.૨.૧)

9. "હે અગ્નિ અને વિષ્ણુ! આ અમારાં ગીતો અને સ્તુતિઓ તમને

પ્રસન્ન કરે. અમે તમારી કૃપા અને આશીર્વાદમાંગીએ છીએ." (૪.૭.૧)

10. "સોમ યજ્ઞમાં અગ્નિ બધા દેવતાઓનું સ્વરૂપ છે, અને વિષ્ણુ સ્વયં આ યજ્ઞ છે. અમે આ આહુતિ દ્વારા અગ્નિ અને વિષ્ણુ બંનેની પૂજા કરીએ છીએ." (૫.૫.૧)

11. "હે અગ્નિ અને વિષ્ણુ! ફરીથી અમે અમારા ભજન અને ગીત તમને અર્પણ કરીએ છીએ. આ યજ્ઞ તમને આનંદિત કરે અને અમને કલ્યાણ આપે." (૫.૭.૩-૫.૭.૪)

આ રીતે, તૈત્તિરીય સંહિતામાં "વિષ્ણુ"ને હંમેશાં યજ્ઞનું કેન્દ્ર માનવામાં આવ્યું છે – ક્યારેક રક્ષક, ક્યારેક ત્રિવિક્રમ, તો ક્યારેક સ્વયં યજ્ઞ સ્વરૂપ. આ રીતની સંહિતા પછી દરેક વેદમાં આવે છે બ્રાહ્મણ ગ્રંથ, અને તે પછી આવે છે આરણ્યક અને ઉપનિષદ. કૃષ્ણ યજુર્વેદના તૈત્તિરીય અરણ્યકમાં નારાયણ સૂક્ત આવે છે, જેમાં સર્વવ્યાપી સર્વોચ્ચ વિષ્ણુને પરમાત્મા તરીકે નારાયણ કહેવાયા છે. તૈત્તિરીય અરણ્યકના દસમા પ્રપાઠકને મહાનારાયણો ઉપનિષદ કહેવાય છે. એ મહાનારાયણો ઉપનિષદના ૧૩ મા અધ્યાયમાં નારાયણ સૂક્ત આવે છે, જેમાં ઋગ્વેદ અને યજુર્વેદની તૈત્તિરીય સંહિતામાં વિષ્ણુ માટે કહેવાયેલી બધી વાતો નારાયણ નામે કહેવાય છે. કેટલાક સંસ્કરણોમાં આ નારાયણ સૂક્તમાં જ વિષ્ણુ ગાયત્રી મંત્ર સમાયેલો છે, જે અલગ અલગ સંસ્કરણોમાં અલગ અલગ શ્લોક સંખ્યાએ આવે છે.

વિષ્ણુ ગાયત્રી શ્લોક કહે છે,

ॐ नारायणाय विद्महे वासुदेवाय धीमहि तन्नो विष्णुः प्रचोदयात् ।।

અર્થાત્

અમે સર્વવ્યાપક એવા ભગવાન નારાયણને જાણીએ છીએ અને તે વાસુદેવનું અમે ધ્યાન ધરીએ છીએ. તે ભગવાના વિષ્ણુ અમને પ્રેરણા આપે.

વાસુદેવ એટલે સર્વત્ર વસેલા દેવ જે આઠ વસુઓના પૂજ્ય દેવ છે. આ શ્લોક ભગવાન વિષ્ણુના નારાયણ અને વાસુદેવ રૂપે યશગાન કરી તેમને ઋગ્વેદના વિષ્ણુ તરીકે સતત ઓળખાવતો રહે છે. આ જ વાત યજુર્વેદથી આગળ વધી અથર્વવેદમાં અથર્વશીર્ષ ઉપનિષદ રૂપે સ્થાપિત થાય છે, જ્યાં સૌપ્રથમવાર પંચદેવ ઉપાસનાનું શાસ્ત્રોક્ત સ્વરૂપ મળે છે. ગણપતિ, વિષ્ણુ, શિવ, શક્તિ અને સૂર્ય - એ પાંચેય સ્વરૂપના પોતાના અથર્વશીર્ષ છે, અને તે અથર્વવેદના ઉપનિષદ રૂપે સ્થાપિત છે. વિષ્ણુ અથર્વશીર્ષમાં વિષ્ણુ એજ નારાયણ છે એ સ્થાપિત કરવામાં આવે છે, અને નારાયણ વિષ્ણુના અન્ય

એક નામ તરીકે સ્થાપિત થાય છે. ત્યારબાદ રામાયણ, મહાભારત અને વિષ્ણુપુરાણથી લઈને શ્રીમદ ભાગવત અને શિવપુરાણ, પદ્મ પુરાણ, સ્કંદ પુરાણ સુધી ભગાવન વિષ્ણુના પગમાંથી નીર (જળ) નીકળવાથી અને એ નીર પર શયન કરવાના લીધે કે તેના પર આસિત થવાના લીધે તે વિષ્ણુ નારાયણ કહેવાય છે - એ વાત વારંવાર આવે છે. આમ, ઋગ્વેદ અને યજુર્વેદમાં સર્વોચ્ચ અને સર્વવ્યાપી વિષ્ણુ યજુર્વેદના અંતિમ ચરણમાં નારાયણ જેવા અન્ય એક નામ સાથે વર્ણિત થાય છે, અને અથર્વશીર્ષથી એ વિષ્ણુ જ નારાયણ છે એ વાત સ્થાપિત થાય છે, જે અમુક સંસ્કરણોમાં વિષ્ણુ ગાયત્રી યંત્ર મારફતે યજુર્વેદમાં પણ જોવા મળે છે.

➢ સનાતન ધર્મમાં બદ્રીધામ તીર્થના ભગવાન નર-નારાયણ કોણ છે?

બદ્રીનાથ ધામ હિન્દુઓના ભગવાન વિષ્ણુને સમર્પિત ચાર ધામોમાંનું (બદ્રીનાથ, દ્વારકા, પુરી અને રામેશ્વરમ) એક છે. તે ઉત્તરાખંડના ચમોલી જિલ્લામાં આવેલું છે અને અલકનંદા નદીના કિનારે હિમાલયની ગોદમાં વસેલું છે. તેને 'મોક્ષદાયિની તીર્થ' માનવામાં આવ્યું છે. સ્કંદ પુરાણ, વિષ્ણુ પુરાણ તથા ભાગવત પુરાણમાં બદ્રીનાથની મહિમાનું વર્ણન મળે છે. વિષ્ણુ ધર્મોત્તર પુરાણ અનુસાર આ ક્ષેત્ર વિષ્ણુનું તપસ્થળ છે, જ્યાં તેઓ ધ્યાનસ્થ થયા હતા. સ્કંદ પુરાણમાં 'બદરિકાશ્રમ' નામે વર્ણન છે કે અહીં ભગવાન નારાયણે અનંતકાળ સુધી તપ કર્યું. વિષ્ણુ પુરાણ અનુસાર, આ સ્થાન સપ્તર્ષિઓ અને અન્ય ઋષિઓનું નિવાસ સ્થાન રહ્યું છે. બદ્રીનાથ મંદિરમાં ભગવાન વિષ્ણુના નારાયણ સ્વરૂપની મૂર્તિ છે. આ શ્યામવર્ણ, ચતુરભુજ સ્વરૂપમાં છે, જે શંખ, ચક્ર, ગદા અને કમળ ધારણ કરે છે. મૂર્તિ શાલીગ્રામ શિલાથી બનેલી છે અને તેને સ્વયંભૂ (સ્વયં પ્રગટ) માનવામાં આવે છે. તેને યોગમુદ્રામાં ધ્યાનસ્થ અવસ્થામાં સ્થાપિત કરવામાં આવી છે, જે ખાસ તપસ્યાના સંકેતરૂપે છે.

ભગવાન વિષ્ણુની નારાયણ સ્વરૂપે તપસ્યાનો અર્થ :

બદ્રીનાથ તીર્થમાં ભગવાન વિષ્ણુ નારાયણ સ્વરૂપે તપસ્યા કરે છે. આ દૃશ્યે હજારો વર્ષોથી ભક્તોને એક જિજ્ઞાસામાં મૂકી દીધા છે: "પરમેશ્વર પોતે તપ શા માટે કરે? અને કોની તપસ્યા કરે?"

બદ્રીકાશ્રમમાં સ્થાપિત નર અને નારાયણની તપસ્યાનો આધ્યાત્મિક

અર્થ એ છે કે નર - જે મનુષ્યનું પ્રતિક છે - તે પરમાત્મા નારાયણ શ્રીવિષ્ણુને પોતાનું અંતિમ લક્ષ્ય માનીને તેમનું ધ્યાન ધરતો રહે છે. અને તેની બાજુમાં સ્વયં ભગવાન નારાયણ શ્રીવિષ્ણુ પોતે પરબ્રહ્મ સ્વરૂપે ધ્યાનસ્થ રહે છે. આ મનુષ્યના અંતિમ ગંતવ્યને દર્શાવે છે કે મનુષ્યનું અંતિમ લક્ષ્ય પરમાત્મા છે અને તે પરમાત્મા પણ મૂળરૂપે અવ્યક્ત અવિનાશી પરબ્રહ્મ (એક ચેતના) છે. આ નર-નારાયણની સાથે કરવામાં આવતી આધ્યાત્મિક સાધનાનું પ્રતિનિધિત્વ આપણે કુરુક્ષેત્રના મધ્યમાં કહવાયેલી ભગવદ ગીતામાં જોવા મળે છે. ત્યાં અર્જુન નર છે, જેમના આરાધ્ય અને ગંતવ્ય ભગવાન શ્રીકૃષ્ણ છે, અને શ્રીકૃષ્ણ સ્વયં નારાયણ શ્રીવિષ્ણુ સ્વરૂપે પોતાનું અવ્યક્ત અવિનાશી વિરાટ સ્વરૂપ અર્જુનને દર્શાવે છે. બદ્રીનાથ મંદિરમાં ધ્યાનસ્થ અવસ્થામાં રહેલી મૂર્તિ ભગવાનને એક યોગી સ્વરૂપે દર્શાવે છે. આ સંકેત આપે છે કે બદ્રીનાથમાં ભગવાન નારાયણની તપસ્યા કોઈ સાંસારિક કર્મ નથી, પરંતુ એક યોગમય, ધર્મમૂલક અને આત્મદર્શી લીલા છે. આ આપણાં બધા માટે સંકેત છે કે – “પરમપદની પ્રાપ્તિ માત્ર આસ્થા વડે નહીં, પરંતુ તપ, ધ્યાન અને આત્મબોધ વડે થાય છે.”

“નારાયણં નરં દેવમ ઋષિં ચ બદરીશ્વરમ ।
તં પ્રપદ્યે મહાયોગિનં વિશ્વાત્માનં પરાયણમ ॥”

ભાગવત પુરાણ (૧૧.૫.૩૪)

અર્થાત્

“હું તે દેવ અને ઋષિ એવા બદરીનાથના સ્વામી નર-નારાયણને શરણે જાઉં છું; જેઓ મહાયોગી છે, સમસ્ત વિશ્વના આત્મા છે અને પરમ આશ્રયસ્થાન (સર્વોચ્ચ ગતિ) છે.”

ભગવાન વિષ્ણુ બદ્રીતીર્થમાં નારાયણ સ્વરૂપે તપ શા માટે કરે છે, તેનું કારણ મનુષ્યોને આદર્શ આપવા માટેની એક લિલામય ક્રિયા માનવામાં આવે છે.

“યદ્યદાચરતિ શ્રેષ્ઠસ્તત્તદેવેતરો જનઃ” - શ્રીમદ ભગવદ ગીતા ૩.૨૧

અર્થાત્

શ્રેષ્ઠ પુરુષ જે આચરણ કરે છે, સામાન્ય જન એ અનુસરણ કરે છે.

બદ્રીતીર્થમાં તેઓ યોગેશ્વર સ્વરૂપે યોગમાર્ગની સ્થાપના કરે છે. તેઓ બીજાની તપસ્યા કરી શકતા નથી, કારણ કે તેઓ પોતે સર્વોચ્ચ સત્તા છે. તેમની તપસ્યાનું લક્ષ્ય છે આત્મસ્વરૂપનો સાક્ષાત્કાર. આમ, નર રૂપે માનવ સાકાર

નારાયણને પ્રાપ્ત કરવા તપસ્યા કરે છે, અને નારાયણ સ્વયં પોતાના અવ્યક્ત પરબ્રહ્મ સ્વરૂપના ધ્યાનમાં લીન છે. નર પોતાના ધ્યાનમાં નારાયણને સાધે છે, અને બાજુમાં સ્વયં નારાયણ ધ્યાનમાં પોતાના અવ્યક્ત પરબ્રહ્મ સ્વરૂપને સાધે છે. આ રીતે દરેક નરરૂપ મનુષ્યને પોતાનું સાચું સ્વરૂપ અવ્યક્ત પરબ્રહ્મ સ્વરૂપે પ્રાપ્ત કરવાનું છે, અને તેના માટે નર-નારાયણની જેમ ધ્યાનસ્થ રહીને સાકારથી નિરાકાર અને દ્વૈતથી અદ્વૈત સુધી પહોંચવાનું છે. એજ બદ્રીતીર્થના બદ્રીનાથનો ઉપદેશ અને તેમના ધ્યાનસ્થ હોવા પાછળનું રહસ્ય છે.

➢ સનાતન ધર્મમાં શ્રીકૃષ્ણ કોણ છે?

ભગવાન શ્રીકૃષ્ણ સનાતન ધર્મના સાકાર પંચદેવમાંના એક પરમાત્મા વિષ્ણુના આઠમા અવતાર છે. અવતારનો અર્થ થાય છે અવતરિત થવું, અથવા એક રીતે વ્યક્ત થવું. પરમાત્મા વિષ્ણુ તે એક પરિસ્થિતિમાં શું અભિવ્યક્તિ કરશે તેને વ્યક્ત કરનારા મનુષ્યને અવતાર કહે છે, જેના આત્મા સ્વરૂપે પરમાત્મા વિષ્ણુની અભિવ્યક્તિ થઈ રહી છે. ભગવાન વિષ્ણુના અવતારોમાં શ્રીકૃષ્ણ અવતારનું મહત્વનું સ્થાન છે, કારણ કે તેઓ વિષ્ણુના પૂર્ણ અવતાર માનવામાં આવે છે. એટલે કે પરમાત્મા વિષ્ણુ શું છે તેની સંપૂર્ણ અભિવ્યક્તિ શ્રીકૃષ્ણ અવતારમાં થઈ ચૂકી છે. તેથી શ્રીકૃષ્ણને વિષ્ણુની જેમ પૂર્ણ પુરુષોત્તમ કહેવામાં આવે છે.

ભાગવદ ગીતામાં શ્રીકૃષ્ણ કહે છે - "આ જગતમાં બે પ્રકારના પુરુષ છે: એક 'ક્ષર' (નાશવાન) અને બીજો 'અક્ષર' (અવિનાશી). પ્રાણીઓ અને વનસ્પતિઓના શરીર નાશવાન છે, જ્યારે તેમને ધારણ કરનાર જીવાત્મા અવિનાશી છે."

પરંતુ આ બંનેથી પણ ઉપર એક ઉત્તમ પુરુષ છે, જે ત્રણેય લોકમાં પ્રવેશીને સમગ્ર જગતને ધારણ કરે છે. આ ત્રીજા પુરુષને "અવ્યય" (અવિનાશી) અને "પરમેશ્વર" કહેવામાં આવે છે. શ્રીકૃષ્ણ કહે છે - "હું નાશવાન શરીરથી પરે છું અને અવિનાશી જીવાત્માથી ઉત્તમ છું. તેથી હું વેદોમાં અને જગતમાં પુરુષોત્તમ નામે પ્રસિદ્ધ છું." (ગીતા ૧૫.૧૬-૧૮)

અને પછી સાકાર રૂપે ઉભેલા તે અવ્યક્ત પરબ્રહ્મ પુરુષોત્તમ શ્રીકૃષ્ણ કહે છે - "જે જ્ઞાનવાન મનુષ્ય મને પુરુષોત્તમ સ્વરૂપે તત્ત્વથી જાણે છે, તે સર્વ જ્ઞાનવાળો મનુષ્ય દરેક રીતે (કોઈપણ માર્ગ અને ઉપાસના વડે) સતત મને જ ભજે છે." (ગીતા ૧૫.૧૯)

આ કારણે શ્રીકૃષ્ણ અને વિષ્ણુને સમરસ કે સમરૂપ માનવાની છૂટ મળેલી છે, અને આ રીતે શ્રીકૃષ્ણને ભગવાન વિષ્ણુના સ્થાન પર પરમાત્મા માનવાની પણ શાસ્ત્રોક્ત છૂટ મળે છે. આ જ સિદ્ધાંત પર ભાગવત પુરાણ લખાયું છે, જ્યાં શ્રીકૃષ્ણ પૂર્ણ પુરુષોત્તમ વિષ્ણુ છે અને વિષ્ણુના અવતાર હોવા સાથે વિષ્ણુના તમામ ચોવીસ અવતારોના અવતારી પણ છે. તેમજ ભાગવત પુરાણ, જેને શ્રીમદ ભાગવત પણ કહે છે, તેમાં શ્રીકૃષ્ણ સ્વરૂપે પરમાત્મા વિષ્ણુમાંથી અનેક બ્રહ્માંડ કેવી રીતે બને છે અને કેવી રીતે તેમનું પાલન થાય છે તે પણ સમજાવાયું છે. એ વિગત આપતાં ભાગવત પુરાણ કહે છે કે સૃષ્ટિની રચનામાં ભગવાન વિષ્ણુ પોતાને ત્રણ સ્તરોમાં પ્રગટ કરે છે, અને એ રીતે અનેક બ્રહ્માંડથી બનેલી સૃષ્ટિનું સર્જન, પાલન અને વિનાશ કરે છે.

સૌ પ્રથમ સૃષ્ટિના આરંભે પરબ્રહ્મ પરમાત્મા મહાવિષ્ણુ સ્વરૂપે હોય છે, જેને કારણોદક્ષાયી વિષ્ણુ કહેવામાં આવે છે, કારણ કે તેમના પછી જે કંઈ પણ ઉત્પન્ન થવાનું છે તેના તેઓ કારણ છે. કારણોદક્ષાયી કે મહાવિષ્ણુમાંથી ગર્ભોદક્ષાયી વિષ્ણુ ઉત્પન્ન થાય છે, જેમની નાભિમાંથી અનેક કમળનાં ફૂલ ઉત્પન્ન થાય છે. તે અસંખ્ય કમળનાં ફૂલ પર અસંખ્ય બ્રહ્મા વિરાજે છે, અને દરેક બ્રહ્મા પોતાનું સ્વતંત્ર બ્રહ્માંડ રચે છે. પરંતુ દરેક બ્રહ્માંડના સંસારની પણ રક્ષા અને પાલન કરવા માટે તે દરેક બ્રહ્માંડમાં વિષ્ણુ ફરીથી પોતાને વ્યક્ત કરે છે. તેમને ક્ષીરોદક્ષાયી વિષ્ણુ કહેવામાં આવે છે. દરેક બ્રહ્માંડમાં પોતાના બ્રહ્મા અને શિવ સાથે એક સ્વતંત્ર ક્ષીરોદક્ષાયી વિષ્ણુ પણ હોય છે, જે તે બ્રહ્માંડનું ચક્ર ગતિમાન રાખે છે. કેટલાક ભાગવત ટિપ્પણકારો ભગવાન વિષ્ણુના આ ત્રણમાંથી નીચેના બે સ્તરને પોતાના ભક્તિભાવ પ્રમાણે થોડીક ભિન્ન રીતે દર્શાવે છે. જેમ કે કોઈ ગર્ભોદક્ષાયી વિષ્ણુને દરેક બ્રહ્માંડમાં સ્થિત વિષ્ણુ કહે છે, અને ક્ષીરોદક્ષાયી વિષ્ણુને મનુષ્યના આત્મા સ્વરૂપે વિરાજમાન બતાવે છે.

આ રીતે શ્રીમદ ભાગવતમાં શ્રીકૃષ્ણ સ્વરૂપે વિષ્ણુ અથવા વિષ્ણુ સ્વરૂપે શ્રીકૃષ્ણ જગતમાં ત્રણ સ્તરો પર ઉપસ્થિત રહીને અનેક બ્રહ્માંડથી બનેલી સૃષ્ટિનું સર્જન, પાલન અને વિનાશ કરે છે.

✻

પ્રકરણ ૨

નકલી નારાયણનું નિર્માણ

આપણે પુસ્તકની પ્રસ્તાવનામાં જોયું કે કેવી રીતે સહજાનંદ અને તેમની ટોળકીએ રામાનંદ સ્વામીના કૃષ્ણ ભક્તિ પાછળ ચાલતા ઉધ્ધવ સંપ્રદાયને સહજાનંદ સ્વામીને “સ્વામિનારાયણ” નામ આપી એક સનાતન વિરોધી સંપ્રદાયમાં ફેરવ્યો. આપણે એ પણ જોયું કે એ આખા કાર્યમાં અને ષડયંત્રમાં અંગ્રેજો અને ખ્રિસ્તી પાદરીઓએ કેવો ભાગ ભજવ્યો. હવે આપણે તેમના સાહિત્યમાં પ્રવેશીએ, અને એ જાણીએ કે તેમણે સનાતન ધર્મના વૈદિક દેવી-દેવતા અને પંચદેવ ઉપર એક સર્વોપરી ઈશ્વર ક્યાંથી નીકાળીને કેવી રીતે બેસાડ્યો? એ પહેલાં એક સ્પષ્ટતા એ કરી લેવી જરૂરી છે કે ‘સ્વામિનારાયણ’ નામ ગુજરાતના જાગૃત સનાતનીઓ શક્ય એટલું ઉપયોગમાં લેવાનું ટાળે છે, કારણકે તેમાં ભગવાન વિષ્ણુનું નારાયણ નામ અધર્મ માટે ઉપયોગમાં લેવાયું છે. એટલે અમે પુસ્તકમાં પણ શક્ય બને ત્યાં સુધી ‘સહજાનંદી પંથ’ કે ‘સ્વામી સંપ્રદાય’ જેવા શબ્દો જ ઉપયોગમાં લીધા છે. સહજાનંદને વ્યક્તિગત રીતે એ નામથી સંબોધિત કરવાનો પૂર્ણતઃ અસ્વીકાર કરાયો છે, અને શક્ય હોય ત્યાં સુધી એ સંબોધનને ટાળવામાં આવ્યું છે.

સહજાનંદને સંસ્કૃત નહોતું આવડતું. આ કારણે શિક્ષાપત્રી તેમણે પોતે નહોતી લખી પણ સંસ્કૃતના એક જાણકાર બ્રાહ્મણ શતાનંદ પાસે લખાવી હતી. શીક્ષાપત્રીને પણ સંપ્રદાયના અન્ય ઉત્સવો, ક્રીયાકાંડો અને સંચાલનની પધ્ધતિની જેમ વલ્લભાચાર્યના સંપ્રદાયથી જ પ્રેરીત માનવામાં આવે છે, કારણકે વલ્લભાચાર્ય પણ તેમના સંપ્રદાય માટે લઘુ અને બડા શિક્ષાપત્ર લખી ચૂક્યા હતા. અને અંગ્રેજોના સાથની મદદથી સહજાનંદનો સંપ્રદાય સૌરાષ્ટ્રમાં વલ્લભાચાર્યના પંથના વૈષ્ણવોને જ પોતાનામાં વટલાવી રહ્યો હતો. આ કાર્ય

માટે જ કૃષ્ણની વાત અને શિક્ષાપત્રી હમેશા હિન્દુઓ સામે આગળ રાખવામાં આવતા. અને એકવાર હિન્દુઓ તેને કૃષ્ણ ભક્તિનો સંપ્રદાય માની અંદર આવી જાય, પછી ધીમે ધીમે તેમને સહજાનંદનું સર્વોપરીપણું સમજાવવામાં આવતું અને વૈદિક ઈશ્વરોની ઉપાસના છોડાવવામાં આવતી. અને એ માટે નવા નવા સાહિત્યનુ સતત સર્જન કરાયું જે ભગવાન કૃષ્ણ વિશેના શાસ્ત્રોની આબેહૂબ નકલ હતી. બસ, ફરક એ હતો કે આ નવા સાહિત્યમાં મૂળ ઈશ્વર રૂપે સહજાનંદ ઉર્ફે સ્વામિનારાયણ એકમાત્ર સર્વોપરી ઈશ્વર હોતા, અને મૂળ વૈદિક ઈશ્વરોને તેમના આધીન કરવામાં આવ્યા હતા. આ કાર્ય માટે જે સૌથી પહેલું પુસ્તક લખાયું તે હતું સત્સંગી જીવન. આ પુસ્તક સહજાનંદનું જીવનચરિત્ર હતું જેને ભગવાન કૃષ્ણ વિશેના શાસ્ત્ર શ્રીમદ ભાગવતની જેમ લખવામાં આવેલું. આ પુસ્તક એજ શતાનંદે લખ્યું જેણે શિક્ષાપત્રી લખી હતી.

સત્સંગી જીવનમાં સ્વામી સંપ્રદાયે બે કાલ્પનિક વાર્તાઓ ઘડીને શરૂઆત કરી છે, જે વાર્તાઓનો સનાતન ધર્મના કોઈ પણ શાસ્ત્રમાં કોઈ ઉલ્લેખ નથી. આ કપોળ કલ્પિત વાર્તા છે જેવી ફિક્શન (કાલ્પનિક) નવલકથા અને ફિલ્મોમાં બનાવવામાં આવે છે. એવું જો કોઈ કલ્પિત નવલકથા અથવા ફિલ્મ માટે લખાય તો, ફિલ્મ કે નવલકથા શરૂ કરતા પહેલા અસ્વીકરણ આપવું પડે છે કે આ એક કલ્પિત વાર્તા છે જેને મનોરંજન માટે ઘડી છે, તેનો કોઈ જીવંત ધાર્મિક પરંપરા કે વ્યક્તિથી કોઈ સંબંધ નથી. પરંતુ આવી કલ્પિત વાર્તાઓ લખીને તેમાંથી એક નવો ભગવાન અને ધર્મ ઊભો કરી દેવો અને આખા સમાજને ભ્રમિત કરીને મૂળ સનાતન ધર્મના સ્વરૂપ અને આરાધ્ય દેવોને બદલવાની યોજના કરવી - એ અનિષ્ટ કાર્ય આ સહજાનંદી સંપ્રદાયે કર્યું છે. આ સનાતન ધર્મ અને સમાજ પર એક આક્રમણ છે, અને તે એક કાનૂની ગુનો પણ છે. મૂળ કલ્પિત વાર્તા નીચે આપવામાં આવી છે, જેના પર અનેક અન્ય કલ્પિત વાર્તાઓ અને પાત્રો રચાયા છે.

1. બદ્રીનાથના નારાયણ ઋષિ સંતો અને ભક્તોના સમક્ષ પ્રવચન આપી રહ્યા હતા, ત્યારે ત્યાં દુર્વાસા ઋષિ આવી પહોંચ્યા. પરંતુ બધાં નારાયણ ઋષિના પ્રવચનમાં એટલા મગ્ન હતા કે કોઈએ દુર્વાસા ઋષિ પર ધ્યાન આપ્યું નહીં. તેથી ઋષિ દુર્વાસાએ નારાયણ ઋષિ સહિત તેમને બધાને પૃથ્વી પર જન્મ લેવાનો શાપ આપી દીધો.
2. શતાનંદ નામના બ્રાહ્મણ બદ્રીનાથમાં નરનારાયણ ઋષિના પ્રત્યક્ષ દર્શન માટે પ્રાર્થના કરી રહ્યા હતા, ત્યારે નારાયણ ઋષિએ પ્રસન્ન

થઈને તેમને વરદાનમાંગવા કહ્યું. શતાનંદે પોતાને હંમેશાં નારાયણ ઋષિના નજીક રાખવાનું વરદાન માગ્યું. નારાયણ ઋષિએ કહ્યું કે 'મેં દુર્વાસા ઋષિના શાપના કારણે પૃથ્વી પર જન્મ લીધો છે અને છપૈયામાં ધર્મદેવ અને ભક્તિદેવી (અસલી નામ દેવશર્મા અને બાલાદેવી, પરંતુ કારણ કે સ્કંદ પુરાણમાં નરનારાયણના માતા-પિતાના નામ ધર્મ અને ભક્તિ કહેવામાં આવ્યા છે, એટલે શાસ્ત્રોમાં ઘૂસપેઠ કરવા અહીં સહજાનંદના માતા-પિતાના નામ બદલાયા છે) ના પુત્ર તરીકે જન્મ લીધો છે, અને હું હરી નામથી પ્રસિદ્ધ છું. તું ગુજરાત જા, હું ત્યાં છું, અને તને હંમેશાં પોતાના સાથે રાખીને મારું જીવનચરિત્ર લખવાનો અવસર આપીશ.'

શતાનંદ ગુજરાત જાય છે અને સહજાનંદ સ્વામીને જુએ છે, જેમને ત્યાં નારાયણનો અવતાર માનવામાં આવે છે - એવું કથામાં કહેવાયું છે. શતાનંદ સહજાનંદ સાથે જોડાય છે. વડતાલના પુસ્તકોમાં સહજાનંદને આ વાર્તા અનુસાર કૃષ્ણ, નારાયણ અને શ્રીહરી તથા નિલકંઠ પણ કહેવામાં આવ્યા છે. તેમને ભગવાન વિષ્ણુના મોટાભાગના નામો અને સનાતન હિંદુ શાસ્ત્રોમાંથી મળતા નામ કોઈના કોઈ બહાને આપવામાં આવ્યા છે. જેમ કે સ્કંદ પુરાણમાં એક સ્થાને બદ્રીનાથ નારાયણ ઋષિ માટે 'નારાયણ મુનિ' શબ્દ છે, તો સહજાનંદ સ્વામીને તેમના ગુરુએ 'નારાયણ મુનિ' નામ આપ્યું હતું, એવું કહીને સહજાનંદને નારાયણ મુનિ કહેવામાં આવે છે. આ રીતે તેમને ભગવાન વિષ્ણુ અથવા કૃષ્ણના બધા નામ આપી આ પ્રપંચ ક્રમશઃ કેવી રીતે આગળ વધે છે તે નીચે જોઈએ.

૧. શરૂઆત સહજાનંદ ભગવાન કૃષ્ણને પોતાના આરાધ્ય બતાવીને કરે છે, પરંતુ આ વાત કરનાર સહજાનંદ પણ સ્વામિનારાયણ છે, શ્રીહરી છે – એવું કહેવામાં આવે છે. પહેલાં ભગવાન કૃષ્ણની મોટી મહિમા ગાવામાં આવી છે. તેમને પૂર્ણપુરુષોત્તમ સર્વોપરી ભગવાન, અક્ષરધામના અધિપતિ, સર્વ અવતારોના અવતારી અને સર્વોપરી ઈશ્વર- વગેરે કહેવામાં આવે છે.

૨. પણ પછી તરત બીજા ચરણમાં, સહજાનંદને જ નારાયણ, હરી, શ્રીજી મહારાજ વગેરે કહીને બતાવવામાં આવે છે કે તેઓ પણ કૃષ્ણ અથવા નારાયણ જ છે. અને અહીં અચાનક જ તેમને પુરુષોત્તમ કહેવાનું શરૂ થાય છે, અને કહેવામાં આવે છે કે 'પુરુષોત્તમ પરમાત્મા પ્રગટ રૂપમાં અમારા સમક્ષ બેઠા છે.' આ સહજાનંદ સ્વામી માટે કહેવામાં આવે છે, પરંતુ, લોકો

વિરોધ દર્શાવે તો તેઓ એમ પણ કહી શકે છે કે આ ભગવાન કૃષ્ણની સ્થાપિત મૂર્તિ માટે કહેવામાં આવી રહ્યું છે. આ સ્તરે સહજાનંદ સ્વામીને સ્વામિનારાયણ અને અન્ય નામોથી પૂર્ણપુરુષોત્તમ પરમેશ્વર, અક્ષરધામના અધિપતિ, સર્વોપરી ભગવાન શ્રીહરી વગેરે કહીને કૃષ્ણ સમકક્ષ બનાવવામાં આવે છે. સાથે અહીંથી, સહજાનંદને જ કૃષ્ણની જેમ સર્વ અવતારોના અવતારી કહેવાનું પણ શરૂ થાય છે. આ રીતે, ભગવાન શ્રીકૃષ્ણ માટે ભાગવત પુરાણના આધારે પ્રાયોજિત સિદ્ધાંત અહીં સહજાનંદ સ્વામી સાથે જોડીને તેમને પૂર્ણપુરુષોત્તમ અને સર્વ અવતારોના અવતારી કહી દેવામાં આવે છે.

૩. એવું જ અક્ષરધામ માટે કરવામાં આવે છે. સનાતન ધર્મમાં 'અક્ષર' શબ્દનો અર્થ છે અવિનાશી. અને ભગવાન વિષ્ણુના વૈકુંઠ ધામના આગળ વિશેષણ રૂપે આ શબ્દ પ્રયોગ થાય છે. અક્ષર વૈકુંઠધામ, એટલે કે અવિનાશી વૈકુંઠ ધામ. વડતાલના પુસ્તકોમાં શતાનંદ અને નિષ્કુળાનંદના લખાણોમાં ક્યારેક ભગવાન શ્રીકૃષ્ણને અક્ષરધામમાં બેઠેલા પુરુષોત્તમ કહેવામાં આવે છે, અને થોડા સમય પછી તે પુસ્તકો સહજાનંદ સ્વામીને તેમના માટે પ્રાયોજિત અન્ય નામો સાથે અક્ષરધામના અધિપતિ કહેવાનું શરૂ કરી દે છે. 'પ્રગટ રૂપમાં શ્રીજી મહારાજ' કહીને અથવા "અક્ષરધામમાં વિરાજમાન સર્વોપરી સ્વામિનારાયણ ભગવાન" જેવા શબ્દોથી આ કહેવામાં આવે છે. સત્સંગી જીવન પુસ્તક ભગવાન વિષ્ણુ અને કૃષ્ણના વિવિધ નામ સહજાનંદ સાથે જોડી ધીરે ધીરે સહજાનંદને ભાગવત પુરાણના સિધ્ધાંતમાં ઘૂસાડે છે અને પછી શ્રીમદ ભાગવતથી લઈને આખા સનાતન ધર્મમાં ભગવાન વિષ્ણુ અને કૃષ્ણ માટે જે પણ કહેવામાં આવ્યું છે તે સહજાનંદ સાથે જોડી દે છે.

વડતાલના પુસ્તકો આ રીતે સહજાનંદ સ્વામીને કૃષ્ણ અને નારાયણ કહીને પ્રપંચ વડે ભગવાન કૃષ્ણ માટે ભાગવત પુરાણમાં કહેલી બધી શાસ્ત્રોક્ત વાતોને સહજાનંદ સ્વામી સાથે જોડે છે, અને તેમને 'સર્વોપરી સ્વામિનારાયણ ભગવાન' બનાવી દે છે. અને આ સિલસિલો અંતમાં વડતાલના પુસ્તક 'હરિલીલામૃત સાગર'માં તે સ્તરે પહોંચી જાય છે કે જ્યાં સહજાનંદ સ્વામીને ભગવાન વિષ્ણુના 'નારાયણ', 'હરી', 'શ્રીજી' વગેરે નામ આપી વિષ્ણુને જ અલગ કરી દેવામાં આવે છે. વડતાલનું આ પુસ્તક તે ચરમ પર આવી જાય છે, જ્યાં બ્રહ્મા, વિષ્ણુ અને શિવ સહજાનંદની સ્તુતિ કરે છે, અને તેમના દર્શન કરવા આવે છે. એટલું જ નહીં, અહીં સહજાનંદ સ્વામીને વિષ્ણુના અવતારોના અવતારી બનાવી દેવામાં આવે છે, અને સ્વયં વિષ્ણુને તેમના

નીચે લઈ આવવામાં આવે છે.

એટલે કે સનાતન ધર્મનો 'નારાયણ' શબ્દ, જે ભગવાન વિષ્ણુનું જ એક નામ અને અવસ્થા છે, તે નામને ભગવાન વિષ્ણુથી અલગ કરવામાં આવે છે, અને સમગ્ર સનાતન ધર્મના વૈદિક સ્વરૂપ અને પંચદેવના ઉપર સ્વામિનારાયણ નામના એક નવા ઈશ્વર રૂપે સહજાનંદને બેસાડી દેવામાં આવે છે. આ સ્વામિનારાયણ અબ્રાહમિક પંથોના એકમાત્ર સર્વોપરી ઈશ્વરની સંકલ્પના જેવું છે. આ એ જ કોશિશ છે જે સાતમી સદીમાં અનેક દેવી-દેવતાઓમાં માનતા પ્રાચીન અરબી સમાજમાં મહંમદ પયગંબરે 'અલ્લાહ' નામના એકમાત્ર સર્વોપરી પરમેશ્વરની વાત મૂકીને કરી હતી. ભગવાન શ્રીકૃષ્ણ સાથે 'સર્વોપરી' શબ્દ જોડવાનો હેતુ તેને પછી સહજાનંદ સ્વામી સાથે જોડવાનો જ હતો, જેથી સહજાનંદને સમગ્ર સનાતન ધર્મ અને તેના આરાધ્ય વૈદિક દેવી-દેવતાઓના ઉપર એકમાત્ર સર્વોપરી ઈશ્વર તરીકે બેસાડી શકાય.

સનાતન ધર્મમાં ફક્ત ભગવાન કૃષ્ણને વિષ્ણુના પૂર્ણ અવતાર હોવાના કારણે વિષ્ણુ સાથે 'પૂર્ણ પુરુષોત્તમ' કહેવાય છે. સ્વામિનારાયણ સંપ્રદાયની મૂળ ગાદીઓ અહીં પણ છેતરપિંડી કરે છે. તેઓ પહેલા ભગવાન કૃષ્ણને પુરુષોત્તમ અને અક્ષરધામના અધિપતિ વગેરે બતાવે છે, પછી ધીમે ધીમે બતાવે છે કે કારણ કે સહજાનંદ પણ કૃષ્ણરૂપ છે, નારાયણ છે, એટલે તેઓ પણ પુરુષોત્તમ છે, અને અક્ષરધામના અધિપતિ છે, અને પછી છેલ્લાં ચરણમાં ફક્ત સહજાનંદ જ પુરુષોત્તમ રહી જાય છે, અને કૃષ્ણ સહિત વિષ્ણુના બધા અવતારો સહજાનંદના અવતાર બતાવી દેવામાં આવે છે. આ રીતે આ સંપ્રદાય સનાતન ધર્મમાં ભગવાન કૃષ્ણના સ્થાનનો એક નિસરણી કે બેસાખીની જેમ ઉપયોગ કરે છે. તે કૃષ્ણ નામની બેસાખીથી સહજાનંદને પુરુષોત્તમના સ્તરે ચઢાવે છે, અને પછી કૃષ્ણ નામરૂપી એ બેસાખીને જ ફેંકી દઈ તેને પોતાના નીચે, પોતાના આધીન બતાવે છે. આ સનાતન ધર્મ સાથે કરાયેલી એક છેતરપિંડી છે, ષડયંત્ર છે, અને તેના સ્વરૂપ તથા આરાધ્ય દેવો પર કરાયેલું આક્રમણ છે.

અહીંથી આગળનું કામ કરે છે વડતાલ સાથે જોડાયેલ કુંડલધામના પુસ્તકો, જે સનાતન ધર્મ પર કરાયેલા આ આક્રમણને વિકૃતિ અને બેશરમીની બધી હદો પાર લઈ જાય છે. કુંડલધામના પુસ્તક 'અક્ષરાનંદ સ્વામીની વાતો' તથા 'સદ્‌ગુરુ શ્રી ગોપાલાનંદ સ્વામીજીનો મહિમા'માં કહેવામાં આવે છે કે સ્વામિનારાયણ સહજાનંદ અક્ષરધામમાં બેઠા હતા અને તેમના પાસે તેમના

શિષ્ય ગોપાળાનંદ સ્વામી બેઠા હતા. તેઓ ચર્ચા કરી રહ્યા હતા કે સૃષ્ટિના નિર્માણને કેટલાંય વર્ષ થયા હોવા છતાં હજુ સુધી કોઈ અક્ષરધામ કેમ નથી આવ્યું? ત્યારે સહજાનંદ, જેમને ત્યાં ભગવાન કૃષ્ણના અન્ય એક નામ એવા 'શ્રીજી મહારાજ' નામે સંબોધવામાં આવ્યા છે - તેઓ કહે છે કે, 'અમે પહેલા કપિલ, દત્તાત્રેય આદિને પૃથ્વી પર મોકલ્યા એકાંતિક ધર્મ સ્થાપિત કરવા, પણ તેઓ તે કરી શક્યા નહી. પછી અમે રામચંદ્રજીને મોકલ્યા જે અગિયાર હજાર વર્ષ જીવ્યા છતાં પણ તે એકાંતિક ધર્મ સ્થાપિત કરી શક્યા નહી. પછી અમે શ્રીકૃષ્ણને પણ મોકલ્યા જે સવા સો વર્ષ જીવ્યા છતાં પણ એકાંતિક ધર્મ સ્થાપિત કરી શક્યા નહી. આ કારણે તે પાછા અક્ષરધામ પણ ન આવી શક્યા અને અક્ષરધામના નીચે બનેલા વૈકુંઠ આદિ ધામોમાં ફસાઈ ગયા (જે સ્થાનો માયાના પ્રભાવમાં છે એવું સંપ્રદાયના અન્ય પુસ્તકો કહે છે). રામ અને કૃષ્ણને માનનારા જીવ પણ મૃત્યુ પછી એ નીચલા ધામોમાં જ જઈ રહ્યા છે. તેથી પછી અમે પૃથ્વી પર આવવાનો નિર્ણય કર્યો અને આ છ કાર્યો કરવાનું નક્કી કર્યું.

૧. પહેલા મોકલાયેલા અમારા અવતારો (રામ અને કૃષ્ણ) ને પાછા અક્ષરધામ લાવવા.
૨. જેમણે તે અવતારોની પૂજા કરી છે તેમને અક્ષરધામનો માર્ગ બતાવવા.
૩. ભક્તિ અને ધર્મ દ્વારા એકાંતિક સુખ આપવા.
૪. આ પૃથ્વી પર એકાંતિક ધર્મની સ્થાપના કરવા.
૫. સ્વામિનારાયણમાં તમામ પ્રાણીઓની અડગ શ્રદ્ધા સ્થાપિત કરવા.
૬. નવા મુમુક્ષુઓનું નિર્માણ કરવા.

અહીંથી આગળ ગોપાળાનંદ સ્વામી અને ગુણાતીતાનંદ સ્વામીની વાતોના પુસ્તકોનું ઝેરી સ્વરૂપ શરૂ થાય છે, જેમાં સનાતન ધર્મના બધા વૈદિક આરાધ્ય દેવી-દેવતાને શ્રીજી મહારાજ અને સ્વામિનારાયણ કહેવાતા સહજાનંદ સ્વામીના સેવક બતાવી દેવામાં આવે છે, અને તે વૈદિક દેવોને પૂજવા માટે અયોગ્ય બતાવવામાં આવે છે. વિવિધ કલ્પિત વાર્તાઓનો એક નવો દોર શરૂ થાય છે જેમાં સનાતન ધર્મના વૈદિક દેવી દેવતાઓની ઉપાસના કરતા હિંદુઓ વૈદિક ઈશ્વરોની ઉપાસના છોડીને ગોપાળાનંદ દ્વારા પ્રેરાઈને સહજાનંદ સ્વામીને જ એકમાત્ર સર્વોપરી ઈશ્વર માની તેમની ઉપાસના કરતા થઈ જાય છે - એવું બતાવવામાં આવે છે. આગળના પ્રકરણોમાં આપણે એ પુસ્તકોના લખાણને વિસ્તારથી જાણીશું.

વડતાલથી આચાર્યોની સત્તાને ન સ્વીકારવા માટે અલગ થયેલા BAPSમાં ગોપાળાનંદ સાથે ગુણાતીતાનંદ સ્વામીની વાતોના સ્વરૂપમાં કલ્પિત વાર્તાઓનું પ્રચલન ચાલે છે જેમાં ભગવાન વિષ્ણુ સહિત બધા વૈદિક દેવોને અક્ષરધામમાં સ્વામિનારાયણ (સહજાનંદ)ની સ્તુતિ કરતા બતાવવામાં આવે છે. તેમાં વૈકુંઠ અને ગોલોક જેવા સનાતન ધર્મના ધામોને માયાના વશમાં બતાવીને ત્રણ પ્રકારની પીડા આપતા અને નર્ક સમાન બતાવવામાં આવ્યા છે. પ્રમુખસ્વામી દ્વારા પ્રેરિત પુસ્તક તરીકે ઓળખાતા BAPS ના એ પુસ્તકોમાં બદ્રીતીર્થના ભગવાન નરનારાયણ દેવ પચાસ વર્ષો સુધી સહજાનંદ સ્વામીની સ્તુતિ કરતા અને તે તપસ્યાથી પ્રસન્ન થઈને સહજાનંદ સ્વામી તેમને દર્શન આપતા બતાવવામાં આવ્યા છે. એટલે કે બદ્રીકાશ્રમના ભગવાન નરનારાયણને દુર્વાસા ઋષિનો શાપ મળવાથી તેમને સહજાનંદ સ્વામી રૂપે અવતાર લેવો પડ્યો - એવી જે કલ્પિત વાર્તાથી આ સંપ્રદાયની શરૂઆત કરવામાં આવી હતી, તે જ નરનારાયણને હવે સહજાનંદના દર્શન માટે તપસ્યા કરતા BAPSમાં બતાવવામાં આવ્યા છે.

આ રીતે, વડતાલમાં કલ્પિત વાર્તાઓ દ્વારા જે એક નવા વ્યક્તિને કૃષ્ણ અને નારાયણના બહુરુપિયા પોન્ડરક તરીકે ઊભો કરવામાં આવે છે, તેના પર સંપ્રદાયના અન્ય ફિરકાઓ વડતાલથી અલગ થઈને કે જોડાયેલા રહીને નવી વિકૃત વાર્તાઓ રચે છે. સાથી ફિરકાઓની આ વિકૃત કથાઓ સનાતન ધર્મના વૈદિક ઈશ્વરોને અને સનાતન ધર્મના સ્વરૂપને સ્વામિનારાયણ નામના તે એક બહુરુપિયા નીચે લાવી તેમનું બીભત્સ અપમાન કરતી વાતો સંપ્રદાયમાં વટલાયેલા હિંદુઓનાં મનમાં ભરવાની કોશિશ કરે છે. એ કાર્યની શરૂઆત વડતાલ ગાદીના પોતાના પુસ્તકોમાં પણ થઈ જાય છે. હિંદુઓના એક ખૂબ મોટા વર્ગને આ ષડયંત્ર હેઠળ ભ્રમિત કરીને તેમનું મતાંતરણ કરવામાં આવ્યું છે, અને તેમની ઉપાસના પદ્ધતિઓથી લઈને તેમના તહેવારોના રૂપ પણ બદલી દેવામાં આવ્યા છે.

જેમ કે,

૧. આ સંપ્રદાયમાં સનાતન ધર્મના પંચદેવમાંના એક મા શક્તિની નવરાત્રિ મનાવવામાં આવતી નથી. માતાજી અને દેવીઓને સ્વામિનારાયણના સેવક બતાવવામાં આવે છે. આ જૂથ ફક્ત શરદ પૂર્ણિમાના દિવસે જ સહજાનંદ સ્વામીને વચ્ચે રાખીને ગરબા આયોજિત કરે છે, જેમાં મોટાભાગે સ્ત્રીઓ ભાગ લેતી નથી.

૨. સનાતન ધર્મમાં કાર્તિક માસની દેવઉઠી અગિયારસના દિવસે ભગવાન વિષ્ણુ અને તુલસીજીના લગ્ન સાથે હિંદુઓના લગ્નના મુહૂર્ત શરૂ થાય છે. આ સંપ્રદાયમાં એ જ દિવસે તુલસીજીના લગ્ન સહજાનંદ સ્વામી સાથે કરાવવામાં આવે છે.

૩. BAPSમાં નિલકંઠ નામ આપીને શિવરાત્રીના દિવસે શિવલિંગની જગ્યાએ સહજાનંદ સ્વામીની મૂર્તિનો અભિષેક થાય છે. એટલું જ નહીં, લગ્ન પણ અગ્નિના ફેરાઓના સ્થાને સહજાનંદ સ્વામીની મૂર્તિના આસપાસ ફેરા લગાવીને કરવામાં આવે છે.

આ રીતે, સનાતન ધર્મને અનુસરતા હિંદુઓને ભગવાન શ્રીકૃષ્ણ અને નારાયણના નામ આગળ રાખી કાલ્પનિક વાર્તાઓના એક જાળમાં ફસાવવામાં આવે છે, અને તેમને તેમના મૂળ શાસ્ત્રો અને વૈદિક આરાધ્ય દેવથી વિમુખ કરવામાં આવે છે. તેમનું મતાંતરણ જ નહીં ધર્માંતરણ કરવામાં આવે છે, કારણકે સ્વામિનારાયણ સંપ્રદાયમાં મુક્તિનો અર્થ ફક્ત સહજાનંદ સ્વામીના અક્ષરધામમાં જવાને માનવામાં આવે છે. જેમ ખ્રિસ્તી પંથમાં માત્ર ઇસુને ઈશ્વર માની લેવાથી મૃત્યુ પછી મનુષ્ય સીધો સ્વર્ગમાં જઈને ઇસુને ભેટે છે, તેમ આ સંપ્રદાયમાં સનાતન ધર્મના તમામ વૈદિક આરાધ્ય દેવોની ઉપાસના નકારી સહજાનંદ સ્વામીને તેમનાથી ઉપર એકમાત્ર સર્વોપરી ઈશ્વર માની લેવા માત્રથી મૃત્યુ પછી અક્ષરધામ મળવાનું નિશ્ચિત થઈ જાય છે. આ માટે અન્ય કોઈ કર્મની જરૂર નથી. જે વ્યક્તિ સહજાનંદને જ સનાતન ધર્મના પંચદેવ અને અન્ય વૈદિક દેવી દેવતાઓથી ઉપર એકમાત્ર પૂજવા યોગ્ય સર્વોપરી ઈશ્વર માને છે તેને જ આ સંપ્રદાયમાં ‘સત્સંગી’ કહેવામાં આવે છે. જે સહજાનંદ સિવાય અન્ય કોઈ ઈશ્વરમાં માને છે, ખાસ કરીને કોઈ વૈદિક સનાતની ઈશ્વરમાં - તેને ‘કુસંગી’ કહેવામાં આવે છે. અને તમારા સબંધીઓ જો કુસંગી હોય તો તેમને તમારા પૂર્વ-જન્મના શત્રુ માનવાનું કહેવામાં આવે છે, તેમના ઘરે પાણી પણ ન પીવાનો ઉપદેશ અપાય છે. બિલકુલ એવું - જેવુ ઇસ્લામમાં અલ્લાહને જ એકમાત્ર ઈશ્વર માનનારને મુસ્લિમ અને અલ્લાહ સિવાય અન્ય કોઈને ઈશ્વર માનનારને કાફિર કહેવાનું પ્રચલન છે, અને સગો ભાઈ પણ જો કાફિર હોય તો તે દુશ્મન છે - તેવું માનવાનું ફરમાન ચર્ચાય છે.

આમ, સમગ્ર હિંદુ સમાજ અને સનાતન ધર્મને અંદરથી ઈસ્લામ અને ખ્રિસ્તી ધર્મ જેવા એક જ સર્વોપરી ઈશ્વરને માનનારા અને અન્ય ઈશ્વરોના

સ્વરૂપને નકારીને અપમાનિત કરનારા સમાજમાં પરિવર્તિત કરી દેવાની આ યોજના છે. આ બસ અન્ય કોઈ એક સંપ્રદાય નથી જે સનાતન ધર્મના શાસ્ત્રોના સ્વરૂપ બહારની વાત કરે છે. આ સનાતન ધર્મના સ્વરૂપ અને વૈદિક આરાધ્ય દેવોની ઉપાસના નષ્ટ કરવા માટે હિંદુ સમાજના અંદરથી કરવામાં આવેલ એક આક્રમણ છે. અને તેના તાર અંગ્રેજ શાસકો અને ખ્રિસ્તી મિશનરીઓના સહજાનંદ સ્વામી અને તેમના જૂથ સાથેના ઘનિષ્ઠ સંબંધો સાથે જોડાયેલા છે.

પ્રકરણ ૩

સ્વામિનારાયણના ફિરકાઓ અને એક મૂળભૂત ષડયંત્ર

આપણે પ્રમાણો અને સંદર્ભો સહિત સહજાનંદની ટોળકી દ્વારા કેવી રીતે એક નકલી નારાયણનું નિર્માણ કરાયું એ જાણ્યું. હવે એ ટોળકીએ નવા નવા ફિરકાઓમાં વિભાજિત થઈને સનાતન ધર્મ અને તેના વૈદિક આરાધ્ય દેવોને વિલુપ્ત કરવા કેવી શાસ્ત્રીય વિકૃતિ ફેલાવી તે આ પ્રકરણમાં જાણીએ.

ઇ.સ. ૧૮૩૦માં સહજાનંદ સ્વામી બીમારીના કારણે મૃત્યુ પામ્યા. પણ તે પહેલાં તેમણે પોતાના પાછળ સંપ્રદાયને કેવી રીતે ચલાવવો એની વ્યવસ્થા કરી દીધેલી. તેમણે વલ્લભાચાર્યના વૈષ્ણવ પંથની આબેહૂબ નકલ તેમના પંથના અનેક ઉત્સવો ઉજવવામાં અને રીતભાતોમાં કરી જ હતી. બસ ફર્ક એ હતો કે વલ્લભાચાર્યનો પંથ સનાતન ધર્મનો શાસ્ત્રોક્ત વૈષ્ણવ પંથ હતો જે ભગવાન કૃષ્ણની ભક્તિ પાછળ ચાલતો. જ્યારે સહજાનંદની ટોળી જે અંગ્રેજોની મદદથી સ્વામિનારાયણ સંપ્રદાય તરીકે સ્થાપિત થઈ હતી, તે કૃષ્ણનું નામ અને શાસ્ત્ર આગળ રાખી સહજાનંદ નામનો એક નવો ઈસુ ખ્રિસ્ત જેવો ભગવાન સનાતન ધર્મના આરાધ્ય દેવો ઉપર બેસાડીને પૂજતી હતી. કૃષ્ણનું નામ બસ સનાતન ધર્મના લોકોને અંદર લાવવા અને છેતરવા માટે હતું, જેથી પાછળથી તેમને એકમાત્ર સર્વોપરી સહજાનંદ કે તથાકથિત સ્વામિનારાયણના જ અનુયાયી બનાવી શકાય. પણ વૈષ્ણવ ઉત્સવો, શિક્ષાપત્રી અને અન્ય રીતભાત સિવાય સહજાનંદે વલ્લભાચાર્યના પંથથી બીજી એક વાત ઉઠાવી. અને તે હતી સંપ્રદાયનો વહીવટ કરવાની પદ્ધતિ. સહજાનંદે ગુજરાતમાં સ્વામિનારાયણ સંપ્રદાયના વહિવટને ચલાવવા માટે સંપ્રદાયને બે ભાગમાં વહેંચી દીધો; એક ઉત્તરમાં કાલુપુર (અમદાવાદ) ગાદી અને બીજી

દક્ષિણમાં વડતાલ ગાદી.

સંપ્રદાયના કથન મુજબ, સહજાનંદ સ્વામી નહોતા ચાહતા કે સન્યાસીયો સંપ્રદાયની વહિવટી વાતોમાં પડીને ભૌતિકતામાં ફસાય અને આધ્યાત્મિકતા ખોઈ બેસે. એટલે તેમણે વલ્લભાચાર્યના સંપ્રદાય મુજબ પંથ ચલાવવા ઉત્તર પ્રદેશથી પોતાના ભાઈઓને ગુજરાત બોલાવ્યા અને તેમના બે દિકરાઓને દત્તક લીધા. એમાંથી એક દિકરાને અમદાવાદ કાલુપુર ગાદીનો આચાર્ય બનાવ્યો અને બીજાને વડતાલ ગાદીનો આચાર્ય બનાવ્યો. તેમણે સંસ્થાના તેમજ મંદીરોના વહિવટને આચાર્યોને સોંપી દીધો અને તે આચાર્યોને ગૃહસ્થ જીવન જીવવા કહ્યું. આચાર્યોના ગૃહસ્થ જીવનના પણ નિયમ બનાવવામાં આવ્યા અને તેમના જ સંતાનોમાંથી વંશ પરંપરાગત રીતે કોઈ એકને નવા આચાર્ય તરીકે પસંદ કરવાનું કહેવામાં આવ્યું. આ રીતે સ્વામિનારાયણ સંપ્રદાય બે મૂળ ગાદીનો સંપ્રદાય બન્યો; એક ઉત્તર ગુજરાતની અમદાવાદ ખાતેની કાલુપુર ગાદી, અને બીજી સૌરાષ્ટ્ર ખાતેની વડતાલ ગાદી.

BAPS (બોચાસણવાસી અક્ષર પુરુષોત્તમ સંસ્થા) :

૧૮૩૦માં સહજાનંદ સ્વામીના મૃત્યુ પછી સંસ્થાનું સંચાલન ગૃહસ્થ આચાર્યોને અને સંસ્થાનું આધ્યાત્મિક કાર્ય સન્યાસિયોને સોંપવામાં આવ્યું. પણ વંશપરંપરાગત આવતા આચાર્યોમાં ભ્રષ્ટાચાર તથા સંન્યાસીઓ અને આચાર્યો વચ્ચે સંસ્થા પર પ્રભુત્વ મેળવવાના તકરારો સામે આવતા રહ્યા. ૧૯મી સદીના અંત અને વીસમી સદીની શરૂઆતમાં સંપ્રદાયના સંન્યાસીઓમાંના એક યજ્ઞપુરુષ દાસે વંશપરંપરાગત આવતા આચાર્યોની સત્તાને પડકારવાનું શરૂ કર્યું. તેમણે કહ્યું કે સહજાનંદ સ્વામીના નજીકના શિષ્યોમાંના એક ગુણાતીતનંદે તેમના શિષ્ય ભગત મહારાજને કહ્યું હતું કે 'ભગવાન સ્વામિનારાયણે એક પ્રવચનમાં કહ્યું હતું કે પૂર્ણપુરુષોત્તમ ઈશ્વરને સમજવા અને પૂજવા માટે માણસને પહેલા અક્ષર બનવું જરૂરી છે. અને બીજા એક સ્થાને સહજાનંદે ગુણાતીતાનંદ સ્વામીને પોતાના અક્ષર કહ્યા હતા. એટલે અસલમાં અક્ષર અને પુરુષોત્તમ બંનેની સાથે પૂજા થવી જોઈએ.' આ વાતનો અર્થ એ હતો કે વચ્ચે આચાર્યોનું કોઈ મહત્વ નથી. પુરુષોત્તમ તરીકે સહજાનંદ અને તેમના ભક્ત અક્ષર તરીકે સંપ્રદાયના પ્રમુખ સન્યાસી - એ બે જ પૂજવા યોગ્ય છે, અને સર્વેસર્વા છે. શાસ્ત્રીજી મહારાજ નામે ઓળખાતા યજ્ઞપુરુષ દાસે કહ્યું કે આ વાત ભગત મહારાજે તેમને કહી છે. ભગતજી મહારાજના મૃત્યુ

પછી તેમના આ શિષ્ય શાસ્ત્રીજી મહારાજે એ તર્ક વિકસાવ્યો અને જીદ વધારતાં તેમને ઇ.સ. ૧૯૦૫માં વડતાલ ગાદીથી કાઢી મુકવામાં આવ્યા. અલગ પડીને શાસ્ત્રી મહારાજે અક્ષર-પુરુષોત્તમની સાથે પૂજા કરતી સંસ્થા સ્થાપી જેમાં સ્વામિનારાયણ સંસ્થાના ઘણા સાધુઓ જોડાવા લાગ્યા. પણ વડતાલ સામે કોર્ટમાં કેસ હારી જવાથી આ સંસ્થાને સ્વામિનારાયણ શબ્દ વાપરવા ન મળ્યો અને તેમણે સંસ્થાનું નામ રાખ્યું 'બોચાસણવાસી અક્ષર પુરુષોત્તમ સંસ્થા' (BAPS).

પણ અહીં એ જાણવું પણ જરૂરી છે કે શાસ્ત્રીજી મહારાજ પટેલ જાતિના હતા. આથી પટેલ સમાજમાં BAPS સંસ્થા પ્રત્યેનું વલણ વધ્યું. મૂળ ગાદી સાથેનો કોર્ટ કેસ લડવા પણ સરદાર વલ્લભભાઈ પટેલને તેમના પિતા દ્વારા મનાવવામાં આવેલા. પહેલાં આ સંપ્રદાયના પાખંડી અને પોતાને ભગવાન માનતા સ્વામીઓમાં રસ ન લેવાની સલાહ આપી સરદાર પટેલે પોતાના પિતાને ના પાડી દીધેલી, પણ પછી શાસ્ત્રીજી મહારાજના જૂથમાં રહેલા પિતાના આગ્રહથી તે એ કેસ લડેલા. આજે પણ તે કેસનું પુસ્તક 'બોચાસણ બંડનો ઈતિહાસ' મળી જાય છે, અને તેમાં સંપ્રદાયમાં પોતાને જ સર્વોપરી ભગવાન માની બેઠનારા અનેક સ્વામીઓની તેમજ અન્ય પાખંડોની વાત છે.

એ વીસમી સદીની શરૂઆત હતી. સ્વામી વિવેકાનંદે ભારત બહાર જઈને વિશ્વભરમાં હિંદુ આધ્યાત્મનો જે ડંકો વગાડ્યો હતો તેના પછી અનેક હિંદુ સંપ્રદાયોના લોકો વિદેશમાં જવા લાગ્યા હતા. શાસ્ત્રીજી મહારાજે પણ વિદેશયાત્રા કરી અને હિંદુ ધર્મના નામે ભંડોળ શરું કરી દેશ-વિદેશમાં ભવ્ય મંદીરો બનાવાના શરું કર્યા. ધીરે ધીરે ભંડોળ એકઠું કરી વિશાળ મંદિરો બનાવવાં એ મુખ્ય લક્ષ્ય બની ગયું અને આ કાર્ય BAPSમાં આવનારા દરેક નવા પ્રમુખે ચાલુ રાખ્યું. પૈસા અને ભવ્ય મંદીરો મુખ્ય લક્ષ્ય હોવાથી કરોડપતિ વેપારીઓ અને ઉધોગપતિઓ મુખ્ય લક્ષ્ય બન્યા. સન્યાસીઓના ચિંતન અને પ્રવચનમાં વેપારીઓને ગમે તેવા ઘર-સંસારમાં સંસ્કારી વર્તનના અને ઉધોગધંધા ફેલાવીને વિકાસ કરવાના મોટીવેશનલ પ્રવચન અસ્તિત્વમાં આવ્યા. અનેક સાધુઓના સ્ત્રીઓના જાતીય શોષણ, અંદર અંદર શિષ્યોનું અને નાના છોકરાઓનું જાતીય શોષણ, પૈસાની ઉચાપત, છેતરપીંડી, જમીન કૌભાંડ, અપહરણ અને સંસ્યાસીઓના ખૂન કરવા સુધીના કિસ્સા સ્વામિનારાયણ સંપ્રદાયની BAPS સહિત અન્ય સંસ્થાઓમાંથી બહાર આવ્યા. ત્યાં સુધી કે ૨૦૧૩માં દશકોથી પ્રમુખ સ્વામીના મુખ્ય શિષ્ય તરીકે રહેલા

પી. ડી. સ્વામીએ અમદાવાદ પોલીસ સ્ટેશનમાં FIR લખાવી કે પ્રમુખસ્વામીએ તેમનું અલગ અલગ સ્થાને અનેકવાર જાતીય શોષણ કર્યું છે. તે પછી પી. ડી. સ્વામીએ તેની સંસ્થાના અન્ય સ્વામીઓને ખુલીને બહાર આવી અંદર જે બધાનું જાતીય શોષણ ચાલે છે એ વિશે બોલવા આહ્‌વાન કર્યું અને પોતાની સુરક્ષા માટે મદદે આવવા જાહેર પત્ર પણ લખ્યો. તે દિવસથી પીડી સ્વામી ગાયબ છે, અને આજ સુધી તેનો કોઈ પત્તો મળ્યો નથી. નીચેની લિન્ક પર તેની એ પોલીસ ફરિયાદ અને પત્રની એક પીડીએફ લિંક મારફતે આપી છે, જે ૨૦૧૩થી પી ડી સ્વામીની હસ્ત લિખિત પોલીસ ફરિયાદ રૂપે સોશિયલ મીડિયા પર વાઇરલ છે. (પીડીએફ લિન્ક : https://drive.google.com/file/d/10oFAiUmv51auAJZqty_GcJZX8xxGoT9H/view?usp=drivesdk)

શાસ્ત્રીજી મહારાજ બાદ આવેલા યોગીજી મહારાજ નામના બીજા પ્રમુખ પછી સંસ્થાના પ્રમુખ તરીકે શાંતિલાલ પટેલ ઉર્ફ પ્રમુખ સ્વામીને નક્કી કરાતાં, પ્રમુખપદના દાવેદાર અન્ય એક સ્વામીએ BAPS છોડી નવો ફાંટો શરૂ કર્યો, જેને હરિધામ સોખડા નામે ઓળખાય છે. તેમાં પણ આગળ જતાં બે ગ્રુપ પડેલા છે. તો, મૂળ બે ગાદીઓમાંથી પણ અનેક ફાંટા પડી ચુક્યા છે. પણ આ ફાંટા પડવા એ દરેક વખતે BAPSના મૂળ સંસ્થા સાથેના વિવાદ જેવા કોઈ ઝઘડાના કારણ રૂપે નથી હોતું. મોટા ભાગે તે એક રણનીતિનો હિસ્સો છે જ્યાં સહજાનંદને સનાતન ધર્મના સર્વ આરાધ્ય દેવો ઉપરના એકમાત્ર સર્વોપરી ઈશ્વર તરીકે સ્થાપિત કરી આખો સનાતન ધર્મ અને હિંદુ સમાજ પડાવી લેવાનું ષડ્યંત્ર અલગ અલગ દિશાએથી નાના મોટા અલગ અલગ એકમો દ્વારા ચાલુ રહે એ પ્રયાસ રૂપે છે. જેમ કે વડતાલ અને કાલુપુરની મૂળ ગાદીઓના પુસ્તકો અને સ્વામીઓના પ્રવચનો સહજાનંદ જ સનાતન ધર્મના એકમાત્ર પૂજવા યોગ્ય ઈશ્વર છે અને બાકી બધા વૈદિક હિંદુ ઈશ્વરો તેના સેવક છે એ વાત એટલી પ્રબળતાથી નથી બોલતા, જેટલું વિકૃત તેમનાથી અલગ એકમ તરીકે કાર્ય કરતા તેમાંથી જ અલગ પડેલા કુંડળધામ, મણિનગર અને જેતલપુર જેવા ફિરકાઓ બોલે અને લખે છે. એમાં કેટલાક અલગ પડી સ્વતંત્ર એકમ તરીકે વર્તે છે, તો કેટલાક મૂળ ગાદીથી સંકળાયેલા રહીને હિંદુ સમાજનું સહજાનંદ નામના એક નવા એકમાત્ર સર્વોપરી ઈશ્વરમાં ધર્માંતરણ કરવાનું અભિયાન ચલાવે છે.

નીચે બે મૂળ ગાદી અને એમાંથી અલગ પડેલા કેટલાક ફિરકાઓનું

લિસ્ટ છે. આ વિકેન્દ્રીકરણ એટલું બધું થઈ ચૂક્યું છે કે આ લિસ્ટ સમગ્ર લિસ્ટ છે એવું કહી શકાય એમ નથી. કારણકે જેવો કોઈ એક સ્વામી પ્રવચનો અને કથાઓ કરી થોડો જાણીતો બને છે, તે એનું પોતાનું સ્વતંત્ર નામનું કોઈ યુનિટ ચલાવવા લાગે છે, જેમાં એકમાત્ર મૂળ ઈશ્વર સર્વોપરી સહજાનંદ છે, અને સદગુરુઓ સહજાનંદની એ સમયની ટોળકી છે. આ રીતે બે ફાયદા થાય છે, તે અન્ય ફિરકાઓના વિકૃત લેખન અને પ્રવચનોથી થતા વિવાદોથી પોતાને અલગ પાડવાનું પાખંડ કરી શકે છે, અને હિંદુઓના નવા વિસ્તાર અને સમૂહમાં સંપ્રદાયના નવા અનુયાયીઓ ઊભા કરી તેમની પાસેથી જમીનો, આશ્રમો અને ગુરુકુળો ઊભા કરવા માટે દાન મેળવી શકે છે. દાનની દરેક જમીન, દરેક નવો આશ્રમ, દરેક નવું ગુરુકુળ સનાતન ધર્મને અંદરથી ખોખલો અને સહજાનંદના સ્વામિનારાયણ ષડયંત્રને શક્તિશાળી બનાવે છે, ગુજરાતમાં સનાતન ધર્મના વિનાશને વધુ નજીક લાવે છે.

મૂળ ષડયંત્ર સહજાનંદ અને તેમની ટોળીએ જ અંગ્રેજો અને ખ્રિસ્તી પાદરીઓની મદદથી કર્યું છે, એટલે એના પછી બનેલી મૂળ ગાદીઓમાં અને તેમના અસંખ્ય ફાંટાઓમાં પણ મૂળરૂપે એજ સનાતન ધર્મ પર એક નવો એકમાત્ર સર્વોપરી ભગવાન થોપી વિશ્વભરના હિન્દુઓમાંથી વૈદિક ઈશ્વરોની ઉપાસના ખતમ કરવાની જ વિચારધારા કામ કરે છે. એક ઉદાહરણ તરીકે, મૂળ ગાદી વડતાલ અને BAPS ના ચોપડાઓમાં કેટલો ફરક છે - એ સમજીને આ ફાંટાઓ મારફતે ષડયંત્ર કેવી રીતે વિકસ્યું છે તે જાણી શકાય છે.

➢ હિન્દુઓને વટલાવવાનું ત્રિસ્તરીય પ્રપંચ :

(લેખક - ડૉ. કૌશિક ચૌધરી, ૪ જાન્યુઆરી, ૨૦૨૫)

વડતાલ મૂળ ગાદીના 'સત્સંગી જીવન' પુસ્તકમાં એક તથાકથિત ત્રિસ્તરીય દર્શન વડે સહજાનંદ સ્વામીને પુરુષોત્તમ અને સર્વોપરી ભગવાન બનાવાયા છે. પરંતુ વાસ્તવમાં, આ કોઈ ત્રિસ્તરીય દર્શન નથી, તે હિંદુ સમાજને મૂર્ખ બનાવવાનું ત્રિસ્તરીય ષડયંત્ર છે. નવા હિંદુઓમાં તે પ્રથમ સ્તરથી શરૂઆત કરે છે, જ્યાં કૃષ્ણને પુરુષોત્તમ પરમેશ્વર માનવામાં આવે છે. અર્થાત્, તે વૈષ્ણવ સંપ્રદાય તરીકે પ્રવેશ કરે છે. ત્યાં થોડા સમય પછી અને નિયમિત ભક્તોને જોડ્યા પછી, તે બીજા સ્તરની વાત શરૂ કરે છે કે સ્વામિનારાયણ ઉર્ફે સહજાનંદ સ્વામી જ કૃષ્ણના સ્વરૂપ છે. પછી, જ્યારે

ભક્ત સ્થિર થાય છે, ત્યારે તે મધ્યવર્તી વિચાર રજૂ કરે છે કે એક સર્વોચ્ચ પુરુષોત્તમ પરમેશ્વર છે, જેણે પહેલા કૃષ્ણના સ્વરૂપે અવતાર લીધો અને હવે નવા સ્વરૂપે સ્વામિનારાયણ (સહજાનંદ) તરીકે પ્રગટ થયા. એટલે કે કૃષ્ણ અને સહજાનંદ બંને પુરુષોત્તમ નામના કોઈ મુખ્ય ભગવાનના અવતાર કે સ્વરૂપ છે. તે પછી તે સીધા ત્રીજા સ્તરે જાય છે કે એ જે પુરુષોત્તમ રૂપે પરમાત્મા છે, એજ સ્વામિનારાયણ છે, જેઓનું ધામ અક્ષરધામ છે. રામ અને કૃષ્ણ તેમના અવતાર છે, જેઓના નિવાસસ્થાન નીચેના ધામોમાં છે. હિંદૂ શાસ્ત્રોને આ રીતે ભ્રષ્ટ કરીને લખાયેલા ગ્રંથો, જેને અંગ્રેજોના સહાયક ખ્રિસ્તી પાદરી વિલિયમ હોજ મિલ સહજાનંદ સ્વામી દ્વારા 'હિંદૂ ગ્રંથોને શુદ્ધ કરવું' કહે છે, તે આ ત્રણ સ્તરોમાં વિકસિત થઈને અંતે એ વિકૃતિ સુધી પહોંચે છે, જ્યાં સહજાનંદને સનાતન ધર્મના પંચદેવથી ઉપર વૈદિક દેવોના આરાધ્ય ઈશ્વર તરીકે માળિયા પર ચડાવી દેવામાં આવે છે.

આ કાર્ય માટે તે કૃષ્ણને આધાર અથવા નિસરણી બનાવે છે. એટલે, જ્યારે BAPS અને સંપ્રદાયની મૂળ ગાદી વચ્ચે વીસમી સદીના આરંભમાં કોર્ટ કેસ થયો, ત્યારે મૂળ ગાદીએ કોર્ટમાં BAPSને એ કહેતા ઠપકો આપ્યો કે તેમણે કૃષ્ણને છોડ્યા છે, જ્યારે કૃષ્ણ તો આ સંપ્રદાયનો આધાર છે. પરંતુ વાસ્તવમાં જ્યારે તેઓ કૃષ્ણને પોતાનો આધાર કહેતા હતા, ત્યારે તે એમ નહોતા કહી રહ્યા કે કૃષ્ણ તેમના આરાધ્ય છે. આરાધ્ય તો તેમના ફક્ત અને ફક્ત સ્વામિનારાયણ સહજાનંદ જ છે, તે તેમના ગ્રંથો વારંવાર કહે છે. વાસ્તવમાં, તેઓ એ કહી રહ્યા હતા કે કૃષ્ણ જ તો એ જ આધાર છે જેના પર ચઢીને સહજાનંદ સ્વામી ઉર્ફે ઘનશ્યામ પાંડેજીને પહેલા કૃષ્ણ સાથે પુરુષોત્તમના અવતાર અને પછી પોતે પુરુષોત્તમ બનાવવામાં આવ્યા છે. જો કૃષ્ણ જ નહીં હોય, તો પુરુષોત્તમ શબ્દનો આધાર નહીં મળે, કારણ કે ભાગવત પુરાણમાં ફક્ત કૃષ્ણને જ પૂર્ણ પુરુષોત્તમ કહેવાયા છે. પછી તેઓ કૃષ્ણને નિસરણી બનાવીને સહજાનંદ સ્વામીને પુરુષોત્તમ પદ સુધી કેવી રીતે ચડાવી શકશે? એટલે કૃષ્ણ આ ખેલ કરવા માટે તેમના મુખ્ય આધાર છે. આ તે સંપ્રદાય અને તેમની મૂળ ગાદીઓનું સત્ય છે.

તો પછી BAPS એ એવા શું ફેરફાર લાવ્યા હતા કે મૂળ ગાદીએ તેને ઠપકો આપ્યો? સંપ્રદાયની મૂળ ગાદી સહજાનંદને નીલકંઠવર્ણી નામે ગુજરાત આવતાં પહેલાં જંગલોમાં સૂર્ય ભગવાનની તપસ્યા કરતાં, અને તેમની તપસ્યાથી પ્રસન્ન થતા સૂર્ય દેવ પાસેથી વરદાન મેળવતા બતાવે છે.

તે સહજાનંદને ભગવાન વિષ્ણુની મૂર્તિ સ્થાપિત કરીને દિવસો સુધી વિષ્ણુ ભગવાનની પૂજા કરતાં દર્શાવે છે, અને આ દરમિયાન શિવ અને પાર્વતી નીલકંઠવર્ણીની (સહજાનંદનું ગુજરાત આવ્યા પહેલાનું એક નામ, જે તેમનું સંન્યાસનું નામ કહેવાય છે) તપસ્યા જોઈને તેમની પૂજા સફળ બનાવવા એક વૃદ્ધ દંપતિનું રૂપ લઈને આવે છે. નીલકંઠવર્ણી તેમને ઓળખી જાય છે, અને હાથ જોડી તેમની સ્તુતિ કરે છે. બદલામાં શિવ - પાર્વતી વર્ણીને વૈરાગ્યનું વરદાન આપે છે. આ જ વર્ણી જ્યારે ગુજરાતમાં આવીને રામાનંદ સ્વામીને મળે છે, ત્યારે તેઓ કૃષ્ણનું દર્શન અથવા આત્મસાક્ષાત્કાર કરવા માટે તડપતા હોય છે, અને રામાનંદ સ્વામીને કૃષ્ણ રૂપનું દર્શન કરાવવા વિનંતી કરી વૈષ્ણવ પંથમાં દીક્ષા માગે છે. રામાનંદ સ્વામી વર્ણીને તેમના ઉધ્ધવ સંપ્રદાયમાં વૈષ્ણવ તરીકે દીક્ષા આપી 'સહજાનંદ' નામ આપે છે. અહીંથી મૂળ ગાદીમાં ભગવાન કૃષ્ણને પૂર્ણ પુરુષોત્તમ તરીકે સ્થાપિત કરીને, તેમને આરાધ્ય બનાવીને ઉપર દર્શાવેલા ત્રિ-સ્તરીય પ્રપંચથી ધીમે ધીમે સહજાનંદને પુરુષોત્તમ તરીકે માળિયા પર ચડાવવામાં આવ્યા છે. જ્યારે BAPS અને તેને જોઈને શીખેલા સંપ્રદાયના અન્ય જૂથો સીધા પુરુષોત્તમથી શરૂઆત જ કરે છે.

BAPS સાવ ઉલટું લખતાં કહે છે કે નીલકંઠવર્ણીના દર્શન કરવા માટે જંગલમાં સૂર્ય દેવ આવ્યા, અને નીલકંઠવર્ણીએ સૂર્યદેવને આશીર્વાદ આપ્યો. હનુમાનજી અને શિવ-પાર્વતી પણ વર્ણીના દર્શન કરવા આવ્યા અને તેમની સેવા માગી. અને વર્ણીએ શિવ-પાર્વતીની સેવાથી પ્રસન્ન થઈ આશીર્વાદ આપ્યા કે તે ગુજરાતમાં પોતાનું મંદિર બનશે ત્યારે શિવ-પર્વતીને પોતાની સેવામાં રાખશે. તેથી, પછી જ્યારે નીલકંઠવર્ણી ગુજરાત આવી સહજાનંદ સ્વામીના રૂપમાં પોતાના મંદિર બનાવે છે, ત્યારે શિવ-પાર્વતીની મૂર્તિ તેમની નજીક સ્થાપિત કરીને તેમને તેમની સેવા માટે રાખે છે - એવું કહેવાયું છે. બદ્રીધામના નરનારાયણે વર્ષો સુધી સહજાનંદની તપસ્યા કરી અને તેનાથી પ્રસન્ન થઈ સહજાનંદે નરનારાયણને આશીર્વાદ આપ્યા. લક્ષ્મીજી આવીને સહજાનંદને પોતાના પતિ તરીકે નમસ્કાર કરીને તેમની સેવા માટે અવકાશ આપવા વિનંતી કરે છે, તો ઘનશ્યામ પાંડે નામના સહજાનંદ જવાબ આપે છે કે હજુ નહીં, જ્યારે તેઓ ગુજરાતના કાઠિયાવાડમાં જશે ત્યારે લક્ષ્મીજીને બોલાવશે.

આ તમામ વિકૃતિ મૂળ ગાદીથી આ રીતે અલગ પડે છે. સરળ શબ્દોમાં કહીએ, તો જેમ દારૂનો ગેરકાયદેસર ધંધો કરતા પિતાના ચાર-

પાંચ પુત્રો તે ગુનાખોરીમાં પિતાથી આગળ વધીને ડ્રગ્સ અને હથિયારોની તસ્કરીનો ગેરકાયદેસર ધંધો કરવા લાગે છે, તેવું આ મૂળ ગાદી અને અન્ય જૂથો વચ્ચેનો ફર્ક છે. અને જેમ એ પિતા તેના વધુ બેફામ બની ખોટું કરતા છોકરાંઓનો વિરોધ કરે કે 'માપનું કરો, નહિતર એક દિવસ ઉઘાડા પડી જઈશું. આટલું બધું બેફામ બનીને ખોટું ના કરાય.' - બસ એવું જ કંઈક કહેતો મૂળ ગાદીનો પણ આ બીજા ફિરકાઓથી વિરોધ છે.

આવો જ ફર્ક વડતાલ અને કાલુપુરમાંથી અલગ પડેલા અન્ય ફિરકાઓનો મૂળ ગાદીઓ સાથે પણ છે. તે મૂળ ગાદી કરતાં વધુ વિકૃત થઈને સહજાનંદને સનાતન ધર્મના વૈદિક ઈશ્વરો ઉપર ઊભા કરે છે, અને વધુ બિભત્સ રીતે વૈદિક આરાધ્ય દેવોનું અપૂજ્ય બતાવી અપમાન કરે છે. નીચે આ ષડયંત્રરૂપી સ્વામિનારાયણ સંપ્રદાયની મૂળ ગાદી અને તેમના જાણીતા ફાંટા આપ્યા છે.

અ] ૧. વડતાળ – લક્ષ્મીનારાયણ દેવ ગાદી આચાર્ય

(I) આચાર્ય શ્રી અજેન્દ્રપ્રસાદજી મહારાજનું સિદ્ધાંત પક્ષ તરીકે માન્ય ગ્રુપ જે અત્યારે આચાર્ય નૃગેન્દ્રપ્રસાદજી વડે ચાલે છે :

વર્ષ ૨૦૦૩ આસપાસ વડતાલ ગાદીના આચાર્ય અજેન્દ્રપ્રસાદજી વિરુદ્ધ સંસ્થાના સ્વામીઓના એક ગુટે નૌતમ સ્વામીની આગેવાનીમાં આચાર્યોના અન્ય વંશજોના સાથથી બળવો કરી દીધેલો. વાત ૧૯૯૬થી ચાલતી હતી, જ્યાં કહેવાઈ રહ્યું હતું કે આચાર્ય અજેન્દ્રપ્રસાદ સાધુઓની દીક્ષા બાબતે કંઈક નિયમો કડક કરી રહ્યા હતા, કારણકે સંપ્રદાયમાંથી સાધુઓના ભ્રષ્ટાચાર, વ્યાભિચાર અને એકબીજાના અપહરણથી હત્યા કરવા સુધીના કેસ સામે આવ્યા હતા. આના વિરોધમાં સામેવાળા ગુટે કોર્ટમાં કેસ કરી દીધેલો અને ગુજરાત હાઈકોર્ટના આદેશથી અજેન્દ્રપ્રસાદને આચાર્ય પદેથી હટાવી અત્યારના રાકેશપ્રસાદજીને નવા આચાર્ય બનાવવામાં આવ્યા, જ્યાં બળવો કરનાર નૌતમ સ્વામી મુખ્ય સંત બન્યા. બીજી બાજુ પદથી ઉતરેલા અજેન્દ્રપ્રસાજી અને તેમના મુખ્ય સ્વામી તરીકે એસ.પી. સ્વામી ગઢડા આવીને વસી ગયા, અને પોતાનો વિરોધ ચાલુ રાખ્યો. રાકેશપ્રસાદજી અને નૌતમ સ્વામીના વડતાલમાં આરૂઢ થયા પછી તેમના ગુટના સ્વામીઓના વ્યભિચાર અને અન્ય ગુનાહિત પ્રવૃત્તિઓના એ બધા કિસ્સાની વિગતો બહાર લીક થવા લાગેલી અને વર્ષ ૨૦૦૩ આસપાસ ખૂબ ચર્ચાયેલી. એવો આક્ષેપ

કરાય છે કે એ બધું બહાર લાવી દેવામાં ગઢડા ગયેલા અજેન્દ્રપ્રસાદજીનો હાથ હતો. વર્તમાનમાં એજ અજેન્દ્રપ્રસાદજીના પુત્ર લાલજી મહારાજ ઉર્ફે નૃગેન્દ્રપ્રસાદજી હવે એ વિરોધના મુખ્ય સુર બન્યા છે.

(II) આચાર્ય શ્રી રાકેશપ્રસાદજી મહારાજનું ગ્રુપ - દેવ પક્ષ દ્વારા માન્ય

સ્થાન : શ્રી સ્વામિનારાયણ મંદિર, વડતાળ, તાલુકો નડિયાદ, જિલ્લા ખેડા, ગુજરાત

૨. ઇન્ટરનેશનલ સ્વામિનારાયણ સત્સંગ મંડળ (ISSM)
વડતાળ ગાદી સાથે સંકળાયેલ.
મુખ્ય નેતા : આચાર્ય શ્રી રાકેશપ્રસાદજી મહારાજ
સ્થાનઃ ઇટાસ્કા, યુએસએ

૩. શ્રી કષ્ટભંજન દેવ હનુમાનજી મંદિર, સારંગપુર
વડતાળ ગાદી સાથે સંકળાયેલ.
સ્થાન : સારંગપુર, જિલ્લો બોટાદ, ગુજરાત

૪. શ્રી સ્વામિનારાયણ ગુરુકુલ રાજકોટ સંસ્થાન
વડતાલ ગાદી સાથે સંકળાયેલ.
મુખ્ય નેતા : શાસ્ત્રી શ્રી માધવપ્રિયદાસજી સ્વામી
સ્થાન : રાજકોટ, ગુજરાત

૫. શ્રી સ્વામિનારાયણ મંદિર કુંડલધામ સંસ્થાન
વડતાલ ગાદી સાથે સંકળાયેલ
મુખ્ય નેતા : શ્રી જ્ઞાનજીવનદાસજી સ્વામી
સ્થાન : કુંડલધામ, વડોદરા નજીક, ગુજરાત

૬. સરધાર સંસ્થાન
વડતાળ ગાદી સાથે સંકળાયેલ
સ્થાન : સર્ધાર, જિલ્લો રાજકોટ, ગુજરાત

૭. જેતપુર ગાદી સ્થાન
વડતાળ ગાદી સાથે સંકળાયેલ
સ્થાન : સોની બજાર, એમ.જી. રોડ, જેતપુર, ગુજરાત

૮. SGVP ગુરુકુલ, છરોડી (અમદાવાદ)
વડતાળ ગાદી સાથે સંકળાયેલ
પ્રમુખ : શાસ્ત્રી શ્રી માધવપ્રિયદાસ સ્વામી
સ્થાન : છરોડી, એસ.જી. હાઈવે, અમદાવાદ, ગુજરાત

૯. શ્રી સ્વામિનારાયણ ગુરુકુલ, મેમનગર (અમદાવાદ)
પેરન્ટ બોડી : રાજકોટ ગુરુકુલ (વડતાળથી સંકળાયેલ, ૪ થા ક્રમે દર્શાવેલ)
વડા : પુરાણી શ્રી બાલકૃષ્ણદાસજી સ્વામી
સ્થાન : મેમનગર, અમદાવાદ, ગુજરાત

૧૦. શ્રી સ્વામિનારાયણ મંદિર, વડવાણ (વડવાણ ગાદી)
સંકળાયેલ : વડતાળ ગાદી
સ્થાન : વડવાણ, જિલ્લો સુરેન્દ્રનગર, ગુજરાત

૧૧. શ્રી સ્વામિનારાયણ મંદિર, ગઢડા (ગઢપુર ધામ)
સંકળાયેલ : વડતાળ ગાદી સાથે સંકળાયેલ
આચાર્ય : શ્રી અજેન્દ્રપ્રસાદજી મહારાજ
સ્થાન : ગઢડા, જિલ્લો ભાવનગર, ગુજરાત

૧૨. શ્રી સ્વામિનારાયણ મંદિર, જુનાગઢ
સંકળાયેલ : વડતાળ ગાદી સાથે
સ્થાન : જુનાગઢ, ગુજરાત

૧૩. શ્રી સ્વામિનારાયણ મંદિર, ઢોલેરા
વડતાળ ગાદી સાથે સંકળાયેલ
સ્થાન : ઢોલેરા , તાલુકો ધંધુકા, જિલ્લો અમદાવાદ, ગુજરાત

૧૪. સતશ્રી, સુરત
વડતાલ ગાદીથી અલગ પડેલ કે સંકળાયેલ (જાણકારી સાર્વજનિક નથી)
સ્થાન : કામરેજ બારડોલી રોડ, ખાનપુર, સુરત

૧૫. બોચાસનવાસી અક્ષર પુરુષોત્તમ સ્વામિનારાયણ સંસ્થા (BAPS)
વડતાલ ગાદીથી બરતરફ કરાયેલ
નેતા : મહંત સ્વામી મહારાજ
સ્થાન : અમદાવાદ, ગુજરાત

૧૬. હરિધામ સોખડા - આત્મીય સંસ્થા
BAPSથી અલગ પડેલ
સ્થાપક : હરિપ્રસાદ સ્વામી
સ્થાન : સોખડા, જિલ્લો વડોદરા, ગુજરાત

૧૭. પ્રબોધ સ્વામીનું ગ્રુપ

હરિધામ સોખડાથી અલગ પડેલ
નેતા : પ્રબોધ સ્વામી

બ] ૧૮. કાલુપુર – નરનારાયણ દેવ ગાદી

આચાર્ય : આચાર્ય શ્રી કોશલેન્દ્રપ્રસાદજી મહારાજ
સ્થાન : કલુપુર, અમદાવાદ, ગુજરાત

૧૯. એસએમવીએસ (SWAMINARAYAN MANDIR VASNA SANSTHA)
કાલુપુર શાખાથી અલગ પડેલ
નેતા : એચડીએચ દેવનંદનદાસ સ્વામી (બાપજી)
સ્થાન : ગાંધીનગર, ગુજરાત

૨૦. માણિનગર શ્રી સ્વામિનારાયણ ગાદી સંસ્થાન
કાલુપુર ગાદીમાંથી અલગ થયેલ
નેતા : આચાર્ય શ્રી જિતેન્દ્રિયપ્રિયદાસ સ્વામીજી મહારાજ
સ્થાન : મણિનગર, અમદાવાદ, ગુજરાત

૨૧. કુમકુમ સ્વામિનારાયણ મંદિર
સ્થાપક : સ્વામી આનંદપ્રિયદાસ

૨૨. શ્રી સ્વામિનારાયણ મંદિર, ભુજ
કલુપુર ગાદી સાથે સંકળાયેલ
અધ્યક્ષ : મહંત સદગુરુ પુરાણી ધર્માનંદનદાસ
સ્થાન : ભુજ, કચ્છ, ગુજરાત

૨૩. શ્રી સ્વામિનારાયણ મંદિર, જેતલપુર
કલુપુર ગાદી સાથે સંકળાયેલ
આચાર્ય : શ્રી કોશલેન્દ્રપ્રસાદજી મહારાજ
સ્થાન : જેતલપુર, તાલુકો દસ્ક્રોઈ, ગુજરાત

➢ જૂઠા નામ અને શાસ્ત્રોના જૂઠા અર્થઘટનોનું પ્રપંચ:

હવે એ જૂઠ અને પ્રપંચને જોઈએ, જે નિર્લજ્જતાની બધી હદો વટાવી ચૂક્યું છે. સહજાનંદને નારાયણ અને સ્વામિનારાયણ બનાવવા ભગવાન વિષ્ણુ અને કૃષ્ણના નામ એક પછી એક તેમને અપાયા એ તો આપણે જાણ્યું. પણ એ બધા નામ સનાતન ધર્મના અમુક ઓછા જાણીતા પુરાણોમાં અને અન્ય

શાસ્ત્રોમાં આપેલા કેટલાક શ્લોકમાં સહજાનંદને ગોઠવવા એ ચોપડાઓમાં લખવામાં આવ્યા હતા. વાત ખાલી સહજાનંદના નવા નવા નામ સુધી પણ નથી રહી, તેમના માતા પિતાના નામ પણ બદલવામાં આવ્યા છે. સ્કંદ પુરાણમાં ભગવાન નર નારાયણના પિતાનું નામ ધર્મ અને માતાનું નામ ભક્તિ કહેવાયુ છે, જે અસલમાં સાંકેતિક પણ છે કે જ્યાં ધર્મ અને ભક્તિનો સંગમ હશે ત્યાં નારાયણ શ્રીવિષ્ણુ પ્રગટ થશે. પણ સહજાનંદની એ પ્રારંભિક ટોળીએ સહજાનંદને નારાયણ બતાવવા એ સાંકેતિક નામોને પણ અસલી બતાવવા સહજાનંદના માતા પિતાના નામ બદલી દીધા છે. સંપ્રદાયના પ્રચારમાં વધુ પ્રચલિત રીતે સહજાનંદના પિતાનું નામ હરિપ્રસાદ અને માતાનું નામ પ્રેમવતી હતું, જેમને પાછળથી અચાનક જ ધર્મદેવ અને ભક્તિદેવી પણ નામ આપી દેવાયા છે.

પણ મોટો પેંચ એ છે કે મૂળભૂત શોધ કરવા વડતાલના મૂળ પુસ્તકો તપાસવામાં આવ્યા તો ત્યાં કોઈ ઘનશ્યામ પાંડે છે જ નહીં. ત્યાં અવલોકન કરતાં એજ જણાયું કે સહજાનંદ સ્વામીનું જ મૂળ નામ હરિપ્રસાદ હશે, પણ જેને પોતાને હરિ કહેવો છે એ હરિનો પ્રસાદ ક્યાંથી હોય? એટલે સહજાનંદ સ્વામીને શિક્ષાપત્રી લખી આપનાર શતાનંદ દ્વારા રચિત સત્સંગી જીવનમાં કહેવામાં આવ્યું છે કે ધર્મદેવ અને ભક્તિદેવીના ઘરે પુરુષોત્તમ પરમાત્મા જન્મ્યા અને ‘હરિ’ નામે પ્રસિદ્ધ થયા. અને એ પછીનું એમનું બાળપણથી સહજાનંદ બનવા સુધીનું અને તે પછીનું વર્ણન શ્રીહરિ નામે છે. BAPS ના પુસ્તક ઘનશ્યામ ચરિત્રમાં જે પ્રસંગો છે તે સત્સંગી જીવનમાં પણ છે, પણ ત્યાં પણ ‘શ્રીહરિ એ આમ કર્યું અને તેમ કર્યું’ - એ રીતે લખાયેલા છે. ઘનશ્યામ તો ભગવાન કૃષ્ણનું સ્થાન લેવા પાછળથી દાખલ કરાયું હોય એવું સ્પષ્ટ દેખાય છે, કારણકે સત્સંગી જીવનમાં તે પાછળથી તેમના વનવિચરણ અને ગુજરાતના પ્રસંગોમાં જ પહેલીવાર આવે છે. ત્યાં સુધી સહજાનંદનું સંબોધન બાળપણથી હરિ નામે જ ચાલુ રહે છે.

BAPS કહે છે કે ઘનશ્યામ પાંડેએ સંન્યાસ લઈને નીલકંઠ નામ ધારણ કર્યું. વનવિચરણમાં તેમનું નામ BAPS નીલકંઠવર્ણી આપે છે, પણ સત્સંગી જીવનમાં છેક સુધી તેમને શ્રીહરિ જ કહેવાયા છે. છેલ્લે છેલ્લે જ્યારે વનવિચરણના પ્રસંગો પૂરા થવા આવે છે ત્યારે એક બે વખતે તેમને નીલકંઠવર્ણી અને નીલકંઠ પણ કહેવાય છે. જે પોતે કૃષ્ણ કે શ્રીહરિ છે એને નીલકંઠ કેમ કહ્યું એનો કોઈ જવાબ ત્યાં અપાયેલ નથી. બસ બે ત્રણ

પેજ થાય એટલે શ્રીહરિ રૂપી સહજાનંદને એક નવું નામ આપી સંબોધવામાં આવે છે. નારાયણ મુનિ, શ્રી નારાયણ, સ્વામિનારાયણ, નીલકંઠ, નીલકંઠવર્ણી, સહજાનંદ, પુરુષોત્તમ વગેરે. પણ ઘનશ્યામ પાંડે બાળપણના નામ તરીકે નથી આવતા સત્સંગી જીવનમાં.

હરિપ્રસાદ અને પ્રેમવતી તો સહજાનંદ સ્વામીના માતા-પિતાના નામ છે BAPSમાં. પણ શતાનંદના સત્સંગી જીવનમાં સહજાનંદ સ્વામીના પિતાનું મૂળ નામ છે દેવશર્મા અને માતાનું નામ છે બાળાદેવી. દેવશર્માને ધર્મનો અવતાર કહી ધર્મદેવ અને બાળાદેવીને ભક્તિ દેવી કહેવાય છે, જેના ઘરે શ્રીહરિ દુર્વાસા ઋષિના કોઈ શ્રાપને પૂરો કરવા આવવાના છે - એવું કહેવાયું છે. શું એવું કોઈ સનાતન ધર્મના પુરાણમાં છે? નહીં, એ શતાનંદે લખેલા ભોજપુરી ફિલ્મોની પટકથા જેવા સત્સંગી જીવન નામના આ ડુપ્લીકેટ ભાગવતમાં કહેવાયું છે, કાલ્પનિક પ્લોટ ઊભો કરાયો છે. એટલે ધર્મદેવ અને ભક્તિદેવી કે જે અસલમાં દેવશર્મા અને બાળાદેવી છે, તેમના દીકરા તરીકે પરમાત્મા ‘હરિ’ નામે જન્મ્યા એવું કહેવાયું છે.

પૂરી સંભાવના છે કે દેવશર્મા અને બાળાદેવીના દીકરાનું નામ હરિપ્રસાદ હશે, પણ જેને હરિ કે નારાયણ કહેવો છે તે હરિનો પ્રસાદ કેવી રીતે કહેવાય? એટલે એક મૂર્ખ વાત કરીને ધર્મદેવ ઉર્ફે દેવશર્માને જ ‘હરિપ્રસાદ’ નામે ત્રીજું નામ આપી દેવાય છે. અને એનો ઉલ્લેખ પાંચ ભાગના હજાર બે હજાર પાનાંમાં લખાયેલા ગ્રંથમાં એટલો જ આવે છે કે ‘હરિ પ્રસાદ રૂપે મળ્યા એટલે લોકો દેવશર્માને જ હરિપ્રસાદ કહેવા લાગ્યા’. જ્યારે અસલમાં હરિપ્રસાદનો અર્થ છે હરિનો પ્રસાદ, જે ભગવાનના પ્રસાદ રૂપે જન્મેલા કોઈ દીકરા માટે જ કહેવાયું હોઈ શકે. બાપને દીકરાનો પ્રસાદ કહેવાનું ઊંધું ચલણ હરિપ્રસાદ નામ છુપાવવામાં થયું લાગે છે. પણ હરિપ્રસાદ નામ પૂર્ણપણે છૂપું રાખ્યું હોત તો ક્યારેક છોકરા સાથે આગળ જતાં જોડાઈ જ જાત, એટલે એ નામને ઠેકાણે પાડવા એક વાક્ય લખીને તેને પિતા સાથે જોડી દેવાયું હોય તેવી સંભાવના છે. જેથી લોકોમાં સંદેહ ના થાય અને ભ્રમિત થતું રહેવાય. ખાલી પિતાના નામને એવા મૂર્ખ વાક્યથી નથી ઘડાયું, માતાના નામમાં પણ પ્રેમવતી નામ બાળાદેવી ઉર્ફે ભક્તિદેવીને એક જ વાક્ય રૂપે મળે છે. દેવશર્માના પિતાને લાગ્યું કે તેમની પુત્રવધુ તેમના દીકરા દેવશર્માને બહુ પ્રેમ કરે છે એટલે સસરાએ તેને પ્રેમવતી કહ્યું. બસ, આખા સત્સંગી જીવનમાં સંપ્રદાય દ્વારા ચાલતી એ પ્રેમવતી હોટલોના નામ

માટે આટલું જ વાક્ય છે.

એટલે આ સંપ્રદાય કે જે ચોરીના નામ, ચોરીના રિવાજો અને ચોરીના પ્રસંગોથી બનેલી એક એસેમ્બલ કંપની સમાન છે ત્યાં આવું બધું તમને ઠેક ઠેકાણે મળી જાય છે. અને એવું જ ચોરીનું એસેમ્બલિંગ તમને જોવા મળે છે સહજાનંદી સંપ્રદાય દ્વારા અપાતા હિંદુ શાસ્ત્રોના ખોટા અર્થઘટનોમાં. અહીં હિંદુ શાસ્ત્રોના એ શ્લોક તેમના સાચા અર્થ સાથે આપવામાં આવ્યા છે, જેને સંપ્રદાય દ્વારા દશકોથી જૂઠા અર્થ બતાવીને ગુજરાતના હિંદુઓને ધર્માંતરિત કરવા માટે ઉપયોગમાં લેવાય છે.

૧. પદ્મપુરાણ, **ઉત્તરખંડ**,

શ્લોક : नरःकृष्णो हरिर्धर्मनन्दतो धर्मजीवनः ।
आदिकर्ता सर्वसत्यः सर्वस्त्रीस्वदर्पदा ॥

(પદ્મપુરાણ ૭૨.૧૭૫)

સંપ્રદાયનું ભાષાંતર :

'ધર્મને પુનઃજીવિત કરી તેની રક્ષા કરવા સ્વયં પરમાત્મા શ્રી હરિકૃષ્ણ ભગવાન ધર્મદેવને ત્યાં મનુષ્યરૂપે કળીયુગમાં અવતાર લેશે. તેઓ અનંતકોટી બ્રહ્માંડોના આદીકારતા છે. સંપૂર્ણ સત્ય સ્વરૂપ છે. અને ઇન્દ્રિયોને જીતનારા છે.'

શ્લોકનું સાચું ભાષાંતર :

'એ શિવના ત્રિશળૂનો વિધ્વંસ કરનારા છે. શિવને પણ વરદાન આપનારા તે એક જ છે. તે એ પરમ નર છે. તે કૃષ્ણ છે. તે હરિ છે. તે ધર્મમાં આનંદિત છે. ધર્મ અને સત્ય તેમનું જીવન છે. તે પ્રથમ પ્રતિનિધિ છે. તે જ સમસ્ત સપંર્ણ સત્ય છે. તે સર્વ સ્ત્રી રત્નોના અહંકારને હરનારા છે. તે ત્રણયે કાળમાં કામ કંદર્પને જીતી લેનાર છે. તે ઋષિઓના એ પ્રમુખ છે જેમણે ઉર્વશીને જન્મ આપ્યો.'

शिवत्रिशूलविध्वंसी श्रीकंठैकवरप्रदः
नरः कृष्णो हरिर्धर्मनंदनो धर्मजीवनः ॥१७२॥
आदिकर्त्ता सर्वसत्यः सर्वस्त्रीरत्नदर्पहा
त्रिकालजित कंदर्प उर्वशीसृङ्गनीश्वरः ॥१७३॥

સત્ય : આખું ભાષાંતર જ ખોટું છે. શ્લોક સંખ્યા પણ ખોટી લખી છે. આ શ્લોક પદ્મપુરાણ ઉત્તરખંડના ૭૧માં પ્રકરણના ૧૭૨ અને ૧૭૩ નંબરના બે શ્લોકોને વચ્ચેથી તોડીને બનાવ્યો છે. તો એ ૭૨.૧૭૫ નથી. તે ૭૧.૧૭૨-૧૭૩ છે. હરિકૃષ્ણ નામ સહજાનંદ સ્વામીને જે અનેક નામ આપવામ આવ્યા છે તેમાંનું એક છે. સહજાનંદ સ્વામી એટલે કે ઘનશ્યામ પાંડેજીના પિતાનું નામ હરિપ્રસાદ પાંડે અને માતાનું નામ પ્રેમાવતી પાંડે હતું. પણ આ સંપ્રદાય દ્વારા તેમના નામ પણ બદલીને અનુક્રમે ધર્મદેવ અને ભક્તિદેવી કરી દેવામાં આવ્યા છે, કારણકે તે પ્રાચીન ઋષિ નર નારાયણના માતા-પિતાના નામ છે. આ રીતે તેઓ આ આખા તુતને સનાતન ધર્મના શાસ્ત્રોમાં ઘુસેડવા પ્રયાસ કરી રહ્યા છે.

૨. કૂર્મ પુરાણ, બ્રાહ્મી સંહિતા, ૨૭.૧૨-૧૩

શ્લોક :

ये ब्राह्मणा वंशजाता युष्माकं वै सहस्त्रशः ।
तेषां नारायणे भक्तिर्भविष्यति कलौ युगे ॥
परात्परतरं यान्ति नारायणपरा जनाः ।
तते तत्र गमिष्यन्तियेद्विषन्तिमदेश्वरम् ॥

સંપ્રદાયનું ભાષાંતર :

ભગવાન શ્રીકૃષ્ણ ઋષિઓને કહે છે, કે જે અનેક જીવો તમારા વંશમાં ઉત્પન્ન થશે તેની કળીયુગમાં પ્રગટ થનારા પુરુષોત્તમ નારાયણમાં ભક્તિ ઉદય થશે. તે પરબ્રહ્મ નારાયણમાં ભક્તિ રાખનાર સર્વે જનો, સર્વ ધામોથી પરનું સર્વોત્તમ પદ પ્રાપ્ત કરી લેશે. પરંતુ જે ભગવાન શિવનો દ્રોહ કરશે તેમને તે ધામ કદાપી પ્રાપ્ત નહિ થાય.'

સાચું ભાષાંતર :

જે હજારો બ્રાહ્મણ તમારા વંશમાં જન્મ લેશે, તેમની નારાયણમાં ભક્તિ હશે. નારાયણમાં ભક્તિ નિહિત લોકો એ સર્વોત્તમ પદ પ્રાપ્ત કરે છે. પણ જો તે મહેશ્વરથી દ્વેશ કરે છે, તો તે ત્યાં નહિ જઈ શકે.

સત્ય :

આ શ્લોકમાં "કળિયુગમાં પ્રગટ થનાર પુરુષોત્તમ નારાયણ" એવા કોઈ શબ્દોનો ઉલ્લેખ નથી, જે સંપ્રદાયના ભાષાંતરમાં ઉમેરવામાં આવ્યા છે. આ સંપ્રદાયમાં ભગવાન વિષ્ણુના જ નામ નારાયણ અને હરિને તેમનાથી અલગ

કરી શાસ્ત્રોમાં જ્યાં પણ નારાયણ શબ્દ આવે છે તેને સ્વામિનારાયણ નામે સહજાનંદ સ્વામી સાથે જોડી દેવાની કોશિશ છે.

૩. ઋગ્વેદ ૧.૧૫૪.૦૬

શ્લોક :

ता वां वास्तून्युश्मसि गमध्यै यत्र गावो भूरिशृङ्गा अयासः ।
अत्राह तदुरुगायस्य वृष्णः परमं पदमव भाति भूरि ॥

સંપ્રદાયનું ભાષાંતર :

સર્વેથી પર જે બ્રહ્મધામમાં ખુબ મોટા અને લાંબા તેજના કિરણો સર્વત્ર પ્રસારિત છે, ખુબ જ કીર્તિવાળા અને સહજમાં આનંદ વરસાવવાવાળા પરમેશ્વર શ્રી પુરુષોત્તમ નારાયણનું એજ પરમપદ દિવ્ય ધામ છે. તેની કોઈ જ સીમા નથી. તે ધામમાં એક વિશાળ તેજપુંજમાંથી અતિ ઉન્નતીવાળા અને અતિ વિસ્તારવાળા તેજના કિરણોની છટાઓ છૂટે છે, અસંખ્ય નિત્યમુકતો શ્રીહરિની અખંડ સ્તુતિ કરે છે, ત્યાં પોતાના નિત્યમુક્તોની સાથે શ્રીહરિ સદાય બિરાજમાન રહે છે. ભગવાનનું તે દિવ્ય ધામ અનંત, અધો-ઉર્ધ્વ ચારે કોરે પ્રમાણે રહિત અને સર્વવ્યાપી છે. તે અન્ય કોઈના પ્રકાશથી નહિ, પણ પુરુષોત્તમ નારાયણના સ્વપ્રકાશથી જ પ્રકાશમાન છે.

સત્ય :

બહુ જ બેશરમીથી ઋગ્વેદની બે પંક્તિઓ લખી દઈ નીચે તેમના સંપ્રદાયનો ફકરો લખી દેવાયો છે, જેને શ્લોક સાથે કંઈ લેવા દેવા જ નથી. ઋગ્વેદમાં વિષ્ણુનો તેત્રીસ પ્રકારના દેવોમાં સર્વોચ્ચ દેવ તરીકે ઉલ્લેખ છે. અને આ તેમને સમર્પિત એક રુચા છે. યજુર્વેદમાં એજ વિષ્ણુના પગમાંથી નીર (જળ) નીકળવાથી તેમને નારાયણ અને તે સર્વત્ર વસેલા હોવાથી વાસુદેવ કહેવાયા છે, અને વારંવાર આવતા એક વિષ્ણુ ગાયત્રી શ્લોક વડે નિશ્ચિત કરાયું છે કે 'એ નારાયણ એજ વાસુદેવ છે અને એજ વિષ્ણુ છે, અમે એ વિષ્ણુ દેવને નમન કરીએ છીએ.' ઋગ્વેદના આ શ્લોકનો સાચો અનુવાદ નીચે મુજબ છે.

સાચો અર્થ :

હે ઇન્દ્ર અને વરુણદેવ! આપ બંનેથી અમે (યજમાન દંપતિ) અમારા નિવાસ માટે એવું આશ્રયસ્થાન ઇચ્છીએ છીએ, જ્યાં અતિતીક્ષ્ણ સ્વાસ્થપ્રદ સૂર્ય રશ્મીઓ પ્રવેશી શકે. જ્યાં સુંદર શીંગડાવાળી દુધારું ગાયો હોય. આવા

શ્રેષ્ઠ ઘરોમાં જ અનેકોના ઉપાસ્ય, સામર્થ્ય સંપન્ન વિષ્ણુદેવના ઉત્તમધામોની વિશિષ્ટ વિભૂતિઓ સ્વપ્રકાશિત થાય છે.

૪. શુક્લ યજુર્વેદ, ૬.૩

શ્લોક :

याते याते धामान्यु म्म सिगमंध्य॒ यत्र॒ गाव॒ो भूरिंशृङ्गा अयासः ।
अत्राद् तदुरुगा॒यस्य॒ विष्णोड़परमम्पदमवं भारि भूरिं ॥

સંપ્રદાયનો અનુવાદ :

સર્વેથી પર જે બ્રહ્મધામમાં ખૂબ મોટા અને લાંબા તેજનાં કિરણો સર્વત્ર પ્રસારિત છે, ખૂબ જ કીર્તિવાળા અને સરજમાં આનંદ વરસાવવાવાળા પરમેશ્વર શ્રી પુરુષોત્તમ નારાયણનું એ જ પરમપદ દિવ્ય ધામ છે. તેની કોઈ જ સીમા નથી. તે ધામમાં એક વિશાળ તેજપુંજમાંથી અતિ ઉન્નતિવાળા અને અતિ વિસ્તારવાળા તેજનાં કિરણોની છટાઓ છૂટે છે, અસંખ્ય નિત્યમુકતો શ્રીહરિની અખંડ સ્તુતિ કરે છે, ત્યાં પોતાના નિત્યમુક્તોની સાથે શ્રીહરિ સદાય બિરાજમાન રહે છે. ભગવાનનું તે દિવ્ય ધામ અનંત, અધો-ઉર્ધ્વ ચારે કોર પ્રમાણે રહિત અને સર્વવ્યાપી છે. તે અન્ય કોઈના પ્રકારાથી નહિં, પરંતુ પુરુષોત્તમ નારાયણના સ્વપ્રકારાથી જ પ્રકાશમાન છે.

સાચું ભાષાંતર :

જે સૂર્ય રશ્મિઓથી પ્રકાશિત છે, સર્વવ્યાપક સમ્માનિય ભગવાન વિષ્ણુનું જે પરમધામ છે, અમે આપના તે ઉત્તમ સ્થાનમાં પહોંચવાની ઈચ્છા કરીએ છીએ. અમે આપને બ્રાહ્મણ, ક્ષત્રીય અને વૈશ્ય આદિ વર્ણમાં યથાયોગ્ય ઉચિત રીતથી બળ અને વૈભવને વહેંચવાવાળા સમજીએ છીએ. આથી, આપ બ્રહ્મનિષ્ઠ લોકોને સદજ્ઞાનની સંપદા, ક્ષત્રિયોને પૌરુષ - પરાક્રમ અને વૈશ્યોને ધન ઐશ્વર્ય પ્રદાન કરી પ્રજાની આયું અને તેની સંખ્યામાં વૃદ્ધિ કરો.'

સત્ય :

આ શ્લોકમાં બીજી લીટીમાં ચોખ્ખું '**विष्णो**' લખેલું દેખાય છે. સ્વામિનારાયણના અર્થમાં ક્યાંય ભગવાન વિષ્ણુનું નામ નથી.

૫. સ્કંદ પુરાણ, વાસુદેવ માહાત્મ્ય, 17.1-5

શ્લોક :

तत्त्वेककालसंभूतको टिकोट्यर्कसन्निभम् ।
स व्यचष्ट महतेजी दिव्यं सिततरं मुने ॥१
दिशश्च विदिशः सर्वा ऊर्द्धाधो व्याप्नुवच्च यत् ॥
अक्षरं ब्रह्म कथितं सच्चिदानन्दलक्षणम् ॥२
शा प्रकृतिं पुरुषं चोभौ तत्कार्याण्यपि सर्वशः ॥
व्याप्तं यद्योगसंसिद्धाः षट्चक्राणि निजान्तरे ॥
व्यतीत्य मूर्ध्नि पश्यन्ति वासुदेवप्रसादतः ॥३॥
यद्भासा भासितः सूर्यो वह्निरिन्दुश्च तारकाः ॥
भासयन्ति जगत्सर्वं स्वप्रकाशं तथामृतम् ॥४।
यद्वह्मपुरमित्यादुर्भगवद्धाम सात्वताः ॥
यस्यान्तिकेषु परितस्तिष्ठन्त्यर्चककोटयः ॥५॥

સંપ્રદાયનું ભાષાંતર :

આ મહાચોકમાં દેખેલું મહાતેજ કેવું છે? એક સાથે ઉદય પામેલ હજારો સૂર્ય જેવું પ્રકાશમાન અને અમાપ છે. આ તેજ દિશાઓ, વિદિશાઓ તથા અધો - ઉર્ધ્વ વ્યાપીને રહેલ અક્ષરબ્રહ્મસંજ્ઞક છે. આ તેજ પ્રકૃતિપુરુષને તથા તેનાં કાર્યોને વિશે વ્યાપીને રહેલું છે. આ એજ તેજ છે જે સિદ્ધ યોગીઓ ભગવાનની કૃપાથી તમામ છ ચક્રો (તેમના શરીરની અંદર) પાર કર્યા પછી તેમના મન-મસ્તિષ્કમાં સહસ્રાર-કમલામાં જુએ છે. આ તેજથી જ સૂર્ય, ચંદ્ર, અગ્નિ અને તારાઓ પ્રકાશિત છે, જેને બ્રહ્મપુર અથવા પુરુષોત્તમ નારાયણનું ધામ કહ્યું છે. તે તેજની ચારે તરફ પૂજન કરનાર ભક્તોનાં, સમૂહો ઊભા છે.

સત્ય :

આ શ્લોક વિશે પણ આ અક્ષરધામનું વર્ણન છે એવું વિડીયોમાં કહેવાયું છે, પણ આપેલ શ્લોક પછીના શ્લોક નંબર ૧૦, ૧૧ અને ૧૨ વાંચતા સ્પષ્ટ થાય છે કે કોઈ અક્ષરધામનું નહિ પણ નારાયણ વિષ્ણુના વૈકુંઠધામનું વર્ણન છે. અક્ષર શબ્દ તો જ્યાં જ્યાં વપરાયો છે તેનો અર્થ અવનાશી એટલે કે IMPERISHABLE તરીકે જ થયો છે.

સાચું ભાષાંતર :

સ્કંધ પુરાણ, વાસુદેવ માહાત્મ્ય, ૧૭. ૧-૫

૧. હે સાધુ, તેમણે (ભગવાન વિષ્ણુ) કરોડો સૂર્યોના જેવું અતિશય

તેજસ્વી અને સ્વર્ગ જેવું વૈભવી તેજ એકસાથે દેખાડ્યું.

૨. તે સર્વ લોકોના તમામ સૂક્ષ્મતમ આધારભૂત સ્થાનોએ ઉપર-નીચે સર્વત્ર વ્યાપ્ત થયા. તે અવિનાશી બ્રહ્મ (અક્ષરબ્રહ્મ) છે, જે આ સમસ્ત અસ્તિત્વ, જ્ઞાન અને પરમાનંદ સ્વરૂપે વ્યક્ત થયા.

૩. તે પુરુષ અને પ્રકૃતિ બંનેના તમામ વિકસિત રૂપોમાં પરોવાઇ કાર્યરત થયા. તે એ તેજ હતું જે મનુષ્યો ભગવાન વાસુદેવની કૃપાથી યોગ સાધના વડે શરીરના છ ચક્રોને પર કરી પોતાના મસ્તિષ્કમાં પ્રાપ્ત કરે છે.

૪. આ તેમનું તેજ છે જેનાથી સૂર્ય, ચંદ્ર, અગ્નિ અને તારા પ્રકાશે છે. તે પોતાના અવિનાશી (અક્ષર) પ્રકાશ વડે સમગ્ર જગતને પ્રકાશિત કરે છે.

૫. સાત્વત લોકો તેને પ્રભુના ઘર રૂપે બ્રહ્મપુર કહે છે, જેના આજુબાજુ કરોડો ભક્તો ઊભા છે.

૬-૭. હે સાધુ, બ્રહ્માઓ અને શંકરોની ભીડ હાથમાં પૂજાનો સમાન લઈ એના (બ્રહ્મપુર ધામ) પર વારી જાય છે, પણ ગોવાળો અને ગોવાલિકાઓ જેમના પર ભગવાન કૃષ્ણની કૃપા છે તે જ એ તેજસ્વી ઈશ્વરને જોઈ શકે છે. બાકીના બધા બસ એક તેજસ્વી વૈભવ જુવે છે. પ્રભુને નહિ.

૮. નારદે ત્યાં એક આશ્ચર્યજનક, શોભાયમાન, દિવ્ય, અતિસુંદર ધામ જોયું જેમાં વિવિધ પ્રકારના અતિકીમતી માણેકથી, અનેક રત્નજડિત સ્તંભો અને એક વિશાળ સભાખંડ હતો.

૯. તે ચારેબાજુ પ્રભુના ભક્તોના તેજસ્વી મકાનોની હારમાળાથી પ્રકાશિત થયેલું હતું. તે સ્ત્રી અને પુરુષ ભક્તો રત્નજડિત આભૂષણો અને અનેક પ્રકારના સુંદર વસ્ત્રોથી સુશોભિત હતા.

૧૦. સાધુએ ઉન્માદપૂર્ણ આનંદ સાથે ત્યાં એક તેજસ્વી સિંહાસન જોયું જે કિંમતી પથ્થરોના અર્કથી બનાવેલું હતું, અને જે તેને જોવાવાળા દૃષ્ટાના મનમાં આશ્ચર્યભર્યો અચંભો ઉત્પન્ન કરતું હતું.

૧૧-૧૨. અને ત્યાં એ સિંહાસન પર તેણે જોયા ભગવાન કૃષ્ણને, એ નારાયણ જે નિર્ગુણ બ્રહ્મ છે, જે બ્રહ્માંડના સર્વજ્ઞાની રાજા છે, તે સર્વશ્રેષ્ઠ પુરુષ છે જેમને તેમના ભક્તો 'વાસુદેવ' કહે છે. તેમને કેટલાક ભક્તો 'પરમ આત્મા' કહે છે. કોઈ 'સર્વોચ્ચ બ્રહ્મ' કહે છે, કેટલાક શ્રેષ્ઠથી પણ શ્રેષ્ઠત્તમ બ્રહ્મ' કહે છે. કેટલાક 'ભગવાન વિષ્ણુ કહે છે. જ્યારે કેટલાક 'પરમ સ્વામી' કહે છે.

૬. છાંદોગ્ય ઉપનિષદ, ૩.૧૩.૭

શ્લોક :

अथ यदतः परी दिवो ज्योतिर्दीप्यते विश्वतः पृष्ठेषु
सर्वतः पृष्ठेष्वनुत्तमेश्तमेषु लोके ध्विदं वाव
तद्यदिदम स्मिन्नन्तः पुरुषे ज्योतिः ॥

સંપ્રદાયનું ભાષાંતર :

હવે આ સ્વર્ગ સમાન દિવ્ય લોકની ઉપર જે તેજ છે, અને તે તેજ અનેક બ્રહ્માંડો ઉપર અને સત્યલોક વગેરે ઘણાં ઉચ્ચ કોટિનાં લોકોમાં પણ છે. એ જ તેજ પુરુષ (પ્રકૃતિ પુરુષ) ની અંદર પણ રહેલું છે."

સાચુ ભાષાંતર :

અને પછી, આ સ્વર્ગથી પણ ઉપર, જગતથી ઉપર, સર્વ સ્થાનોથી ઉપર, તે સૌથી ઉપરના જગતમાં જેનાથી ઉપર કંઈ અસ્તિત્વમાં નથી - જે પ્રકાશ પ્રકાશે છે. તે એજ પ્રકાશ છે, જે એક મનુષ્યમાં (આત્મા રૂપે) પ્રકાશે છે.

સત્ય :

મૂળ શ્લોકનો ભાવાર્થ છે કે વિશ્વની જે ઊંચામાં ઉચી શક્તિ છે તેનું જે તત્વ છે તે જ એક સામાન્ય માનવમાં રહેલું છે. એટલે કે જીવ એ શિવનો અંશ છે. અથવા એ મૂળ રૂપે શિવ જ છે. એ ભાવાર્થ ને પરિવર્તિત કરીને પ્રકૃતિ પુરુષ કરી નાખ્યું છે. અને પ્રકૃતિ પુરુષ કોઈ અલગ જ લોક હોય તેવું દર્શાવ્યું છે. જેવું એમના સૃષ્ટિના સ્તરોના ચાર્ટમાં બતાવાય છે.

૭. સ્કંધ પુરાણ, વાસુદેવ માહાત્મ્ય, ૧૮.૪૨-૪૪

શ્લોક :

मया कृष्णेन निहताः साऽर्जुनेन रणेषु ये ।
प्रवर्तयिष्यन्त्यसुरास्ते त्वधर्म यदा क्षितौ ॥
धर्मदवात्तदा भक्तादद नारायणो मुनिः।
जनिष्ये कोशले देशे भ्रमौ दि सामग्री द्विनः ॥
मुनिशापान्नृतां प्राप्तानृषींस्तात तथोद्भवम् ।
ततोड़ वितासुरेभ्योड़दं सद्धर्म स्थापयत्रज ॥

સંપ્રદાયનો અનુવાદ :

ભગવાન શ્રી કૃષ્ણ કહે છે, કે "અર્જુને સહીત મારા દ્વારા રણમાં હણાયેલા સવાસનિક અસુરાં જયારે પૃથ્વી ઉપર અધર્મ પ્રવર્તાવશે, ત્યારે નારાયણમુનિ નામે હું પિતા ધર્મદેવ અને માતા શક્તિદેવી થકી પૃથ્વી ઉપર

કોશલ દેશમાં સામવેદી-દ્વિજકુળમાં અવતાર ધારણ કરીશ. હે અજ! હે બ્રહ્માજી! હે તાત! સદ્ધર્મનું પાલન કરતો થકો હું, ઉદ્ધવ અને અન્ય ઋષિ-મુનિઓના શ્રાપને કારણે માનવ સ્વરૂપ ધારણ કરનારા દાનવોથી સાધુ-સંતોની રક્ષા કરીશ."

સાચો અનુવાદ :

૪૨-૪૩. જ્યારે મારા (કૃષ્ણ) અને અર્જુન દ્વારા અસુરો યુધ્ધમાં હણાશે ત્યારે તે પૃથ્વી પર ધર્મનો પ્રસાર અને સ્થાપના કરશે. હું, નારાયણ ઋષિ, મારા ભક્ત ધર્મદેવના ઘરે કોસાલાની ભૂમિ પર સામવેદની ઋચાઓનું ગવન કરતા બ્રાહ્મણ તરીકે જન્મ લઈશ.

૪૪. ઓ બ્રહ્મા, ધર્મની સ્થાપના કરીને હું એ સાધુઓની રક્ષા કરીશ જે મુનિઓના અને ઉદ્ધવના શ્રાપથી ધરતી પર માનવ રૂપે જન્મ્યા હશે.

૪૫. કલીના અંતે હું કલ્કિ તરીકે અવતરિશ. દિવ્ય અશ્વ પર સવારી કરીને હું મ્લેચ્છ ઉદભવ ધરાવતા અતિ પાપી લોકોનો નાશ કરીશ.

૪૬. જ્યારે વેદોમાં વર્ણવાયેલ ધર્મનો અસુરો દ્વારા લોપ થતો હશે, ત્યારે તે ધર્મની રક્ષા કરવા મારું અવતરણ થશે.

સ્કંધ પુરાણ, વાસુદેવ માહાત્મ્ય, ૧૮:૪૨-૪૬

સત્ય :

આ શ્લોકમાં ભક્તિદેવીનું કોઈ વર્ણન નથી. એ સંપ્રદાયના જૂઠા ભાષાંતરમાં ઉમેરેલું છે. ઉપરાંત સહજાનંદ સ્વામીના પિતાનું નામ હરિપ્રસાદ પાંડે હતું. ધર્મદેવ નહિ. હિંદુ પુરાણોમાં નર નારાયણના માતા પિતાનું નામ ધર્મદેવ અને ભક્તિદેવી હતું, એટલે સહજાનંદ સ્વામીના માતા પિતા બંનેના નામ બદલવામાં આવ્યા છે, જેથી સ્વામીને નર નારાયણનાં અવતાર કહી શકાય.

૮. પદ્મપુરાણ, ઉત્તરખંડ

શ્લોક :

ततः स्वामिनमालोक्य लोकानां स्वामिनं विभुम् ।
यमालोक्य न पश्यन्ति निरयं जातु चिन्नराः ।
स्वर्गे कल्पशतं स्थित्वा मुक्तसंसारवासनाः ॥
मुक्तिं च प्रतिपद्यन्ते नात्र कार्या विचारणा ।

સંપ્રદાયનું ભાષાંતર :

સર્વે બ્રહ્માંડોના સ્વામી, સર્વોપરી, શ્રી સ્વામિનારાયણ પ્રભુના એક વાર

પણ દર્શન પ્રાપ્ત થવાથી કોઈને પણ યમપુરીમાં જવું પડતું નથી. તેમના દર્શન કરનાર સો કલ્પો સુધી સ્વર્ગમાં અતિશય સુખ ભોગવી, સંસારની વાસનાથી મુક્ત થઈ મહામુક્તિને, એટલે કે આત્યંતિક મોક્ષને પામે છે.

પદ્મ પુરાણ, ઉત્તરખંડ, ૧૭૬.૪૮-૫૦

સત્ય :

પહેલા તો આ શ્લોકનું સ્થાન ખોટું છે. આ હકીકતે પદ્મપુરાણના 180માં અધ્યાયનો (૧૭૬માં નહિ જેમ આ લોકોએ કહ્યું છે) 48મો અડધો, અને 49 અને 50માં નંબરનો આખો શ્લોક છે. પછી બીજું, અહીં 'સ્વામિનમાલોકય' શબ્દનો અર્થ "સર્વ લોકોના સ્વામી" એવો થાય છે. પ્રમાણિત ભાષાંતર ઇંગ્લિશમાં છે એટલે ત્યાં LORD OF THE WORLDS' એવું ભાષાંતર કર્યું છે. એમને પણ એ જ અર્થ લીધો છે, સર્વ લોકોના સ્વામી. પણ વિડીયોમાં સ્વામિનમાલોકય શબ્દથી સ્વામી શબ્દ પર હાઈલાઈટ કરીને એ શબ્દ સ્વામિનારાયણ માટે છે એવું દર્શાવાયું છે.

સાચું ભાષાંતર :

સો કલ્પ સુધી જે સ્વર્ગમાં રહી પૃથ્વીલોક પર જન્મ લેવાના બંધનથી મુક્ત રહે છે, તે સર્વ લોકોના સ્વામીને જુએ છે. તેમને જોવાવાળો પછી ક્યારેય નર્ક જોતો નથી. સો કલ્પ સુધી સ્વર્ગમાં રહીને જે ભૌતિક વિશ્વમાં જન્મ લેવાની ઈચ્છાથી મુક્ત થઈ જાય છે તે મોક્ષ પ્રાપ્ત કરે છે. આ વિશે કોઈ સંદેહ ન થવો જોઈએ.

૯. વરાહ પુરાણ ૧૦.૧૫-૧૬

શ્લોક :

एवं विष्णुर्मदेशानां नाम ग्रदाव्यवस्थितः ।
स च नारायणो देवः कृते युगवरे प्रभुः ॥
त्रेतायां रुद्ररुपस्तु द्वापरे यज्ञमूर्तिमान ।
कलौ नारायणो देवी बदुरुपी व्यजायत ।।

સંપ્રદાયનું ભાષાંતર :

આ રીતે વિષ્ણુ ભગવાને સર્વે મહાન દેવોના નામોનો ઉલ્લેખ કરતાં કહ્યું, સતયુગમાં પણ ભગવાનનો અવતાર થાય છે. ત્રેતાયુગમાં રુદ્રરૂપ અને દ્વાપર યુગમાં મૂર્તિમાન યજ્ઞ રૂપે ભગવાનના અવતાર થાય છે. અને કળિયુગમાં સ્વયં ભગવાન પુરુષોત્તમ નારાયણ પ્રગટ થઈ, પોતાના સ્વરૂપમાં દેવી દેવતાઓનાં

બહુરૂપનાં, એટલે કે અનેક દેવી - દેવતાઓનાં દર્શન કરાવશે."

સાચું ભાષાંતર :

આ રીતે વિષ્ણુએ એ મહાન ઈશ્વરોના નામ સ્થાપિત કર્યા. ક્રીત યુગ (સતયુગ)માં તે નારાયણ છે. ત્રેતાયુગમાં તે રુદ્ર છે અને દ્વાપરયુગમાં તે યજ્ઞમૂર્તી છે, આહુતિઓના સ્વરૂપે. કળિયુગમાં ભગવાન નારાયણ ઘણા રૂપો લે છે.

સત્ય :

શ્લોકના સ્વામિનારાયણવાળા જૂઠા ભાષાંતરમાં એવું જૂઠ સિદ્ધ કરવાની કોશિશ થઈ છે કે વરાહ પુરાણમાં કહેવાયું છે કે કલિયુગમાં ભગવાન પ્રગટ થઈ, લોકોને અનેક દેવી દેવતાઓના દર્શન કરાવશે, અને એવું જ સ્વામિનારાયણે પણ કર્યું છે. એટલે એ જ કળિયુગમાં જન્મ લેનાર ઈશ્વર છે એમ સાબિત કરવાનો પ્રયત્ન કરાયો છે. પણ એ મુર્ખાઓની બુદ્ધિનું પ્રદર્શન ત્યાં થાય છે કે આ બધા શ્લોક ભગવાન વિષ્ણુના અલગ અલગ યુગોમાં થતા અવતાર વિશે છે. જ્યારે આમનો આ નવો ભગવાન તો વિષ્ણુ નહિ, વિષ્ણુ અને શિવ સહિત સનાતન ધર્મના બધા ભગવાનોનો આરાધ્ય એવો એક અલગ ભગવાન છે, એવું તે પોતે જ કહે છે.

૧૦. કૃષ્ણ ઉપનિષદ, ૨.૬

શ્લોક :

स एव भगवान युगे तुरीयेऽपि ब्रह्मकुले (ब्रढाण्या) जायमानः सर्व
उपनिषद उद्दिधीर्षुः सर्वाणि धर्मशास्त्राणि विस्तार विष्णुः सर्वानपि
जनान संतार विष्णुः
सर्वानपि वैष्णवान् धर्मान् विजृम्भय न्सर्वानपि पाषण्डानिचखान ।

સંપ્રદાયનું ભાષાંતર :

કળિયુગમાં, સર્વોપરી ભગવાન બ્રાહ્મણના કુળમાં પ્રગટ થશે. તેઓ ઉપનિષદો અને સનાતન ધર્મના સર્વે શાસ્ત્રોના નિચોડરૂપ ઉપદેશ આપશે. તેઓ નાસ્તિકોને પણ આસ્તિક ભક્ત બનાવી જીતી લેશે, અને લોકોની આસુરી વૃત્તિઓનો નાશ કરી દેશે. તેઓ વૈષ્ણવ ધર્મનું આચરણ કરશે, અને ધર્મનું સ્થાપન કરશે."

સત્ય :

આ શ્લોકના ભાષાંતરમાં કંઈ ખોટું છે નહિ, ઉપરથી સહજાનંદ સ્વામી

વૈષ્ણવ ધર્મનું આચરણ કરતા હતા અને ભગવાન કૃષ્ણના ભક્ત હતા, જેમણે કૃષ્ણ ભક્તિ માટે જ સ્વામિનારાયણ મંત્ર આપ્યો હતો અને જેમને પાછળથી વિષ્ણુના જ આરાધ્ય એવા સ્વામિનારાયણ ભગવાન બનાવી દેવાયા - આ વાત સ્વીકારી લેતો સેલ્ફ ગોલ છે. મૂર્ખાઓને એ પણ ખબર નથી કે વૈષ્ણવ શબ્દનો અર્થ છે 'વિષ્ણુના ભકતો'.

૧૧. શ્રીમદ્ ભાગવદ ૧૧.૫.૩૨

શ્લોક :

कृष्णवर्णं त्विषा कृष्णं साङ्गोपाङ्गास्त्रपार्षदम् |
यज्ञैः सङ्गीर्तनप्रायैर्यजन्ति दि सुमेधसः ||

સંપ્રદાયનું ભાષાંતર :

કળિયુગમાં પ્રગટ થનાર ભગવાન, તેમની વાણીમાં વિશેષ રૂપે કૃષ્ણ ભગવાનનું વર્ણન કરતાં હશે. નીલમમાંથી નીકળતાં ઝળહળતાં પ્રકાશની માફક તેમનાં અંગો પ્રકાશિત હશે, અને તેમનાં વિગ્રહનો રંગ "અકૃષ્ણ" એટલે કે ગોરો હશે. તેમનાં અંગ-ઉપાંગો મનુષ્ય જેવાં જ હશે, જેના ઉપર તેઓ સુંદર આભૂષણો ધારણ કરો. નામસ્મરણ જ તેમનું અસ્ત્ર હશે, અર્થાત તેઓ અસ્ત્ર ધારણ નહીં કરે, અને પાર્ષદો સંતોએ સહીત વિચરણ કરતાં હશે. કળિયુગના બુદ્ધિમાન મનુષ્યો યજ્ઞો દ્વારા તેમનું આરાધન કરશે, તેમનાં ગુણ, લીલા આદિનું ગાન કરશે અને તેમનાં નામનું સંકીર્તન કરશે.

સત્ય :

અહીં આખા શ્લોકનું ભાષાંતર ખોટું કર્યું છે. અહી પ્રયત્ન કર્યો છે કે જેથી સાબિત કરી શકાય કે સ્વામિનારાયણના રૂપનું વર્ણન પણ પુરાણોમાં કર્યું છે.

સાચું ભાષાંતર :

કળિયુગમાં ભગવાનનો શ્રીવિગ્રહ થાય છે કાળા રંગનો, જેમ નીલમ મણીમાંથી ઉજ્જવળ કાંતિની ધારા નીકળે છે, તેમ ભગવાનના અંગની છટા પણ ઉજ્જવળ હોય છે. તે હૃદય આદિ અંગ, કૌસ્તુભ આદિ ઉપાંગ, સદર્પણ આદિ અસ્ત્ર અને સુનંદ પ્રભૃતી પાર્ષદોથી યુક્ત રહે છે. કળિયુગમાં શ્રેષ્ઠ બુદ્ધિ સંપન્ન પુરુષ એવા યજ્ઞો દ્વારા તેમની આરાધના કરે છે જેમના નામ, ગુણ અને લીલાઓ આદિના કિર્તનની પ્રધાનતા હોય છે.

૧૨. શ્રીમદ્ ભાગવદ્ ૧૧.૫.૩૮-૩૯

શ્લોક :

कृतादिषु प्रजा राजन कला विच्छन्ति सम्भवम् ।
कलौ खलु भविष्यन्ति नारायणपरायणाः ।
क्वचित्क्वचिन्महाराज द्रविडेषु च भूरिशः ॥
ताम्रपर्णी नदी यत्र कृतमाला पयस्विनी ।
कावेरीच महापुण्या प्रतीचीच मदानदी ।

સંપ્રદાયનું ભાષાંતર :

"હે રાજન! સત્યયુગ, ત્રેતા અને દ્વાપરના રહેવાસીઓને આ કળિયુગમાં જન્મ લેવાની તીવ્ર ઇચ્છા રહે છે; કારણ કે આ કળિયુગમાં ભગવાન પુરુષોત્તમ નારાયણ અને તેમનો આશ્રય કરનારા અનેક ભક્તો જન્મ લેશે. આ ભક્તો અનેક સ્થાનો પર હશે, અને ઘણા ભક્તો દ્રવિડ દેશમાં એટલે કે દક્ષિણ ભારતમાં પણ જોવા મળશે; જ્યાં તામ્રપર્ણી, કૃતમાલા, પાયસ્વિની, સૌથી પવિત્ર કાવેરી, મહાનદી અને પ્રતિચી નામની નદીઓ વહે છે."

સાચું ભાષાંતર :

રાજન, સતયુગ, ત્રેતા અને દ્વાપરની પ્રજા ચાહે છે કે અમારો જન્મ કળિયુગમાં થાય, કારણકે કળિયુગમાં ક્યાંક ક્યાંક ભગવાન નારાયણના શરણાગત તેમના જ આશ્રમમાં રહેવાવાળા અનેકો ભક્ત ઉત્પન્ન થશે. મહારાજ વિદેહ, કલિયુગમાં દ્રવિડ દેશમાં વધારે ભક્તો હોય છે, જ્યાં તામ્રપર્ણી, કૃતમાળા, પયસ્વિની, પરમ પવિત્ર કાવેરી, મહાનદી અને પ્રતિચી નામની નદીઓ વહે છે. રાજન, જે મનુષ્યો આ નદીઓનું જળ પીવે છે, તેમનું પહેલા અંત કારણ શુદ્ધ થઈ જાય છે અને તે ભગવાન વાસુદેવના ભક્ત થઈ જાય છે.'

સત્ય :

અહીં સ્વામિનારાયણના ભાષાંતરમાં ફરી એજ ભગવાન વિષ્ણુના કળિયુગમાં થનારા અવતારને ચોરી કરી તે સ્વામિનારાયણ છે એવું ઠસાવવા શ્લોકના ભાષાંતર અને મર્મ સાથે છેડછાડ કરાઈ છે. ફરી સવાલ એજ થાય છે કે એમણે ઊભો કરેલ એ નવો ભગવાન ક્યાં વિષ્ણુ છે તે એ વિષ્ણુ ભગવાન માટે લખાયેલા પુરાણોમાં પોતાનો ઉલ્લેખ ઘુસાડવા આ બધા જૂઠ બોલી રહ્યા છે? એમણે તો એ નવા ભગવાનને વિષ્ણુ અને શિવનો પણ

આરાધ્ય બતાવ્યો છે. એવો તો કોઈ ભગવાન સનાતન ધર્મના શાસ્ત્રો કે સૃષ્ટિની સમજમાં છે જ નહિ.

૧૩. બ્રહ્મવૈવર્ત પુરાણ, ખંડ ૪, પૂર્વાર્ધ, ૨૨.૪૮

શ્લોક :

अंशेन ज्ञानिनां श्रेष्ठौ नरनारायणावृषी ।
त्वं च धर्मसुतो भूत्वा लोकविस्तारकारकः ॥

સંપ્રદાયનું ભાષાંતર :

આપ, ભગવાન નરનારાયણ સ્વયં ધર્મદેવના પુત્રરૂપે કળિયુગમાં અવતાર લેશો. આપ જ્ઞાનીઓમાં શ્રેષ્ઠ હશો, અને પોતાના અલ્પ અંશ સામર્થ્યથી જ સમગ્ર લોકોનો ઉદ્ધાર કરશો.

સાચું ભાષાંતર :

નર નારાયણ રૂપે તે શ્રેષ્ઠ ઋષિઓ પણ આપના અંશ રૂપે જ જન્મ્યા હતા. ધર્મ પુત્રના રૂપમાં તમે બ્રહ્માંડનું વિસ્તરણ કર્યું. અત્યારે તમે જાતે જ કૃષ્ણ રૂપે પ્રગટ્યા છો, અને તમે જ તે સર્વ શાશ્વત અવતારોનું બીજ છો.

સત્ય :

આ શ્લોકના મૂળ ભાષાંતરમાં એવું ક્યાય કેહવાયું નથી કે કલિયુગમાં નરનારાયણ ધર્મદેવના પુત્ર રૂપે અવતાર લેશે, સ્વામિનારાયણના ભાષાંતરમાં જ આવું લખ્યું છે. ઉપરાંત આ પુરાણના આ બે શ્લોક પેહલાના શ્લોકોમાં ભગવાન વિષ્ણુના એક પછી એક અવતારોનું વર્ણન છે. અને અંતે ૪૮ પછી ૪૯મા શ્લોકમાં કહેવાયું છે કે "અને વર્તમાનમાં તમે ભગવાન કૃષ્ણ રૂપે અવતાર ધારણ કર્યો છે." એટલે કે નર નારાયણ જેની અહિયાં વાત થઈ છે એમનો જન્મ કૃષ્ણ પહેલા થયો હતો. એટલે મૂળ રૂપે આ શ્લોક કૃષ્ણ પહેલા થયેલા ઈશ્વરના અંશ નરનારાયણની વાત કરે છે. ભવિષ્યમાં થનારા કોઈ નારાયણના અવતારની નહિ.

તો, આ હતા સંપ્રદાય દ્વારા પસંદ કરાયેલા એ શ્લોક જેને દુષિત કરી કે સંપૂર્ણ રીતે જૂઠ બોલી તે પોતાનું પાખંડ ફેલાવતો હતો. આ તેર ઉઠાંતરીઓ તો હવે સત્ય સામે આવવાથી જાગૃત સનતાનીઓમાં બેઅસર થઈ ચુકી છે, પણ સનાતન ધર્મના વેદોથી લઈને રામાયણ, મહાભારત અને અઢાર પુરાણો

સુધીના શાસ્ત્રોમાં તો લાખોના લાખો શ્લોક છે. એટલે જેમ કોઈ ચોર એક સ્થાને ચોરી કરતાં પકડાઈ જાય એટલે થોડો સમય જેલ ભોગવી બીજા નવા સ્થાને નવા લોકોને લુંટવા જાય, તેમ આ જુઠ્ઠા અને દુષ્ટ લોકો શાસ્ત્રોમાંથી બીજા જ કોઈ પંદર-વીસ શ્લોકો પસંદ કરી નીચે ભાષાંતરમાં મન ફાવે તે લખીને ફરી ફેરવવાનું શરુ કરી શકે છે. અને ક્યાંકનું ક્યાંક કોઈના સામે એ ચાલુ જ હશે. એટલે દૂષણના અંત સિવાય તેમની દુષ્ટતાનો અંત મુશ્કેલ છે, પણ કારણકે આ એ સૌપહેલા તેર શ્લોક કે શ્લોક-સમૂહ હતા જેના સાથે આ જૂઠનો પ્રયોગ કરવામાં આવ્યો હતો, એટલે એનું જૂઠ સામે આવતાં આ સંપ્રદાયની છેતરપીંડીની માનસિકતાની હદ સમાજને ખબર પડી ગઈ છે. હિંદુ સમાજ સમજી ગયો છે કે એક સામાન્ય માણસ પાસે પણ જેટલી સત્યતા કે સાત્વિકતાની અપેક્ષા સમાજ કરે તેટલી અપેક્ષા આ સંપ્રદાયથી કરી શકાય એમ નથી. મતલબ, કોઈ સમૂહ એક આખા સભ્ય સમાજ સાથે આટલા બેફામ જૂઠ આટલા વર્ષો સુધી કેવી રીતે બોલી શકે છે?

✳

પ્રકરણ ૪

વિકૃત પુસ્તકો અને બીભત્સ પ્રવચનોથી સનાતન પર આક્રમણ - ભાગ ૧ : વડતાલ અને BAPS

➢ વડતાલ મૂળ ગાદી સાથે જોડાયેલા સ્વામીઓના વિડિયો

1. નિત્યસ્વરૂપ દાસ સ્વામી :

(I) બ્રહ્મા, વિષ્ણુ અને મહેશના ઉપર અન્ય સ્તર બતાવીને, તેમના ઘણા સ્તરોની ઉપર સનાતન ધર્મના શાસ્ત્રો અને પંચદેવમાં ન આવતો કોઈ "સ્વામિનારાયણ" નામનો ભગવાન બતાવવામાં આવ્યો છે. સ્વામિનારાયણ નામનો આ નવો ભગવાન સૌથી ઉપર સાકાર પરબ્રહ્મ બતાવવામાં આવ્યો છે, જ્યારે સનાતન ધર્મમાં વેદો નિરાકાર પરબ્રહ્મ ૐ દર્શાવે છે. આ નવા સાકાર ઈશ્વરના નીચે અક્ષરબ્રહ્મ નામની એક કલ્પના આપવામાં આવી છે, જેને આ સંપ્રદાયના સ્વામીઓ માટે કહેવામાં આવે છે, તેમના નીચે ત્રીજા સ્તરે આ સંપ્રદાયના બધા અનુયાયી આવે છે, જેને અક્ષર મુક્ત કહેવામાં આવે છે. ત્યારબાદ વેદોના કેટલાક શબ્દો ચોરીને પ્રધાન પુરુષ, વિરાટ પુરુષ જેવા સ્તર બતાવવામાં આવ્યા છે અને તેમના નીચે બ્રહ્મા, વિષ્ણુ, મહેશ બતાવવામાં આવ્યા છે. એટલે કે સહજાનંદને જ ઈશ્વર માનતા સ્વામી સંપ્રદાયના સંન્યાસી અને ગૃહસ્થ અનુયાયી સનાતન ધર્મના બધા વૈદિક ઈશ્વરો અને પંચદેવથી ઉપર છે. એટલે કે તેમના આખા સંપ્રદાયને સનાતન ધર્મના ઉપર બેસાડી દેવાયો છે. નીચેના બે વિડિયોમાં વડતાળ ગાદી સાથે જોડાયેલા સારધાર ધામના નિત્યસ્વરૂપ સ્વામી આ વાત સમજાવી રહ્યા છે અને કહી રહ્યા છે કે "બ્રહ્મા, વિષ્ણુ, મહેશને એ બધા સ્વામિનારાયણના

મેનેજર છે. તેમની આગળ તો બીજા લાખો મેનેજર ખડકી દીધા ભગવાને જેમને કોઈ પૂછતું પણ નથી. આ બધા સ્વામિનારાયણ તરફથી બ્રહ્માંડને સાચવવાનું કાર્ય કરે છે."

વિડિયો લિંક :

https://drive.google.com/file/d/1X5_GrvDHrT5J51WSc9xLzPbLrrSBw-mpN/view?usp=drivesdk

નીચેના વીડિયોમાં એજ નિત્યસ્વરૂપ દાસ કહી રહ્યા છે કે "તેત્રીસ કોટી દેવતાઓના પ્રમુખ ઇન્દ્ર છે. ઇન્દ્રના પ્રમુખ બ્રહ્મા, વિષ્ણુ અને શંકર છે. એમનાથી ઉપર પ્રધાન પુરુષ છે, એનાથી ઉપર વિરાટ પુરુષ છે. અને એનાથી ઉપર આપણા સર્વોપરી સ્વામિનારાયણ ભગવાન છે. આ યાદ રહે, ભુલાઈ ન જાય."

વિડિયો લિંક:

https://drive.google.com/file/d/1-BnZP0GtEvsZb_KLIvFZTQJhQoy-4FrqR/view?usp=drivesdk

(II) આ વિડિયોમાં નિત્યસ્વરૂપ સ્વામી કહી રહ્યા છે કે સહજાનંદ સ્વામી ગોલોકવાસી કે વૈકુંઠવાસી નથી. એ જ સહજાનંદ સ્વામી, જેમણે હરિ કૃષ્ણ મહારાજ સ્વરૂપે પોતાની મૂર્તિ વડતાળ ધામમાં સ્થાપિત કરી, તેઓ આ બધા વૈકુંઠ આદિ ધામો અને તેમના ઈશ્વરો કરતાં પણ ઉપર સર્વોપરી અક્ષરધામવાસી છે. સહજાનંદે મંદિરમાં આવતા લોકોની અંદર આ શ્રદ્ધા સ્થાપિત કરવા માટે પોતાના પંથના સંતોને કહ્યું કે તેઓ વડતાલ મંદિરમાં લક્ષ્મી નારાયણ અને રાધા કૃષ્ણને પોતાના ઇષ્ટ માનીને આવતા હિંદુઓને સમજાવશે કે સહજાનંદ જ એ બધાના સર્વોપરી ભગવાન છે.

વિડિયો લિંક :

https://drive.google.com/file/d/1loFph4ZaYDWN8hfQK-18C7revM-2rjbyM/view?usp=drivesdk

2. બ્રહ્મસ્વરૂપદાસ સ્વામી :

(I) વડતાળના બ્રહ્મસ્વરૂપદાસ નામના સ્વામી પટેલો સહિત અનેક જાતિઓની કુળદેવી ખોડિયાર માતા વિષે કહે છે : "(અમારા) કેટલાક સત્સંગી પોતાની કુળદેવીને છોડી શકતા નથી; તેમને લાગે છે કે આ દેવીઓ નારાજ થઈ શકે છે. પણ તેમને આ અંગે ચિંતા કરવાની જરૂર નથી.

જ્યારે કુળદેવતા જાણે છે કે તેમના વંશનો કોઈ સભ્ય સર્વોપરી પુરુષોત્તમ નારાયણ સહજાનંદનો ભક્ત બની ગયો છે, ત્યારે તેઓ પોતાને ધન્ય માને છે. સ્વામિનારાયણ ભગવાન એકવાર જોબનપગીના ખેતરમાં ગયા અને કંઈક જોઈને પૂછ્યું, 'આ કોણ છે?' જોબનપગીએ ઉત્તર આપ્યો, 'આ મારી કુળદેવી ખોડિયાર માતા છે.' ત્યારે મહારાજે ખોડિયાર માતા પર પાણી છાંટતા કહ્યું, 'આજથી ખોડિયાર માતા પણ અમારા સત્સંગી બની ગયા છે.' ત્યારબાદ શું ખોડિયાર માતા જોબનપગી પર નારાજ થયા? ના, તેઓ નારાજ ના થાય. એ જ વાત છે."

વિડિયો લિંક :

https://drive.google.com/file/d/15gEo_DLRb9oMvp3GK-iCSw915MQ8xyy/view?usp=drivesdk)

(II) નીચેના વિડિયોમાં આ જ બ્રહ્મસ્વરૂપદાસ સ્વામી સનાતન ધર્મના ગૌરવશાળી ગોરખપંથ સંપ્રદાયના સાધુઓને "કાનફટ્ટા રાક્ષસ" કહી રહ્યા છે, અને ગુજરાતના ગોરખનાથ પંથના પૂજનીય સંત ગેબીનાથજીને અસુર કહી રહ્યા છે.

વિડિયો લિંક :

https://drive.google.com/file/d/1-DpQkGEX4-XCcvqwGUK_hZXJuK-4k9mGL/view?usp=drivesdk

3. વડતાળના એક સ્વામી જ્ઞાનદીપઃ

જગતજનની મા અંબિકાને અપ્સરા કહીને તેમના શરીર અને અંગો ઉપાંગો વિષે અશ્લીલ ટિપ્પણી કરે છે. આ સ્વામીને આ માટે સુરતના એક મોલમાં સનાતનીઓએ ફટકાર્યા હતા.

વિડિયો લિંક :

https://drive.google.com/file/d/10KW2t1vXt9o2ZvVfvEduOhzNLrjM-0k2Q/view?usp=drivesdk)

આ જ સ્વામી ફરી વર્ષ ૨૦૨૫માં વિવાદોમાં આવ્યા જ્યારે તેમણે તેમના સંપ્રદાયના પુસ્તકોમાં લખાયેલા ખોટા અર્થઘટન જાહેર કરવાનો પ્રયાસ કર્યો કે જલારામ બાપાનો વીરપુર સ્થિત સદાવ્રત તેમના સંપ્રદાયના સ્વામી ગુણાતીતાનંદના આશીર્વાદથી ચાલે છે. સનાતન ધર્મના ઈશ્વરો સાથે તેમના ભક્તોના જીવનને પણ પોતાના આધીન કરવાનો આ પ્રયાસ ગુજરાતમાં ભારે

વિરોધ પામ્યો. સાથે એ પણ ખબર પડી કે રામભક્ત જલારામ બાપા વિરુદ્ધ આ દૂષિત વાત SGVP ગુરુકુલ - છરોડીના માધવપ્રિયદાસ સ્વામીએ તેમના એક પુસ્તકમાં લખેલી છે.

4. વડતાળ સાથે જોડાયેલા SGVP–મેમનગર ગુરુકુલના હરિસ્વરૂપ દાસ સ્વામીના ત્રણ વિડિયો :

(I) સો-સવા સો વર્ષ પૂર્વે લખાયેલા કોઈ વ્યક્તિના વિકૃત કથનને ઉદ્ધૃત કરીને આ વિડિયોમાં કહેવાઈ રહ્યું છે કે ભગવાન કૃષ્ણ શામળાજી સ્વરૂપમાં ગોપાળાનંદ સ્વામી સાથે રમવા આવતા હતા. છતાં પણ ગોપાળાનંદ જેવા લોકોએ કૃષ્ણ સ્વરૂપનું ધ્યાન છોડીને, રામ સ્વરૂપ અને શિવ સ્વરૂપનું ધ્યાન છોડીને સહજાનંદ સ્વામીનું ધ્યાન કરવાનું શરૂ કરી દીધું. આ જ બતાવે છે કે સહજાનંદ સ્વામી બધા કરતાં સર્વોપરી ભગવાન છે. સનાતન ધર્મના ઈશ્વરોને સંપ્રદાયના કોઈ સ્વામી સાથે રમતા બતાવવું અને પછી કહેવું કે તે સ્વામીએ એ વૈદિક ઈશ્વરોને છોડીને સહજાનંદને ભગવાન તરીકે અપનાવ્યા – એ સનાતન ધર્મના વૈદિક ઈશ્વરોનું અપમાન માત્ર જ નથી, તે હિન્દુઓના ધર્માંતરણનો સ્પષ્ટ પ્રયાસ પણ છે.

વિડિયો લિંક :
https://drive.google.com/file/d/1X2McJVXTk-3tpNayvs-59p_XKp-SQdSg6/view?usp=drivesdk

(II) આ વિડિયોમાં હરિસ્વરૂપ સ્વામી કહી રહ્યા છે કે જે લોકો જીવનમાં એકવાર પણ દારૂ અને ગાંજો પીવે છે તેઓ શિવજીના કૈલાસ ધામમાં જાય છે, તેમને અક્ષરધામમાં સ્થાન નથી મળતું. એ બધા ગાંજો ફૂંકવાવાળા શિવજીના કૈલાસમાં જાય, એમને અક્ષરધામમાં સ્થાન ન મળે. ભગવાન શિવને માત્ર "શિવજી" કહીને સંબોધવું અને તેમના આધ્યાત્મિક દિવ્ય આનંદની અવસ્થા માટે પ્રસિદ્ધ પવિત્ર કૈલાસ ધામનું આવું ઘોર અપમાન કરવું નિંદનીય છે.

વિડિયો લિંક :
https://drive.google.com/file/d/19EKiYW01cjwUBiTozveOCorPppCB-z0jn/view?usp=drivesdk

(III) આ વિડિયોમાં હરિસ્વરૂપ સ્વામી ૨૦૦ વર્ષ પહેલાં ખ્રિસ્તી પાદરીઓના નજીકના સંપર્કમાં રહેલી સહજાનંદ સ્વામીની એ ટોળી દ્વારા

જે સનાતન ધર્મ વિરૂદ્ધ પુસ્તકો લખાયા તેમને ઉદ્ધૃત કરીને નિર્લજ્જતાથી કહી રહ્યા છે કે "આ બધા શાસ્ત્રોમાં (પુસ્તકોમાં) લખ્યું છે, એટલે અમે સહજાનંદ સ્વામીને જ સનાતન ધર્મના બધા વૈદિક ઈશ્વરો અને આરાધ્ય દેવોથી સર્વોપરી માનીએ છીએ." બ્રિટિશ કાળના ગુજરાતમાં અંગ્રેજો અને ખ્રિસ્તી પાદરીઓ સાથેના ગાઢ સંબંધોથી લખાયેલા આવા પુસ્તકો કોઈપણ ભ્રષ્ટ અથવા અસાત્વિક વ્યક્તિ દ્વારા કોઈ વિધર્મીના પ્રભાવમાં જ લખાયેલ હોઈ શકે છે. તે સનાતન ધર્મના ગ્રંથ કે શાસ્ત્ર કહેવાઈ શકે નહીં, ખાસ કરીને ત્યારે જ્યારે તે વેદ, વેદાંગ, ષડ્દર્શન અને અઢાર પુરાણો સુધી વ્યાપેલા સનાતન ધર્મના શાસ્ત્રોમાં સ્થાપિત સકાર પંચદેવ સ્વરૂપના વિરુદ્ધ હોય અને પંચદેવનું અપમાન કરીને તેમની ઉપાસનાને લુપ્ત કરવાની કોશિશ કરી રહ્યા હોય. આવા પુસ્તકો અને આ પ્રકારના નિવેદનો સનાતન ધર્મ અને સનાતની હિંદુ સમાજ પર વિધર્મી આક્રમણ સમાન છે.

વિડિયો લિંક :

https://drive.google.com/file/d/1X5ShMfxIbcYaHnBtn3rhSx94Bz-ths-ja/view?usp=drivesdk

5. સાળંગપુરના હરિપ્રસાદ દાસ સ્વામીના કથન :

(I) એક વિડિયોમાં, વડતાળ સાળંગપુરના હરિપ્રકાશ સ્વામી દેવી દુર્ગા વિષે કહે છે : "કરોડો દેવીઓએ સ્વામિનારાયણની સ્તુતિ કરીને શક્તિ પ્રાપ્ત કરી. તમે દેવીની તસવીર રાખી શકો છો, પરંતુ તેને બાજુમાં રાખો. સિંહાસનનું મુખ્ય સ્થાન હંમેશા સ્વામિનારાયણ ભગવાનનું જ હોવું જોઈએ. તમે તમારી કુળદેવીઓની પૂજા કરી શકો છો, પરંતુ હંમેશા યાદ રાખો કે હું તે નામનો જાપ કરનાર છું જે તેમને (દેવીઓને) શક્તિ આપે છે. અમારા (સ્વામિનારાયણ) મહારાજની શક્તિ આ બધી દેવીઓમાં પ્રવાહિત થાય છે."

વિડિયો લિંક :

https://drive.google.com/file/d/1TljHO8bBy3xxjdYArPqzb1dQGqlz-7jxV/view?usp=sharing)

(II) આ વિડિયોમાં હરિપ્રકાશ સ્વામી ભગવાન કૃષ્ણના પ્રસિદ્ધ ભક્ત નરસિંહ મહેતાની ભક્તિ પર શંકા ઊભી કરાવીને કહે છે: "લોકો કહે છે કે નરસિંહ મહેતાની ભક્તિ સાંભળી તેમની હૂંડી (પુકાર) દ્વારિકાવાળા કૃષ્ણ ભગવાને સ્વીકારી. હવે તે સ્વીકારી કે નહીં સ્વીકારી એ કોઈએ જોયું નથી,

પરંતુ આ સાળંગપુર મંદિરમાં ગોપાળાનંદ સ્વામીના ચમત્કારથી કષ્ટભંજન દેવ રોજ હૂંડી સાંભળે છે, એ તો આપણે બધા જોતાં છીએ." આજ વિકૃત કુતર્ક હિન્દુઓને તેમના ઈશ્વરો વિષે વારંવાર આપવામાં આવે છે કે "તમે તમારા રામ-કૃષ્ણને ક્યાં જોયા છે? અમે તો અમારા ભગવાનને પ્રત્યક્ષ જોયા છે."

વિડિયો લિંક :

https://drive.google.com/file/d/1-KJvuZaENQtrXVKwUQc7H-PrmYvW8GLNP/view?usp=drivesdk

6. કુન્ડલધામના જ્ઞાનજીવન સ્વામી :

આ સ્વામી કહી રહ્યા છે કે સનાતન ધર્મમાં પરમાત્માના પંચદેવ સ્વરૂપોમાંથી એક ગણેશ ભગવાનને સ્વામીનારાયણે વિઘ્નનાશકનું કાર્ય સોંપ્યું છે. તેઓ કહી રહ્યા છે કે "ગણપતિને આ અધિકાર સ્વામીનારાયણે આપ્યો છે, ગણપતિએ છીનવીને લીધો નથી. તેને આ કાર્ય સ્વામિનારાયણ દ્વારા સોંપવામાં આવ્યું છે."

વિડિયો લિંક :

https://drive.google.com/file/d/10vng_Rj_OcJ_E86-K2hgIg_Xd8LaX-Dgs/view?usp=drivesdk

7. સતશ્રી :

આ વિડિયોમાં સંતશ્રી કહી રહ્યા છે કે 'સાળંગપુરમાં હનુમાનજીની કૃપા અને ચમત્કાર તેમના સંપ્રદાયના સ્વામી ગોપાળાનંદના તેજના કારણે છે. હનુમાનજી ગોપાળાનંદ પાસેથી જ શક્તિ મેળવીને ત્યાં ચમત્કાર કરે છે. આ ગોપાળાનંદ બ્રહ્માંડના ઈશ્વર કહેવાતા બ્રહ્મા, વિષ્ણુ અને શંકર કરતાં પણ ઉપર (શ્રેષ્ઠ) છે.'

વિડિયો લિંક :

https://drive.google.com/file/d/1dz_3TDsdIPRKA7dLwAJPOVnSAK-mU8LsU/view?usp=drivesdk

8. રાજકોટ ગુરુકુલના રુગણાથચરણ સ્વામી :

આ પ્રવચન કહે છે કે એક દિવસ ભગવાન શિવ (જેમને આ સ્વામી ફક્ત "શિવજી" કહે છે) સ્વામીનારાયણના દર્શન કરવા આવ્યા. તેમના કક્ષના

દ્વાર પર એક અન્ય શિષ્ય સચ્ચિદાનંદ સ્વામીએ ભગવાન શિવને રોક્યા અને કહ્યું કે કોઈપણ સહજ રીતે ભગવાનને મળી શકતું નથી, ફક્ત સાચા ભક્તોને જ તેમના દર્શનનો અધિકાર મળે છે. જ્યારે શિવજીએ (ભગવાન શિવે) પૂછ્યું કે પોતાની ભક્તિ કેવી રીતે સાબિત કરી શકું, ત્યારે સ્વામીએ ઉત્તર આપ્યો: "તમારે મારી સાથે કુસ્તી લડવી પડશે. જો તમે જીતી ગયા, તો અમે તમને ભગવાનના સાચા ભક્ત માનશું." એક કુસ્તીનો મુકાબલો થયો જેમાં સ્વામીએ શિવને પોતાની બાથમાં નાખીને ખભા પર ઉંચકી લીધા અને ફેંકવા જ જઈ રહ્યા હતા ત્યારે ભગવાન શિવે હાથ જોડીને કહ્યું : "હા, હા. હું માનું છું કે તમે ભગવાનના મારા કરતાં મોટા ભક્ત છો."

વિડિયો લિંક:

https://drive.google.com/file/d/1-elnLT9B-kxkqoxrTi3Pd1lRmn-DY-Iyg/view?usp=drivesdk

9. સુરત ગુરુકુલના ધર્મવલ્લભ સ્વામી :

એક વિડિયોમાં કહે છે : "શું શ્રીકૃષ્ણ ભગવાન હતા? ફોન લગાવો શિશુપાલને. પૂછો! શું કહે છે? શું પાંચ વર્ણસંકર પાંડવોએ કૃષ્ણને પૂજ્યો, એટલે તે ભગવાન થઈ ગયો? તે તો ગોવાળ છે." જોકે આ કહીને તેમણે ઉમેર્યું કે શિશુપાલ જેવા લોકો આજે પણ છે, આપણને આ પર ધ્યાન આપવું નથી. પરંતુ આ વિડિયો પણ વડતાળની પુસ્તકોની જેમ જ બે અર્થ ધરાવે છે. જ્યારે સ્વામી પૂછે છે કે "શું કૃષ્ણ ભગવાન હતા? હતા?" અને પછી શિશુપાલની વાત કરે છે, ત્યારે તેઓ તેમની પુસ્તકોની ભૂમિકાની જેમ જ કૃષ્ણના ભગવાન હોવા પર સવાલ ઊભો કરતા હોય તેવા હાવભાવ જ વ્યક્ત કરે છે.

વિડિયો લિંક :

https://drive.google.com/file/d/1sDHpidht-B5O8VDBPH_ybBFbapcRojBt/view?usp=drivesdk

(*રાજકોટ ગુરુકુલ વડતાળ ગાદી સાથે જોડાયેલું છે, અને સુરત ગુરુકુલ રાજકોટ ગુરુકુલમાંથી ઉત્પન્ન થયેલું છે.)

➢ વિકૃત સાહિત્ય :

અ] પુસ્તક 'શ્રી સ્વામિનારાયણ મહામંત્ર મહિમા' (આચાર્ય શ્રી અજેન્દ્રપ્રસાદજી મહારાજનું ગ્રુપ જે સિદ્ધાંત પક્ષ તરીકે ઓળખાય છે અને અત્યારે આચાર્ય નૃગેન્દ્રપ્રસાદજી વડે ચાલે છે.), પૃષ્ઠ ૨૫-૨૬

પીડીએફ લિંક :

https://drive.google.com/file/d/1HnIpT0xqiU8R7ucgAkqC-2pqbrIn-7VfT/view?usp=drive_link

આવી રીતે તે સભામાં સુંદર ઉપદેશ આપી સર્વેના ગુરુપદ ઉપર બિરાજતા ભગવાન શ્રી સહજાનંદ સ્વામીએ સર્વે સભાને બે હાથ ઊંચા કરી સંબોધતા કહ્યું : " હે વ્હાલા સંતો-ભક્તો ! આજ સુધી સત્સંગમાં સૌ જુદા જુદા નામોથી ભજન-માળા આદિ કરો છો. જેમ કે કોઈ કૃષ્ણ-કૃષ્ણ જપે છે, તો કોઈક રામ-રામ... એમ જપે છે તો કોઈ કપિલ-કપિલ ને કોઈ દત્ત-દત્ત... કહે છે... તો કોઈ નારાયણ-નારાયણ... કરે છે પણ એક જ સંપ્રદાયના સૌ કોઈ ભક્તોનું ભજન તો એક જ મંત્રથી થાય તે જ ઉચિત ગણાય, તો આજે એવા એક સર્વોપરિ મંત્રનો અમો ઉદ્‌ઘોષ કરીએ છીએ કે જે મંત્ર નહિ પણ મહામંત્ર હશે. જે મંત્રને આપ ધ્યાનથી સાંભળો અને હવે પછી માળામાં, ભજનમાં, ધૂન્યમાં એજ મહામંત્રનો જપ કરજો. બીજા અનંત નામ મંત્રો આ સર્વોપરી મહામંત્ર પાસે કેવા જણાય છે તે કહું છું તે સાંભળો...

'વળી વ્હાલે કરી એક વાત, સહુ સાંભળો જન સાક્ષાત; અમારા નામ છે જો અપાર, તેમાં પણ કર્યો નિરધાર.

માર્કંડ ઋષિએ તે જેહ, નામ પાડ્યા છે અમારા એહ; કૃષ્ણ હરિ હરિકૃષ્ણ સાર, નિલકંઠ નામ નિરધાર.

વળી સ્વામી રામાનંદે જેહ, નામ પાડ્યા છે અમારા તેહ; સહજાનંદ સુખનું ધામ, બીજું નારાયણમુનિ નામ.

રૂડું ઘનશ્યામ નામ જેહ, માતા પિતા કહેતા કરી સ્નેહ; એમ નામ અમારા તે બહું, પાડ્યા નોખા નોખા જને સહુ

પણ મુખ્ય અમારું જે નામ, તે તો ભૂલી ગયા છે તમામ; કોઈને હાથ તે આવ્યું નહિ, એહ સારું નામ ગયું રહી...

(પુરુષોત્તમલીલામૃત સુખસાગર : તરંગ ૧૩)

અર્થાત્

"હે ભક્તજનો ! આજ સુધી અમારા ઘણાં નામ પડ્યા છે. જેમ કે નાના હતા ત્યારે ધર્મપિતાને ઘેર આવેલા માર્કંડેય ઋષિએ અમારું નામકરણ કરતા કહેલું કે. આ સૌના ચિત્તને આકર્ષણ પમાડશે માટે આ તેજસ્વી પુત્રનું નામ 'કૃષ્ણ' રાખો, વળી અનંતની વૃત્તિઓને પોતાના સ્વરૂપમાં હરી લેશે

માટે 'હરિ' રાખો ને બંને ગુણ ભેગા થાય તો હરિકૃષ્ણ બને માટે 'હકૃષ્ણિ' રાખો અને તપ-ત્યાગ ને વૈરાગ્યમય એમનું જીવન હશે માટે 'નીલકંઠ' નામ રાખો. વળી નાનપણમાં અમારા મિત્રો-માતાપિતા સૌ અમને 'ઘનશ્યામ' નામથી બોલાવતા. તો ગુરુ શ્રી રામાનંદ સ્વામીએ અમને 'સહજાનંદ' અને 'નારાયણમુનિ' નામથી ઓળખાવ્યા. પરંતુ અમારું મુખ્ય સર્વોપરી નામ હજુ કોઈનાય હાથમાં આવ્યું નથી. જે અમે આજે પ્રકાશ કરીએ છીએ... તો એકાગ્રચિત્તે સાંભળો.'

શ્રી સ્વામિનારાયણ નામ મહામંત્ર પ્રવૃત્તિ હેતુ :

'હવે આજ કરું હું પ્રકાશ, તમે સાંભળો તે સહુ દાસ; સ્વામિનારાયણ મારું નામ, સંભારતા સૌને સુખધામ.

બીજા નામ લે કોઈ અપાર, તોય આવે નહીં એની હાર; સ્વામિનારાયણ નામ સાર, લીએ એકવાર નિરધાર.

તેને અપાર નામનું ફળ, મળે તરત જાણો એ પળ; માટે સૌ જન લેજો વિચારી, આ છે નામ અતિ સુખકારી.

સ્વામિનારાયણ નામ સાર, રટજો સહુ તે નરનાર; સર્વે નારાયણનો હું સ્વામી, માટે રહેજો મને કરભામી.

બીજા નારાયણ નામ ઘણા, કહું નામ થોડાક તે તણા; સૂર્યનારાયણ જે કહેવાય, વૈરાટનારાયણ પણ લેવાય.

લક્ષ્મીનારાયણ નામ કહે છે, નરનારાયણ નામ લહે છે; વાસુદેવનારાયણ સાર, એવા નારાયણ નામ અપાર.

તે સૌ નારાયણનો હું સ્વામી, સહુ રહ્યા મને કરભામી; માટે સ્વામિનારાયણ જેહ, નામ મારું છે કહું છું તેહ.

સર્વોપરિ નામ છે એ સાર, માટે રટજો સહુ નરનાર; એહ નામ રટે જન જેહ, પામે અલૌકિક સુખ તેહ.'

(પુરુષોત્તમલીલામૃત સુખસાગર : તરંગ ૧૩)

અર્થાત્, "હે સંતો-ભક્તો ! નારાયણ નામ તો ઘણા છે જેમ કે

સૂર્યનારાયણ, વૈરાટનારાયણ, લક્ષ્મીનારાયણ, નરનારાયણ, વાસુદેવનારાયણ આદિ... સૌ નારાયણ માત્રના અમો સ્વામી (ઐશ્વર્ય પ્રદાતા) છીએ ને નિયંતા છીએ માટે અમારું નામ 'સ્વામિનારાયણ' છે, તેનું આજથી સૌ કોઈ ભજન અને જપ કરજો. આજ દિવસ પર્યંત તો આપે સર્વે જેને જે ગમ્યું તે નામથી ભગવાનનું ભજન કર્યું પણ આજે અમે અનાદિનું જે અમારું નામ છે તે કહિએ છીએ. જે મંત્રનું ભજન અમારા અક્ષરધામમાં અનંતમુક્તો કરે છે. તેવું મહામહિમાવંતુ એ અમારું નામ છે 'સ્વામિનારાયણ' આ નામ દ્વારા આજથી સર્વેએ ભજન-વ્યક્તિ જે કરવું તે આ મંત્રથી કરવું. આ જે સ્વામિનારાયણ મંત્ર છે તે જેવો બીજો કોઈ મંત્ર બળવાન નથી. આ મંત્રથી ચારેય પુરુષાર્થની સિદ્ધિ થાય છે. આ મંત્રથી તો વાસનાના વમળો તુટી જાય, આ મંત્રથી સદેહે મુક્ત સ્થિતિ પમાય એવો બળવાન આ મંત્ર છે.'

બ] "અક્ષરાનંદ સ્વામીની વાતો" નામનું પુસ્તક, જે વડતાલ લક્ષ્મીનારાયણ દેવ ગાદી સાથે સંકળાયેલ કુડલધામથી પ્રકાશિત થયું છે, તેમાં નીચે મુજબની વાતો લખાયેલ છેઃ

પીડીએફ લિંક :
https://drive.google.com/file/d/1Z4VFk7wj_nZ6c7eJeCU4hKaJdB-D_8GZw/view?usp=sharing

૧. પૃષ્ઠ ૧૦-૧૧

શિવજીને સચ્ચિદાનંદસ્વામી (સહજાનંદની ટોળકીના એક શિષ્ય)માં લીન થતા જોઈ એભલ બાપુએ મહારાજનાં દર્શનનું નિયમ લીધું.

.. અને એભલ ખાચરને બોલાવ્યાં ને મહારાજે પૂછ્યું જે, "એભલ ખાચર ! આજ કેમ નથી જમ્યા ?" એભલ ખાચર કહે, "મહારાજ ! શંકરનાં દર્શનનું નિયમ છે એટલે દર્શન કર્યા વગર જમાય નહીં." પછી મહારાજે આથમણા બારના ઓરડા તથા ઉગમણા બારના ઓરડા તથા ઉત્તરાદા બારના ઓરડા તથા દક્ષણાદા બારના ઓરડામાં, બધા ઓરડાની ઓસરીની કોરે સો શંકરનાં સ્વરૂપ દેખાડ્યાં. અને મહારાજે એભલ ખાચરને કહ્યું જે, "એભલ ખાચર ! આમાં કયા તમારા ગુરુ ? કરો દર્શન." એમ જ્યારે કહ્યું ત્યાં તો સૌના હાથમાં ડાક તથા ડમરું હતા તે લઈને વગાડતા હતા. તે જોઈ એભલ ખાચર વિચારમાં પડ્યા જે, 'આમાં મારા ગુરુ કયા? સૌનાં સરખાં સ્વરૂપ

છે.' પછી તે સૌ શિવનાં સ્વરૂપ સચ્ચિદાનંદસ્વામી (સહજાનંદના એ શિષ્ય જે ભગવાન શિવને કુસ્તીમાં ઉપાડીને પછાડવા જતા હોય છે ત્યારે શિવજી હાથ જોડી દે છે - એવી વાર્તા લખાયેલ છે)માં લીન થયાં. ત્યારે એભલ ખાચરને એમ નિશ્ચય થયો જે, મહારાજથી કોઈ મોટું નથી, માટે આજથી મહારાજનાં દર્શન કર્યા વગર જમવું નહીં.

૨. પૃષ્ઠ ૨૭૧

મહારાજના દર્શને બ્રહ્મા, વિષ્ણુ ને મહેશ આવ્યા: મહારાજ એક વખત (જેતલપુર) માહોલમાં વિરાજમાન હતા અને બ્રહ્મા, વિષ્ણુ ને શંકર, ત્રણે દિવ્યસ્વરૂપે તેજના ગોળારૂપે ત્યાં ઊતર્યા. અને પછી વિમાનમાંથી ઉતરીને નોખે નોખે સ્વરૂપે થઈને મહારાજને દંડવત કરીને પગે લાગ્યા.

૩. પૃષ્ઠ ૩૮૬

એક વખત પર્વતભાઈ સાંતી હાંકતા હતા અને પોતાના મનમાં એમ થયું જે, 'શાસ્ત્રમાં નૃસિંહાવતાર કહ્યો છે તે કેવો હશે ?' તેવો સંકલ્પ તેમના મનમાં થયો. ત્યારે મહારાજે વિચાર કર્યો જે, 'નૃસિંહાવતાર જોવાનો સંકલ્પ કર્યો, માટે તે દેખાડવો પડશે. અને બીજા અવતારનો સંકલ્પ કરશે તો તે પણ દેખાડવો પડશે, માટે ચોવીશે અવતાર દેખાડું.' પછી પર્વતભાઈ સાંતી હાંકતા હતા તેમની આગળ ચોવીશે અવતાર ચાલ્યા જાય. તે જોઈ પર્વતભાઈના મનમાં આશ્ચર્ય થયું અને વિચાર્યું જે, 'આ ચોવીશે અવતારના કારણ કોણ હશે ?' પછી તે ચોવીશે અવતાર મહારાજનાં સ્વરૂપમાં લીન થયા. પછી પર્વતભાઈના મનમાં એમ થયું જે, 'શ્રીજીમહારાજ સર્વ અવતારના અવતારી અને સર્વ અવતારના કારણ છે.' એવો પોતાના મનમાં દૃઢ નિશ્ચય થયો.

૪. પૃષ્ઠ ૪૧૯-૪૨૦

પછી શ્રીજીમહારાજે ગોપાળાનંદસ્વામીને વાત કરી જે, "સ્વામી, આપણે અત્રે આવ્યાનું કારણ તમે જાણો છો ?" ત્યારે સ્વામી કહે, "ના મહારાજ, હું જાણતો નથી." મહારાજ કહે, "તમો આદિક અક્ષરમુક્ત અક્ષરધામમાં બેઠા હતા અને અમે અક્ષરધામમાં વાત કરી છે. આ બ્રહ્માંડ ઘણાક કાળથી સરજાયું છે, પણ કોઈ જીવ અક્ષરધામમાં આવતા નથી. પછી અમે દત્ત તથા કપિલ આદિક અવતારને મોકલ્યા, તે પણ ત્યાં આવ્યા નહીં ને તેમને ભજીને પણ

કોઈ આવ્યું નહીં. પછી ત્રેતાયુગમાં રામચંદ્રજીને મોકલ્યા. તે વખતે માણસની દસ હજાર વરસની આવરદા હતી, પણ પોતે અગિયાર હજાર વરસ સુધી રહ્યા, પણ પોતે એકાંતિક ધર્મ પ્રવર્તાવી શક્યા નહીં. પછી અમે શ્રીકૃષ્ણને મોકલ્યા, તે પણ કલિયુગમાં સો વરસની આયુષ છતાં પોતે સવાસો વરસ રહ્યા. તોપણ એકાંતિક ધર્મ પ્રવર્તાવી શક્યા નહીં. ત્યારે તમે બોલ્યા જે, "હે મહારાજ ! જે જે ધામમાંથી જે જે અવતાર આ પૃથ્વી ઉપર આવે, તેને ભજીને જીવો તે તે ધામને પામે છે. એ તો જ્યારે તમો પુરુષોત્તમ આ પૃથ્વી ઉપર પધારો ત્યારે તે જીવ તમને ભજીને અક્ષરધામમાં આવે.' ત્યારે અમે કહ્યું જે, અમે જ્યારે પૃથ્વી ઉપર પધારીએ ત્યારે તમારે પણ આવવું પડશે. ત્યારે તમે કહ્યું જે, 'અમારું શું કામ છે ?' ત્યારે અમે કહ્યું જે, તમારું કામ તો એટલું જે, તમે ધર્મ પાળીને બીજાને ધર્મ પાળતાં શીખવો. ભક્તિ કરીને ભક્તિ કરતાં શીખવો. ત્યારે તમે બોલ્યા જે, "મહારાજ ! તમે પધારશો ત્યારે અમારે પણ આવ્યા વિના છૂટકો છે ?' માટે તમારા જેવા અક્ષરમુક્ત લઈને અત્રે આવ્યા છીએ."

પછી શ્રીજીમહારાજ બોલ્યા જે, "સ્વામી, આ છ હેતુ માટે આપણે આ પૃથ્વી ઉપર આવ્યા છીએ." પછી મહારાજ કહે :

(૧) જે જે અવતારને આપણે મોકલ્યા તેમને અક્ષરધામમાં લઈ જવા છે. (૨) તેને ભજીને જે જે જ્યાં જ્યાં ગયા હોય તેમને અક્ષરધામમાં લઈ જવા છે. (૩) ને ભક્તિ-ધર્મને એકાંતિક સુખ આપવું. (૪) આ પૃથ્વી વિષે એકાંતિક ધર્મ પ્રવર્તાવવો. (૫) અને સર્વ જીવ-પ્રાણીમાત્રને વિષે સ્વામિનારાયણની નિષ્ઠા પ્રવર્તાવવી. (૬) ને નવા મુમુક્ષુ ઉત્પન્ન કરવા.

ક] વડતાલ ગાદી દ્વારા પ્રકાશિત અને આચાર્ય રાકેશપ્રસાદજીથી પ્રેરિત અધિકૃત ગ્રંથ "શ્રી હરિલીલામૃતમ્ – 1 (કલશ 1, 2, 3)"માંથી લીધેલા કેટલાક અંશ અહીં અપાયા છે:

પીડીએફ લિંક :

https://drive.google.com/file/d/1GTdWUxLs-1OX4mhzO_SHr4B-JHiBQS8Wp/view?usp=sharing

૧) તેવે સમે સૌ સુર વજ્રપાણિ (બ્રહ્મા), પ્રભુ તણો પ્રાદુરભાવ જાણી; અજાદિ (શંકર) તે બેસી વિમાન આવ્યા, સુરાંગનાઓ પણ સંગ લાવ્યા. ગણેશ

ગંગેશ (વિષ્ણુ) રમેશ શેષ, જળેશ (વરુણ) જક્ષેશ (કુબેર) શશી દિનેશઃ દશે દિશાના દિગપાળ દેવ, તહાં પધાર્યા મળી તતખેવ.

અહીં પુસ્તકના સંદર્ભ મુજબ, વજ્રપાણિ એટલે બ્રહ્મા, અજાદિ એટલે બ્રહ્મા, ગંગેશ એટલે વિષ્ણુ, જળેશ એટલે વરુણ, અને જક્ષેશ એટલે કુબેર. (પેજ નંબર ૧૧૫)

અર્થાત, તે સમયે બ્રહ્મા સહિત બધા દેવતાઓ, સહજાનંદના અવતરણનું જ્ઞાન પામી, શંકર અને અન્ય દેવો સાથે વિમાનમાં આવી ભગવાનને તેમાં બેસાડ્યા અને અપ્સરાઓને સાથે લાવ્યા. ગણેશ, વિષ્ણુ, રમેશ, શેષ, વરુણ, કુબેર, શશિ, દિનેશ—દશ દિશાના દસ દિક્પાલો પણ તત્ક્ષણે ત્યાં ઉપસ્થિત થયા.

૨) તમારી દૃષ્ટિ થાય છે, સૃષ્ટિ આ સૃજાય છે, સ્વયંભુ (બ્રહ્મા) વિષ્ણુ શંકરે તમો થકી તનુ ધરે; નિર્દેશને અનુસરે, સૃજે સ્થિતિ પ્રલે કરે. તમે જ સર્વશીશ છો, તમેજ ઈશઈશ છો; સુભક્ત કષ્ટ કાપવા, અનેક સૌખ્ય આપવા. (પેજ ૧૧૮)

અર્થાત, સ્વયંભૂ (બ્રહ્મા), વિષ્ણુ અને શંકર તમારી ઇચ્છાથી શરીર ધારણ કરે છે, તમારો આદેશ પાળે છે અને સર્જન, પાલન તથા સંહારનું કાર્ય કરે છે. (એવી સહજાનંદની સ્તુતિ થઈ રહી છે.)

૩) બ્રહ્માઆદિક ભુવનના રાય, તેણે પૂજ્યા પ્રભુજીના પાય; દિવ્ય ભૂષણ વજ્ર ધરાવ્યાં, સ્નેહે ફરીફરી શીશ નમાવ્યાં. (પેજ ૧૪૮)

અર્થાત, જ્યારે બાળક સહજાનંદ જળમાં સ્નાન અને રમત કરી રહ્યા હતા, ત્યારે અચાનક બ્રહ્મા, વિષ્ણુ અને રુદ્ર ઉપસ્થિત થયા અને પ્રભુના તેજોમય સ્વરૂપનું દર્શન કરવા લાગ્યા.

૪) પ્રભુને તે ઉપર પધરાવી, જલક્રીડા તે કરવા સિધાવી; એવે અવસરે ત્યાં અણધાર્યા, બ્રહ્મા વિષ્ણુ ને રુદ્ર પધાર્યા. આવી ઉભા પ્રભુજીની પાસે, તેનાં રૂપ તેજોમય ભાસે; મહાતેજનું પેખીને પૂર, પડે ઝાંખા શશાંક ને સૂર. એવું તેજ જોઈ સહુ બાઇ, પામી અચરજ અંતરમાંઇ; ભૂલી સર્વે શરીરનું ભાન, સ્થિતિ પામી સમાધિ સમાન, બ્રહ્માઆદિક ભુવનના રાય, તેને પૂજિયા પ્રભુજીના પાય; દિવ્ય ભૂષણ વસ્ત્ર ધરાવ્યા, સંહ ફરી ફરી શીશ નમાવ્યા. (પેજ ૧૪૮)

અર્થાત, સહજાનંદને તેમણે ઉપર બેસાડ્યા, અને જળક્રીડામાં પ્રવૃત્ત કર્યા, એવામાં ત્યાં અચાનક બ્રહ્મા, વિષ્ણુ અને રુદ્ર પધાર્યા. તેઓ સહજાનંદ

પાસે આવીને ઊભા રહ્યા, જેમનું રૂપ તેજોમય હતું, એ મહાન તેજને જોઈને ચંદ્ર અને સુર્ય પણ ફીકા પડી ગયા. એવું તેજ જોઈને બધા દેવી દેવતા આશ્ચર્યથી ભરાઈ ગયા, સૌ એ શરીરનું ભાન ભૂલી સમાધિ પ્રાપ્ત કરી લીધી.

૫) તે સર્વ મુક્ત પુરુષોત્તમના ઉપાસી, રાધાજી લક્ષ્મીસમ શક્તિ અનંત દાસી; સેવે સદૈવ પ્રભુના પદ ચિત્ત ધારી, પામે ન પાર કિરનો મહિમા વિચારી. (પેજ ૧૭૭)

અર્થાત, તમામ મુક્ત આત્માઓ પુરુષોત્તમ નારાયણ સહજાનંદના ઉપાસક છે. રાધા અને લક્ષ્મી જેવી અનંત શક્તિઓ સહજાનંદની સેવા કરે છે, અને તેમના વૈભવનું ચિંતન કરવા છતાં પણ તેઓ તેની પાર નહિ પામી શકે.

૬) રાધાદિ શક્તિ ઘણી ત્યાં કરે ધારી ઝારી, સેવા નિમિત્ત થઈ સાદ ઉભી વિચારી તેણે શરીર શણગાર રુડા ધવા છે, કોઈ કરે કનક થાળ કુલે મચા છે. (પેજ ૧૭૯)

અર્થાત, રાધા અને બીજી શક્તિ જીવંત રૂપે પ્રભુની (સહજાનંદની) સેવા માટે કલશ સાથે ઊભી હતી.

૭) જેને કહે પરમ શંકર મૂર્તિમાન, તે નૃત્ય ત્યાં કરી કરે હરિકીર્તિ ગાન; બ્રહ્મા ચતુર્મુખ વડે શ્રુતિઓ ભણે છે, તે સર્વ મુક્ત પણ સ્નેહ ધરી સુને છે. (પૃષ્ઠ ૧૮૨)

અર્થાત, જેને પરમ શંકર સાકાર સ્વરૂપ કહેવામાં આવ્યું છે, તે હરી (સહજાનંદ) ની સ્તુતિમાં નૃત્ય અને ગાન કરી રહ્યા હતા. ચતુરમુખ બ્રહ્મા વેદોનું પાઠ કરી રહ્યા હતા અને મુક્ત ભક્તો પ્રેમપૂર્વક હરિકથા સાંભળી રહ્યા હતા.

૮) એવે અવસરે બદરીનાથે, પૂરા હેતથી પોતાને હાથે; ધર્મપુત્રનું પૂજન કીધું, ધૂપ દીપ ને નૈવેદ્ય દીધું. પછી આરતી હરિની ઉતારી, સ્તુતિ સ્નેહસહિત ઉચ્ચારી; અહીં અક્ષરપતિ મહારાજ, ધર્યું તન ધર્મસ્થાપન કાજ. (પૃષ્ઠ ૨૪૩)

અર્થાત, તે સમયે સ્વયં બદ્રીનાથે પોતાના હાથે પ્રેમપૂર્વક પ્રભુની પૂજા કરી–ધૂપ, દીપ, નૈવેદ્ય અર્પણ કરીને આરતી કરી અને તેમની સ્તુતિ કરતાં કહ્યું– “અહો! આ અક્ષરધામના સ્વામી મહારાજ ભારત દેશમાં ધર્મસ્થાપના માટે અવતીર્ણ થયા છે અને બધા તીર્થોને પવિત્ર કરશે...”

૯) ઇચ્છા જયરામદાસને આવી, તેથી હરિએ સમાધિ કરાવી. એને દેખાડ્યું. અક્ષરધામ, પૂજે પ્રભુજીને મુક્ત તમામ. મળી મૂતિ પોતાને જેહ,

દીઠી અક્ષરધામમમાં તેહ; બ્રહ્મા વિષ્ણુ ને શંભુ અપાર, ઊભા સ્તવન કરે છે ઉચ્ચાર. (પૃષ્ઠ ૨૭૧)

અર્થાત, તેમણે અક્ષરધામનું દર્શન કરાવ્યું, જ્યાં તમામ મુક્ત આત્માઓ પ્રભુની (સહજાનંદની) ઉપાસના કરતા હતા. ત્યાં તેમણે પોતાની જ મૂર્તિનું દર્શન આપ્યું. અક્ષરધામમાં બ્રહ્મા, વિષ્ણુ અને શંકરે અત્યંત ભક્તિપૂર્વક તેમની સ્તુતિ કરી.

૧૦) શિવે મીઠું ને સાથવો ધર્યો, હરિકૃષ્ણ અંગીકાર કર્યો; તે તો શાળગરામને ધરી, હેતે સહિત જમ્યા પોતે હરી. કહે ભૂપ અહો વરણીશ, આવ્યા શા કારણે ઉમાઈશ? તેનું કારણ કહી સમજાવો, મારો સંશય તે તો તજાવો. કહે વર્ણી સુણો ચિત્ત ધરી, હતા જ્યારે છપૈયામાં હરિ; માતા ભક્તિ પ્રભુને લઈને, નારાયણસર નાં જઈને. બ્રહ્મા વિષ્ણુ ને શંકર દેવ, ત્યાં તો આવ્યા હતા તતખેવ; કથા તે કહી છે તમપાસ, પછી શંભુ ગયા કૈલાસ. દીઠી મૂર્તિ તે ધ્યાનમાં લાવી, બેઠા શંભુ સમાધિ ચડાવી; લાગી લગની પ્રભુપદ ભારી, ઘણે કાળે જાગ્યા ત્રિપુરારી. એવે આવ્યા નારદમુનિ રાય, વંદ્યા ભવને ભવાનીના પાય; શિવે પૂછ્યા સમાચાર જ્યારે, મુનિ નારદ બોલિયા ત્યારે, મૃત્યુલોક જઈને હું આવ્યો, એક સારા સમાચાર લાવ્યો; જે છે અક્ષરધામના વાસી, પુરુષોત્તમ પરમ પ્રકાશી. સર્વ અવતારના અવતારી, જેનાં દર્શન દુર્લભ મારી; તેણે ભૂમિનો હરવાને ભાર, ધર્મઘેર ધર્યો અવતાર. ધરી વર્ણીનો વેપ તે તનમાં, કરે દક્ષિણ દેશના વનમાં તેનાં દર્શનનો લાભ લઈ, અહીં આવ્યો કૃતાર્થ થઈ. સુણી વાત બોલ્યા ત્રિપુરારી, અમે નીરખ્યા છે ભવભયહારી; ના'તાં દીઠા નારાયણસરમાં, ધરી મૂર્તિ મેમે એ જ અંતરમાં. ગયા છે. હિર તીર્થમાં ફરવા, હવે જૈશ ત્યાં દરશન કરવા; સુણી બોલ્યાં પારવતી રાણી, મારી વિનતિ સુણો શૂલપાણી'. વ્રત યજ્ઞ કે તીર્થ આચરવું, સાથે પત્નિને રાખીને કરવું; સર્વ શાસ્ત્રમાં લખિયું છે એમ, પાળતા નથી તમે તે કેમ ? હું નારાયણસર દર્શન કાજ, ગયો જે સમે સુરનો સમાજ; ત્યારે સાથે ન લઈ ગયા અમને, તેમ કરવું તે નવ ઘટે તમને. (પૃષ્ઠ ૨૮૬)

અર્થાત, માતા ભક્તિ પ્રભુને (સહજાનંદને) નારાયણસર લઈ ગયાં, જ્યાં તરત જ બ્રહ્મા, વિષ્ણુ અને શંકર ઉપસ્થિત થયા. મેં તમને આ કથા કહી હતી, ત્યારે શંભુ કૈલાસ તરફ દોડી ગયા. જે મૂર્તિ તેમણે ધ્યાનમાં જોઈ હતી, એ જ મૂર્તિ તેમણે સમાધિમાં પ્રગટ કરી; શંભુએ એ જ સ્વરૂપ ધારણ કરી પ્રભુના (સહજાનંદના) ચરણોમાં મન સ્થિર કર્યું. લાંબા સમય પછી

જ્યારે ત્રિપુરારી જાગ્યા, ત્યારે નારદ ત્યાં આવ્યા; ભવાની સાથે તેમણે શિવને પ્રણામ કર્યો અને શુભ સમાચાર સંભળાવ્યા– "હું મૃત્યુલોકમાંથી તમારા માટે શુભ સમાચાર લાવ્યો છું; અક્ષરધામના સ્વામી પુરુષોત્તમ (સહજાનંદ) અવતીર્ણ થયા છે. તેઓ બધા અવતારોના અવતારી છે, જેમનું દર્શન દુર્લભ છે; તેઓ પૃથ્વીનો મહાભાર ઉતારવા અને ધર્મસ્થાપના કરવા પ્રગટ થયા છે. તેમણે વર્ણી સ્વરૂપ ધારણ કર્યું છે અને દક્ષિણના વનમાં વિહાર કરી રહ્યા છે; તેમના દર્શનથી હું કૃતાર્થ થયો છું."

શિવ બોલ્યા – "મેં પણ એ અદભુત સ્વરૂપ જોયું છે જે સંસારિક ભયનો નાશ કરે છે; જે નારાયણસરમાં પ્રગટ થયા, એ જ મૂર્તિ સાર છે. હવે તેઓ હીર તીર્થમાં વિહાર કરી રહ્યા છે – હું પણ તેમના દર્શન માટે જઈશ."

આ સાંભળી રાણી પાર્વતીએ કહ્યું – "હે ત્રિશૂલધારી! શું હું કંઈ કહી શકું? બધા વ્રત, યજ્ઞ અને તીર્થયાત્રાઓ પત્ની સાથે જ કરવા જોઈએ – આ શાસ્ત્રોમાં સ્પષ્ટ લખ્યું છે; તો પછી તમે તેનું પાલન કેમ નથી કરતા? જ્યારે દેવતાઓ નારાયણસર દર્શન કરવા ગયા હતા, ત્યારે તમે મને સાથે કેમ ન લઈ ગયા? એ વર્તન યોગ્ય નહોતું."

[ખ] કુંડળધામના પુસ્તક "લીલાચરિત્રની વાતો" માંથી

પીડીએફ લિંકઃ

HTTPS://DRIVE.GOOGLE.COM/FILE/D/1Q-VVY7HWZL-QGQW0LRSTKN-NI8QOKHIAF/VIEW?USP=SHARING

૧. પરશુરામ સાધુને મળ્યા અને મહારાજ માટે હાર આપ્યો એકવાર મહારાજના પાંચ સાધુ વિંધ્યાચલની ઝાડીમાં ભૂલા પડી ગયા. તે ક્યાંઈ માર્ગ હાથ આવે નહિ ને મુંઝાણા. ત્યાં એક વડ હેઠે પુરુષ બેઠેલો ભાળ્યો. તે પુરુષ બેઠે બેઠે પાંચ હાથ તો ઊંચો, ને મોટી ને જાડી ભુજાઓ, મોટા ને જાડા પગ, મોટી આંખો, જાડું શરીર, ધોળો રાતાશદાર એવો દેહનો રંગ, એવા પુરુષને ભાળીને સાધુ ડર પામ્યા જે, 'આ કોણ હશે ?' ત્યારે એ પુરુષે સાધુને બોલાવ્યા જે, "તમે આંહીં આવો, બીશો મા." પછી સાધુ તેમની પાસે ગયા. ત્યારે તેમણે કીધું જે, "તમે સ્વામિનારાયણના સાધુ છો, તે હું જાણું છું. ને મહારાજ ગઢડામાં વિરાજે છે, તે તમે આ મારો હાર પહેરાવીને પગે

લાગીને નમસ્કાર કરજો. ”

ત્યારે સાધુ બોલ્યા જે, “મહારાજ પાસે તમારું અમે શું નામ લઈએ ?” ત્યારે એ પુરુષે કીધું જે, “અમારા નામને એ જાણે છે. ” એમ કહીને સાધુને માર્ગ દેખાડ્યો, ને સાધુના પગ ઝાલીને પગે લાગ્યા. પછી ચાલી નીસર્યા. પછી સાધુએ ગઢડે આવીને એ સર્વે વાત કરી, ને મહારાજને હાર આપીને પૂછ્યું જે, “હે મહારાજ ! એ કોણ હતું ?” ત્યારે મહારાજ કહે, “એ તો પરશુરામ હતા.” પછી એ હાર મહારાજે મૂળજી શેઠ પાસે બેઠા હતા તેમને આપ્યો. એ વાત પૂરી થઈ. (પૃષ્ઠ ૧૮૫, વાત - ૧૪૦)

૨. પ્રકૃત્તિપુરુષથી પર અનાદિ અક્ષર છે, એ અક્ષરના પણ નિયંતા એક પરાત્પર મારા શ્રીસહજાનંદસ્વામી છે. એ સર્વે ધામના ધામી છે, સર્વે નામના નામી છે. તેમની બરોબરી કરી શકે એવો કોઈ નથી, તો તેમનાથી અધિક તો બીજો ક્યાંથી હોય ? પૂર્વે ભગવાનના બીજા ઘણા અવતારો થયા છે અને થશે, પરંતુ જે જે અવતારો થયા છે અને થાશે, તે બધા સર્વાવતારી ભગવાન શ્રીસ્વામિનારાયણને અનુસરનારા છે. આ ભગવાન શ્રીસ્વામિનારાયણ બ્રહ્માના આયુષ્ય દરમ્યાન એક જ વખત પધાર્યા છે. એવા અવતારી પુરુષોત્તમનારાયણની ઉપાસના મારા જીવમાં જામી છે. ॥૧૭॥ (પૃષ્ઠ ૨૮૨)

➢ ગોપાળાનંદ અને સાળંગપુર :

વડતાલ ગાદીના સાળંગપુર મંદિરમાં હનુમાનજીને સ્વામિનારાયણના દાસ બતાવતું એક મંદિર બનાવવામાં આવ્યું છે. તે મંદિરમાં એક વાનર આકારની મૂર્તિ છે જેને એક જીવા ખાચર નામના વ્યક્તિના પાળીયામાંથી બનાવવામાં આવી છે. પણ એ મંદિરમાં ક્યાંય ‘જય શ્રીરામ’ લખેલું નથી કે ક્યાંય રામની જય બોલાવાતી નથી, કે નથી ક્યાંય હનુમાન ચાલીસા લખાયેલી. ત્યાં હનુમાન ચાલીસાનો પાઠ પણ નથી થતો કારણ કે હનુમાન ચાલીસામાં તો વારંવાર હનુમાનજી રામના ભક્ત છે અને શિવનો અવતાર છે એ તથ્ય કહેતા રામાયણના વર્ણન છે. એટલે તેમણે એક નવી હનુમાન આરતી તૈયાર કરી છે જેમાં મંદિરની એ વાનર આકૃતિને હનુમાનજી કહેવાયા છે, અને તે સહજાનંદ સ્વામીના સેવક બાતાવાયા છે. સાળંગપુર મંદિરના પ્રાંગણમાં મોટી હનુમાન મૂર્તિ બનાવવામાં આવી છે જેના લલાટ પર સ્વામિનારાયણ સંપ્રદાયનું તિલક છે, અને મૂર્તિના નીચે હનુમાનજી સહજાનંદ તથા તેમના

માતા પિતાની સેવા કરતા હોય તેવા ભીંતચિત્રો મારેલા છે. આ ભીંતચિત્રોના કારણે જ સનાતની સંતો વડે સ્વામિનારાયણ સંપ્રદાય વિરુદ્ધ એક મોટું આંદોલન થઈ ચૂક્યું છે. સંપ્રદાયના ચોપડાઓમાં પણ ઠેર ઠેર હનુમાનજી સહજાનંદ સ્વામીની સેવા કરતાં હોય તેવા ફોટા અને નિરૂપણ છે.

આ રીતે હનુમાનનો ઉપયોગ કરીને સનાતન ધર્મી લોકોને મંદિરમાં બોલાવાય છે અને ત્યાં હનુમાન મારફતે તેમને સ્વામિનારાયણ નામના એક નવા સર્વોપરી ભગવાન સાથે જોડાય છે, જે સનાતન ધર્મના બધા દેવી દેવતાઓ અને ઈશ્વરોના પણ તેમના જ સ્વામીઓની ભાષામાં 'બોસ' છે. પણ એક મૂળભૂત પ્રશ્ન એ છે કે હનુમાન એ કોઈ સામાન્ય વાનરનું નામ નથી કે કોઈપણ વાનર મૂર્તિને તમે હનુમાન કહી શકો. હનુમાનજી રામાયણનું એક પાત્ર છે જે ફક્ત અને ફક્ત રામના ભક્ત છે, તે મહાભારતમાં આવે છે તો પણ રામના જ બીજા અવતાર શ્રીકૃષ્ણને પ્રભુ કહી તેમના કામ જરૂર કરે છે, પણ ભક્તિ રામ સ્વરૂપની જ કરે છે. એ હનુમાનજી છે. જ્યાં રામ નથી, હનુમાન ચાલીસા નથી, રામની જય નથી, ત્યાં હનુમાન પણ નથી. અને હનુમાન રામ સિવાય અન્ય કોઈના સેવક તરીકે તો ક્યારેય ન હોઈ શકે. સંપ્રદાયના સ્વામીઓ તેમની કથામાં હનુમાનજીની મહિમા પણ એ રીતે ગાય છે કે 'સેવક થવું તો હનુમાન જેવા થવું. તેણે રામની પણ સેવા કરી, કૃષ્ણની પણ સેવા કરી અને સ્વામિનારાયણ ભગવાનની પણ કરી.'

સહજાનંદ સ્વામીની એ સમયની ટોળકીમાં રહેલા તેમના એક શિષ્ય ગોપાળાનંદ સ્વામીએ જીવા ખાચર નામના એક કાઠી દરબારના પાળિયામાંથી એ વાનર મૂર્તિ બનાવી હતી - એવું સંપ્રદાયના પુસ્તકો કહે છે. આ ગોપાળાનંદની વાતોના પુસ્તકમાં અને અન્ય સ્થાને ગોપાળાનંદનું નામ લઈને જ સનાતન ધર્મના આરાધ્ય દેવો વિરૂધ્ધ વિકૃત વાતો લખી છે. સ્વામિનારાયણ મંદિર કચ્છ-ભુજનું વચનામૃત પૃષ્ઠ ૧૯૩ પર કહે છે, "પછી વળી ગોપાળાનંદ સ્વામીએ પૂછ્યું જે, 'શિવજી ઉર્ધ્વરેતા હતા પણ મોહિનીરૂપને જોઇને વીર્યપાત થયો, તેમ જેના દેહમાં વીર્ય હોય અને તેને જાગ્રતમાં અથવા સ્વપ્રમાં સ્ત્રીનો યોગ થાય ત્યારે વીર્યપાત થયા વિના રહે નહિ, માટે જ્યાં સુધી દેહમાં વીર્ય હોય ત્યાં સુધી નિષ્કામી કેમ કહેવાય? પછી શ્રીજીમહારાજ (સહજાનંદ) બોલ્યા જે, શિવજીને પણ એટલી યોગકળામાં ખોટ કહેવાય છે અને જેને જાગ્રત અથવા સ્વપ્રને યોગે કરીને સ્ત્રીના સંકલ્પ થકી વીર્યપાત થાય તો તેને પાકો બ્રહ્મચારી કહેવાય નહિ...'"

ક્યાંક ક્યાંક એવા લખાણો પણ છે કે આ ગોપાળાનંદ સ્વામી એવડા મોટા યોગી છે કે શ્રીકૃષ્ણ અને હનુમાનજીને પણ યોગ શક્તિ એમનાથી મળે છે. એટલે આ સંપ્રદાયની વિકૃતિ બહાર લાવનાર સનાતની યોધ્ધાઓએ આ ગોપાળાનંદનું નામ ગપગોળાનંદ પાડેલું. આ સંપ્રદાયના પુસ્તકોમાં લખાયેલું છે કે ગોપાળાનંદ સ્વામીએ સાળંગપુરવાળી આ વાનર આકારની મૂર્તિને પોતાની શક્તિથી સિદ્ધ કરી અને તેને મંદિરમાં મૂકી. પછી પોતાના કોઈ શિષ્ય ગોવિંદાનંદને કહ્યું, 'જાઓ, એ મૂર્તિના દર્શન કરતા આવો.' ગોવિંદાનંદ ત્યાં જઈને મૂર્તિને પગે લાગવા બેઠા અને હાથ જોડવા ગયા, ત્યારે એ મૂર્તિ (સંપ્રદાયના લખાણોમાં હનુમાનજી) તેમના હાથ પકડીને બોલી ઉઠી, 'તમારે મારા સામે હાથ નહિ જોડવાના. તમે પણ ગોપાળાનંદના સેવક છો, અને હું પણ ગોપાળાનંદનો સેવક છું. આપણે તો ગુરુભાઈ કહેવાઈએ.' એક બીજા પ્રસંગમાં ગોપાળાનંદની ભક્તિથી કે કોઈ ક્રિયાથી એ મૂર્તિ ધ્રૂજવા લાગી, અને ગોપાળાનંદના પગે પડી હતી. પણ જેમ આગળ આપણે કહ્યું તેમ જો એ મૂર્તિ ભગવાન રામના સ્થાને ઇસ ૧૮૨૦માં અંગ્રેજોના શાસનવાળા ગુજરાતમાં અંગ્રેજો સાથે ઘનિષ્ઠ સબંધ રાખી પોતે સનાતન ધર્મના વૈદિક પંચદેવથી ઉપર સર્વોપરી ભગવાન બની બેઠેલા કોઈ પોંડ્રકની ભક્ત હોય, તો તે વાનર આકૃતિને હનુમાન કહેવા એ રામ ભક્ત હનુમાનજીનું અપમાન છે. એવો એક હનુમાન ભાગવત પુરાણમાં ઉલ્લેખિત પોંડ્રક પાસે પણ હતો, જે અસલમ દ્વિજ નામનો એક રાક્ષસ હતો. હનુમાનજી તો એ રામ ભક્ત પાત્ર છે, જે રામાયણમાં સંસાર સામે આવે છે, અને તે ભગવાન રામ સિવાય બીજા કોઈની ભક્તિ સ્વીકારતા નથી.

➢ BAPS નું સાહિત્ય :

અ] "નીલકંઠ ચરિત્ર" પુસ્તકની ભષ્ટ વાતો

પીડીએફ લિંક :

https://drive.google.com/file/d/1AgHdjqNUsdLo3-4tI1vLLgFuS0B3h-DkD/view?usp=sharing

૧. વડ નીચે પદ્માસન વાળીને તેઓ બિરાજ્યા. વર્ણી (સહજાનંદ) જ્યારે ધ્યાનમાંથી જાગ્યા, ત્યારે તેમણે હનુમાનજીને સામે બેઠેલા જોયા. તેમના

સામું જોઈ હસીને વર્ણીએ પૂછ્યું : 'તમે ક્યારના આવ્યા છો?' હનુમાનજીએ કહ્યું: 'મહારાજ ! આપનાં નિત્ય દર્શન કરવાનો મારો નિયમ છે. તે નિયમ અનુસાર આજે અયોધ્યામાં આપને ઘેર ગયો પણ આપ ત્યાં ન હતા તેથી સરયુ તટે આવ્યો. ત્યાં પણ આપને ન જોયા. પછી ધ્યાનમાં જોયું તો આપ આ તરફ પધાર્યા છો તે જાણી અહીં આવ્યો. હવે આપની આજ્ઞા હોય તો આપની સાથે સેવામાં રહું.' તેમનાં આ વચન સાંભળી વર્ણિએ તેમને કહ્યું : 'હમણાં તો એકલા જ વિચરણ કરવાનો મારો વિચાર છે માટે હું યાદ કરું ત્યારે આવજો; અયોધ્યામાં સ્વજનોને કુશળ સમાચાર આપજો.' એટલું કહી પોતે પાછા ધ્યાનમગ્ન બની ગયા. (પૃષ્ઠ ૨)

૨. નીલકંઠવર્ણી (સહજાનંદ) નર-નારાયણના આ બદરિકાશ્રમમાં પધાર્યા. આ બ્રહ્માંડના ભોમિયા નરનારાયણે પોતાનાં પચાસ વર્ષ અને દોઢ પહોર સુધી એક પગે ઊભા રહીને સ્તુતિ કરી હતી ત્યારે પર્ણપરષોત્તમ નારાયણ પૃથ્વી ઉપર પ્રગટ થયા હતા. નરનારાયણની આ તપશ્ચર્યાનું ફળ આપવા જ સાક્ષાત્ પુરુષોત્તમ આજે નીલકંઠ વેષે અહીં પધાર્યા હતા. નરનારાયણ ઋષિએ હર્ષઘેલા થઈને નીલકંઠવર્ણીની (સહજાનંદની) ગદ્ગદ કંઠે સ્તુતિ કરીને નીલકંઠને કહ્યું : 'આપનો પ્રતાપ કોઈ જાણતા નથી. આપના પ્રતાપથી જ અમારી મોટપ છે. આપનાથી અમને જે મોટા માને છે તે ખરેખર આપના પ્રતાપને જાણતા જ નથી.'

....તેમની સેવાઓ સ્વીકારીને નીલકંઠે વિદાય લેતાં લેતાં નરનારાયણ ઋષિને સંબોધીને કહ્યું : 'ઋષિવર્ય ! તમે મારી ખૂબ સેવા કરી છે. તેથી તમારી મૂર્તિની સ્થાપના હું ભારતખંડમાં જરૂર કરીશ.' (પૃષ્ઠ ૧૪)

૩. મહાકાલીનો ઉપાસક પિબેક મૂળ તો એક મુમુક્ષુ બ્રાહ્મણ હતો. પરંતુ ખરાબ સોબતથી તે બહુ ખરાબ થઈ ગયો.માંસ-મચ્છી ખાવા લાગ્યો. ભાંગ, દારૂ પીવા લાગ્યો. દેવીની ઉપાસના કરતો. ભૂત-ભૈરવની સાધના કરતો.

... પિબેકને જોઈને સિદ્ધ બાવાઓ થરથર ધ્રૂજવા લાગ્યા. તે સૌ ઊઠીને પિબેકના શરણે જવાની તૈયારી કરવા લાગ્યા. નીલકંઠે (સહજાનંદે) તેમને શાંતિથી કહ્યું : 'તમે કેમ ચાલવામાંડ્યા ? આવા મલિન દેવ-દેવીઓના (મહાકાળીના) ઉપાસકથી કેમ બીઓ છો ?' (પૃષ્ઠ ૩૫)

૪. તંબોળીએ પછ્યું, 'વર્ણીરાજ ! રીંછ તમારી પાસે આવીને કેમ શાંત થઈ ગયો ? શા માટે રોતો હતો ? કોણ હતો એ ! તમને નમન કરીને કેમ ચાલ્યો ગયો ?'

નીલકંઠે (સહજાનંદે) કહ્યું, 'તેનું નામ જાંબુવાન. કૃષ્ણના સમયમાં તેણે કૃષ્ણની સેવા કરેલી. પરંતુ મનમાં શંકા રહી ગયેલી તેથી ભટક્યા કરતો હતો. આજે તેનું કલ્યાણ થયું. આ રીંછ હવે આ દેહનો ત્યાગ કરી દેશે. મનુષ્યરૂપે સત્સંગમાં જન્મશે. અમારો તેને યોગ થશે. અને અક્ષરધામ પામશે.' (પૃષ્ઠ ૪૬)

૫. આમ વિચાર કરે છે ત્યાં કાપડી બાવો અને બાવીના વેશે એક પુરુષ અને સ્ત્રી પોઠિયા પર બેસીને આવ્યાં. આ ઘોર જંગલમાં માનવીનો કદી પ્રવેશ પણ ન થયો હોય ત્યાં આ વળી કોણ આવ્યું ? નીલકંઠે (સહજાનંદે) તેમનો પરિચયમાંગ્યો. સ્ત્રીએ કહ્યું : 'આ શિવજી છે અને હું સતી છું. આપ આટલા દિવસથી ભૂખ્યા છો તેથી આપના માટે સાથવો લાવ્યા છીએ.' નીલકંઠને (સહજાનંદને) મીઠું અને સાથવો આપ્યો. શાલિગ્રામને ધરીને નીલકંઠ મીઠું અને સાથવો જમ્યા. નીલકંઠની સેવા કર્યાથી શિવપાર્વતી અત્યંત આનંદિત થઈ ગયાં. પછી પ્રણામ કરી, નીલકંઠના આશિષ લઈ આકાશમાર્ગે અદૃશ્ય થઈ ગયાં. (પૃષ્ઠ ૬૩)

બ] "સહજાનંદ ચરિત્ર" પુસ્તકની ભ્રષ્ટ વાતોઃ

પીડીએફ લિંક :
https://drive.google.com/file/d/13v0xW63Mmv6MZGPFZ9ZBQpAQl-0ZBIYiA/view?usp=sharing

૧. રામાનંદ સ્વામીએ કહ્યું, 'આ સહજાનંદ સ્વામીમાં સર્વે અવતારો સમાયેલા છે. તેઓ અવતારના પણ અવતારી અને સર્વના કારણ છે.' (પૃષ્ઠ ૩)

૨. ત્યારે શારદાદેવીએ કહ્યું, "તું શા માટે ઘેરથી નીકળ્યો હતો? તારે ભગવાન જોઈતા હતા ને? વળી, કન્યા મળતી હતી છતાં શા સારુ બ્રહ્મચારી રહ્યો! ભગવાન જોઈતા હતા માટે. એમ ઘણો ઉપદેશ દઈ દેવીએ અંતે કહ્યું : 'સ્વામિનારાયણ તો ઇંદ્ર, ચંદ્ર, વિષ્ણુ, મહેશ વગેરે સર્વે દેવોના સ્વામી તથા મારા પણ ઉપાસ્ય છે. તે કોઈથી જીતી શકાય તેવા નથી. મારા જેવી કેટલીય દેવીઓ તેમના ચરણની સેવા ઇચ્છે છે. આશ્રિત થા. ત્યાગી થઈને તેમને જ્ઞાન, સેવા અને ભક્તિથી રાજી કરી લે.' (પૃષ્ઠ ૧૦)

૩. સંતદાસજીએ કહ્યું, 'સમાધિમાં અક્ષરધામમાં ગયો હતો. ત્યાં દિવ્ય સિંહાસન પર મહારાજને (સહજાનંદને) બિરાજમાન જોયા અને ત્યાં સેવામાં

ઊભેલા ગરુ રામાનંદ સ્વામીને સ્તુતિ કરતા જોયા. શિવ, બ્રહ્માદિક અનંત દેવો, ઋષિઓ અને અવતારોને મહારાજની (સહજાનંદની) એક પગે ઊભા રહી સ્તુતિ કરતા જોયા. (પૃષ્ઠ ૧૫)

૪. આ સાંભળી મહારાજે (સહજાનંદે) કહ્યું,.... 'દસ અવતારો, ચાર વ્યૂહ, ચોવીસ મૂર્તિઓ અને બ્રહ્મા, વિષ્ણુ અને મહેશ એક એક બ્રહ્માંડમાં રહ્યા છે, તેવા અનંત બ્રહ્માંડોને મૂળજી ધરી રહ્યા છે. મૂળજી તો મૂળ માયા, મૂળ પુરુષ, તે સર્વથી પર છે, તે તમારે ઘેર પુત્રરૂપે પ્રગટ થયા છે.' (પૃષ્ઠ ૪૧)

૫. ત્યાં તો મહારાજ (સહજાનંદ) નિસરણીના પગથિયે આવીને બોલ્યા: 'હું સહજાનંદ આ રહ્યો. અહીં જ છું. તમારી પાસે આવું છું.' એમ કહી મહારાજ નીચે ઊતર્યા. જગજીવને કટાક્ષમાં પૂછ્યું : 'તમે પરમેશ્વર છો? શું તમે જ રાધા અને લક્ષ્મીના પતિ છો?'

'હા, હું જ સચ્ચિદાનંદ પરબ્રહ્મ પુરુષોત્તમ છું. હું જ રાધા-લક્ષ્મીનો નાથ છું. શાસ્ત્રોમાં મારો મહિમા કહ્યો છે.' (સહજાનંદે કહ્યું.) (પૃષ્ઠ ૫૬)

૬. મહારાજ (સહજાનંદ) જીવાખાચરના દરબારમાં સંતો તથા હરિભક્તોની સભા કરીને બેઠા. ત્યાં એક જોગી તદન દિગંબર અવસ્થામાં આવ્યા. નગ્ન, માથે જટા, હાથમાં ત્રિશુળ અને શાંત, પણ સહેજ ઉગ્ર મુખ. આવા જોગીને જોઈ સુરાખાચરના મોઢામાંથી નીકળી ગયું, 'ગધેડીનો બાવો ! વસ્ત્ર વગર નાગો ફરે છે.' બાવો કંઈ બોલ્યો નહિ. મહારાજને (સહજાનંદને) પગે લાગી પાછો ફર્યો.

મહારાજે (સહજાનંદે) કહ્યું, 'સુરાખાચર, તમે અપશબ્દ કેમ બોલ્યા ?'

સુરાખાચર કહે, 'મહારાજ ! એ તો અમારી કાઠીની રીત કહેવાય. નિંદા, સ્તુતિ જે કાંઈ બોલવું હોય તે ગધેડી શબ્દથી શરૂ કરીને કહેવાય. કાઠી માત્ર 'ગધેડી' શબ્દ બોલવા શીખે ત્યારે જ બધું ભણી પરવાર્યા કહેવાય.'

મહારાજ (સહજાનંદ) કહે, 'તમને ખબર છે ? સાક્ષાત્ શિવજી બાવાનું રૂપ ધરીને દર્શને આવ્યા હતા. માટે આજથી નિયમ લ્યો. કોઈ સત્સંગીએ ઊતરતી વાણી, અપશબ્દ કે ગાળ ન બોલવી.' (પૃષ્ઠ ૬૮)

૭. તેથી મહારાજ (સહજાનંદ) પરભાવમાં ઘણી વાતો પોતાના સર્વોપરીપણાની કરતા. મહારાજ લોયા, નાગડકા અને પંચાળામાં લગભગ આઠેક મહિના પરમહંસોને પોતાની પાસે રાખી પોતાના સર્વોપરીપણાની વાત કરી. 'અક્ષરધામ એ સર્વ ધામોથી પર છે. તેમાં માયાનો ભાવ નથી. સ્ત્રી-પુરુષનો ભાવ નથી. અગ્નિ, વરુણ, વાયુ, ઇન્દ્ર, સૂર્ય, બ્રહ્મા, વિષ્ણુ, મહેશ,

અનિરુદ્ધ, પ્રદ્યુમ્ન, વાસુદેવ, રામચંદ્ર, નરનારાયણ, શ્રીકૃષ્ણ, વૈરાજપુરુષ... આદિ સર્વથી પર અમારું અક્ષરબ્રહ્મ છે. તેથી પણ પર હું છું. પણ તમને સૌને સુખ મળે એટલા માટે મનુષ્ય જેવો હું થયો છું. મારો અવતાર તો અવિદ્યાનો નાશ કરવા અને સૌને એકાંતિકી સ્થિતિ પમાડી, આત્યંતિક કલ્યાણ કરવા થયો છે.' (પૃષ્ઠ ૮૩-૮૪)

૮. ત્યારે કેટલાક પરમહંસોએ (સહજાનંદને) કહ્યું, 'મહારાજ ! આપને દત્ત, કપિલ, વ્યાસ જેવા કહ્યા છે.' જ્યારે કેટલાકે કહ્યું, 'મહારાજ ! અમે આપને અવતાર જેવા કહ્યા છે.'

આ સાંભળી મહારાજે (સહજાનંદે) મરમમાં સ્મિત કરતાં કહ્યું, 'બહુ સારું કર્યું.' પછી દૃષ્ટાંત આપતા મહારાજ બોલ્યા, "સાવ કબૂતરના કબૂતર રહ્યા. જમવામાં દૂધપાક, માલપુઆ, પુરી, શાક, કઠોળ, કઢી, ભાત અને સાથે મૂળા ખાધા હોય પછી જ્યારે પણ ઓડકાર આવે ત્યારે બધી વસ્તુનો સ્વાદ દબાઈ જાય અને મૂળાનો ઓડકાર આવ્યા વિના રહેતો નથી. તેમ મેં તમને અમારા સ્વરૂપની આટલી આટલી વાતો કરી છતાંય તમને ગમ પડી નહિ? સાવ કબૂતરના કબૂતર રહ્યા. જો મારો સર્વોપરીપણાનો મહિમા સમજાયો હોય તો કહ્યા વગર કેમ રહેવાય?' આમ ટકોર કરી.

જે પરમહંસોએ મહારાજને અવતારાદિક જેવા કહ્યા હતા, તેમને પોતાની ભુલ સમજાઈ. જેમણે મહારાજને સર્વોપરી, સર્વ અવતારના અવતારી તરીકે ઓળખ્યા હતા, તેમને બહુ આનંદ થયો. (પૃષ્ઠ ૮૪)

૯. ત્યાં મહારાજે (સહજાનંદે) તેની સામે દૃષ્ટિ કરી. તેને ચરણારવિંદમાંથી તેજનો સમૂહ નીકળતો દેખાયો. અનંત બ્રહ્માંડોને લીન કરી નાંખે તેવું તેજ હતું. તેને સમાધિ થઈ, સમાધિમાં અક્ષરધામ દેખાયું. દિવ્ય સિંહાસન પર મહારાજ બેઠેલા જોયા. બધા અવતારો અને મુક્તોને મહારાજની સેવામાં જોયા. તેને અનંત શિવજી મહારાજની સેવામાં દેખાયા.

બ્રાહ્મણ શંકરનો ઉપાસક હતો. તેથી શંકરે તેને કહ્યું, 'શ્રીજીમહારાજ (સહજાનંદ) તો સર્વ અવતારના અવતારી અને સર્વ કારણના કારણ પુરુષોત્તમ નારાયણ છે. માટે તું એમનો આશરો કરી તેમનું ભજન કર. તો તને અક્ષરધામની પ્રાપ્તિ થશે.' (પૃષ્ઠ 86-87)

૧૦. (સહજાનંદે) માથે પાઘ ધારણ કરી. પછી કહ્યું, 'બોલો, હવે અમને કેવા કહેશો ? સાધુરૂપ કે રાજારૂપ ?'

ત્યારે સૌ બોલ્યા, 'મહારાજ! આ તો બેમાંથી એકેય ન કહેવાય.' ત્યારે

મહારાજે (સહજાનંદે) કહ્યું, 'અમ જેવા તો અમે એક જ. આગલ્યા બધા તો અવતાર અને અમે અવતારી.'

સૌ સાનમાં સમજી ગયા. બધાને નિશ્ચય થઈ ગયો. અવતાર અને અવતારીનો ભેદ સમજાઈ ગયો. (પૃષ્ઠ ૧૧૩)

ક] "અક્ષરપુરુષોત્તમ ઉપાસના" પુસ્તકની વિકૃત વાતો

પીડીએફ લિંક :
https://drive.google.com/file/d/1hFuDv9UKCCh2Whvk_T-ZZr-RIei-HdPIK/view?usp=sharing

૧. "મહારાજને (સહજાનંદને) પુરુષોત્તમ જાણ્યા વિના અક્ષરધામમાં જવાય નહિ." (પેજ ૨૮) ..."અને હમણે સત્સંગમાં રહેતો હશે અને શાસ્ત્રના વચનમાં પણ રહેતો હશે અને તેને જો ભગવદ સ્વરૂપની નિષ્ઠા પાકી નહિ હોય તો તે જ્યારે દેહ છોડશે ત્યારે કાં તો બ્રહ્માના લોકમાં જશે ને કાં તો કોઈ બીજા દેવતાના લોકમાં જશે, પણ તે પુરુષોત્તમ ભગવાનના (સહજાનંદના) ધામને વિષે નહિ જાય. તે માટે પોતાને સાક્ષાત મળ્યું જે ભગવાનનું સ્વરૂપ તે (સહજાનંદ) સદા દિવ્ય સાકારમૂર્તિને સર્વ અવતારનું કારણ અવતારી એવું જાણવું અને જો એમ ન જાણે ને નિરાકાર જાણે ને બીજા અવતાર જેવા જાણે તો એનો દ્રોહ કર્યો કહેવાય." (પેજ ૨૯)

૨. "આ વાત સદ્‌ગુરુ નિષ્કુળાનંદ સ્વામીએ સ્પષ્ટપણે સમજાવી છે; 'બ્રહ્મા રાખ્યા સત્યલોકમાં, શિવને રાખ્યા કૈલાસ; વિષ્ણુને રાખ્યા વૈકુંઠમાં, એમ આપ્યો જુજવો નિવાસ. ઇન્દ્ર રાખ્યો અમરાવતી, શેશજી રાખ્યા પાતાળ; જ્યાં જ્યાં કરી હરિએ (સહજાનંદે) આજ્ઞા, તીય રહ્યા સદાકાળ. બદ્રીતળે રાખ્યા ઋષિશ્વર. નીરન્નમુક્ત રાખ્યા શ્વેતધ્વીપમાં; ગોપીગોપ રાખ્યા ગોલોકે, રાખ્યા મુક્ત અક્ષર સમીપમાં.'

અક્ષરધામ સિવાય આ સર્વે લોક માયાની અંદર જ આવેલ છે, તેથી ત્યાં ત્રિવિધ તાપ પણ છે. પરંતુ અક્ષરધામ માયાથી પર હોવાથી ત્યાં ત્રિવિધ તાપ નથી. પરિણામે, ત્યાંનું સુખ પણ અતિ અધિક છે.

તે સમજાવતા શ્રીજી મહારાજ કહે છે : 'પશુના સુખથી મનુષ્યમાં અધિક સુખ છે ને તે કરતાં રાજાનું સુખ અધિક છે, ને તેથી દેવતાનું સુખ અધિક છે, ને તેથી ઈન્દ્રનું અધિક છે ને તેથી બૃહસ્પતિનું ને તેથી બ્રહ્માનું ને

તેથી વૈકુંઠલોકનું ને તેથી ગોલોકનું સુખ તે અધિક છે. અને તેથી ભગવાનના (સહજાનંદના) અક્ષરધામનું સુખ અતિ અધિક છે.'

તેથી તો શ્રીજી મહારાજ કહે છે, 'જે ભગવાનનું અક્ષરધામ છે તેની આગળ બીજા જે દેવતાના લોક છે તેને મોક્ષધર્મને વિષે નરક તુલ્ય કહ્યા છે.' વળી, અક્ષરધામ સિવાયના અન્ય સ્થાનકો નાશવંત છે, જ્યારે અક્ષરધામ તો અવિનાશી છે. (પેજ ૨૯, ૩૦)

બીજા ધામો નાશવંત હોવાથી ત્યાં ગયા પછી પણ પાછું પડવાનું છે. પણ અક્ષરધામમાં ગયા પછી પુનરાગમન નથી. .... બીજા ધામોની અવધિ છે. દાત. ગોલોક, વૈકુંઠ વગેરે અમુક જોજન સુધી વિસ્તરેલાં છે - એવું શાસ્ત્રોમાં વર્ણન છે. જ્યારે અક્ષરધામની અવધિ નથી, એ અધો-ઉર્ધ્વ અને પ્રમાણો રહિત છે. બીજા ધામોના વર્ણનમાંમાંનીમય મહોલો, રત્નો વગેરે લૌકિક પદાર્થો છે, જ્યારે અક્ષરધામમાં સર્વત્ર અલૌકિક દિવ્ય તેજ છે અને એ તેજના સમુહમાં પુરુષોત્તમ, અક્ષર અને અક્ષરમુકતો છે. (પેજ ૩૧)

૩. શ્રીજી મહારાજે જુના ખરડામાં લખાવ્યું છેઃ 'દુસરા અવતાર હૈ સો કાર્ય-કારણ અવતાર હુઆ હૈ, ઔર મેરા યહ અવતાર હૈ સો તો જીવોકું બ્રહ્મરૂપ કરકે આત્યંતિક મુક્તિ દેને કે વાસ્તે અક્ષરાતીત પુરુષોત્તમ જો હમ મનુષ્ય જેસા બન્યા હૂં.' એટલે કે પૂર્વ શ્રીકૃષ્ણ પર્યંત સર્વ અવતારો કોઈ કાર્ય નિમિત્તે (અસુરોના સંહાર વગેરે માટે) થયા હતા અને એ કાર્ય પૂરું થતાં જ પૃથ્વી પરથી અંતર્ધાન થઈ ગયા. પણ ભગવાન સ્વામિનારાયણ તો જીવોને બ્રહ્મરૂપ કરવા અને તેમનું આત્યંતિક કલ્યાણ કરવા જ પધાર્યા હતા. (પેજ ૩૩)

૪. 'આ સત્સંગને વિષે જે ભગવાન વિરાજે છે (સહજાનંદ) તે જ ભગવાનમાંથી સર્વે અવતાર થયા છે."

તેમને કોઈ પૂછે કે શ્રીજી મહારાજના સર્વોપરી મહિમાની વાતો તો શાસ્ત્રોમાં નથી. તો તેઓ કહેતા કે શાસ્ત્રોમાં આ વાત ક્યાંથી હોય? 'જન્મ થયા મોર શાદી ક્યાંથી લખાય? તેમ પુરુષોત્તમ આવ્યા નહોતા તેની વાત શાસ્ત્રોમાં ક્યાંથી લખાણી હોય?' શ્રીજી મહારાજ આ પહેલાં આ લોકમાં પધાર્યા જ નહોતા, તો તેમની વાત શાસ્ત્રમાં મળે જ કેમ? (પેજ ૩૪, ૩૫)

૫. પૂર્વના અવતારમાં જેમાં જેટલું ઐશ્વર્ય છે તેમાં તેટલા જીવ તણાય છે. આજ તો સર્વ અવતારના અવતારી ને સર્વ કારણના કારણ એવા જે પુરુષોત્તમ (સહજાનંદ) છે તે જ પધાર્યા છે.

વાદી, ફૂલવાદી ને ગારડી, તેમાં વાદી હોય તે તો ગરીબ સાપ હોય તેને ઝાલે, ને ફૂલવાદી હોય તે તો હાથ આવે તો ઝાલે, નહિ તો લુગડાના છેડાને વળ દઈને મારી નાખે, ને ગારડી હોય તેની આગળ તો ગમે તેવો મણીધર હોય તે પણ ડોલ્યા કરે. .... દત્તાત્રેય, કપિલ તે તો વાળીને ઠેકાણે છે, તે તો મુમુક્ષુ હોય તેનું કલ્યાણ કરે. ને રામચંદ્ર ને શ્રીકૃષ્ણ તે તો ફૂલવાદી ને ઠેકાણે છે. તે તો પોતાનું વચન માને તેનું કલ્યાણ કરે ને ન માને તો તલવારે સમાધાન કરીને કલ્યાણ કરે. ને મહારાજ (સહજાનંદ) તો ગારડી ને ઠેકાણે છે ને તેમની આગળ તો જીવ, ઈશ્વર, પુરુષ ને અક્ષરાદીક તે સર્વે હાથ જોડીને ઉભા છે. (પેજ ૩૬)

પૂર્વે મોટા મોટા અવતાર થઈ ગયા છે, તે કરતાં તો અ સત્સંગી છોકરા સામું જોઈએ છીએ ત્યાં તો કરોડ કરોડ ગણું અધિક દૈવત જણાય છે; તો મોટા મોટા હરિભક્ત ને મોટા મોટા સાધુ અને મહારાજનો (સહજાનંદનો) મહિમા તો કહેવાય જ કેમ? (પેજ ૩૬)

નોંધ : અહીંયા કહેવાઈ રહ્યું છે કે સનાતન ધર્મમાં આજ સુધી જે પણ અવતાર થયા છે તેના કરતાં તો સહજાનંદ સ્વામીના આ સંપ્રદાયમાં સત્સંગ કરતા એક છોકરાનું તેજ કરોડો કરોડો ઘણું વધુ છે, તો બીજા સ્વામીઓ અને સહજાનંદના તેજ વિષે તો શું કહેવું? અહીંથી પેલા વિડીયોમાં BAPS ના પેલા ગુણાતીતાનંદ સ્વામી કેમ તેમના શિષ્યને ડાકોરમાં એવું કહેતા હતા કે 'તમને ખબર નથી આપણે કોણ છીએ, અને આપણો મોભો શું છે? જાઓ (ડાકોરના મંદિરમાં કૃષ્ણને) દર્શન દઈ આવો.' એ વિકૃત વિચારનું મૂળ તેમના ચોપડામાં લખાયેલ આ પ્રકારના કથનોમાં સમાયેલું છે. આજ વિકૃત લખાણમાંથી બળ મેળવીને પેલા પ્રબોધસ્વામીના ચેલા કહી રહ્યા હતા કે "શિવજીએ કોઈ નીશીતભાઈને કહ્યું કે 'પ્રબોધ સ્વામીના દર્શન થાય એટલા ભાગ્ય તો મારા જાગ્યા નથી, પણ તમારા દર્શન થયા એટલે હું ધન્ય થયો.' અને પછી ભગવાન શિવ (જેમને આ લોકો હમેશા શિવજી જ કહે છે) એ નીશીતભાઈના પગમાં પડીને ચાલ્યા ગયા."

૬. 'એમ તો પહેલાં ગણેશને પ્રભુ કહે છે. બ્રહ્મા, વિષ્ણુ ને શિવને કહે છે. અનિરુધ્ધ, પ્રદ્યુમ્ન ને સંકર્ષણને કહે છે, ત્યારે એમાંથી કે ને પ્રભુ માનવા? ત્યારે એનું તો એમ જ છે જે જીવનું કોટીયું, ઈશ્વરની કોટીયું, બ્રહ્માની પણ કોટીયું કોટીયું છે. એ સૌના કારણ તો મહારાજ (સહજાનંદ) પોતે એમ સમજે ત્યારે મજકુર મળ્યું કહેવાય. ને અનંત કોટી રામ, અનંત કોટી કૃષ્ણ

ને અનંત કોટી અક્ષરમુક્ત એ સર્વેના કરતાં, સર્વના આધાર, સર્વના નિયંતા ને સર્વના કારણ મહારાજને (સહજાનંદને) સમજે ત્યારે જ્ઞાન થઈ રહ્યું.'

.... 'શ્રી કૃષ્ણે કેટલું જ્ઞાન કર્યું ત્યારે એક ઉધ્ધવે ત્યાગ કર્યો ને આજ તો (સ્વામી સંપ્રદાયમાં સહજાનંદ પાછળ) વીસ વીસ વરસના સંસાર મુકીને ચાલ્યા આવે છે. ... બીજા અવતાર મોટા મોટા તે પારસમણી જેવા છેને પુરુષોત્તમ (સહજાનંદ) તો ચિંતામણી છે. .... જેમ ચક્રવર્તી રાજા અને ખંડિયા રાજા વચ્ચે ભેદ છે, તેમ અવતાર-અવતારીનો ભેદ સમજવો.' (પેજ ૩૭)

૭. શ્રીજી મહારાજને (સહજાનંદને) અષાઢી મેઘની ઉપમા આપી કે જે મેઘવર્ષાથી પૃથ્વી સચેતન થઈ ફળવતી બને , જ્યારે બીજા અવતારોને ઝાકળ જેવા કહ્યા છે, જે ઝાકળના બિંદુની પૃથ્વી પર કોઈ અસર થતી નથી. .... 'કોટી કોટી વિષ્ણુ બ્રહ્મા કર જોડી, શંકર કોટી સુરત આની, શારદા શેષ અરુ નારદ બરને, નહિ માનત નાર અભિમાની. પરબ્રહ્મ પુરણ પુરુષોત્તમ, સ્વામિનારાયણ સુમરાની.' (પેજ ૩૯)

૮. લાલજી ભક્તે પૂછ્યું, 'એ વર્ણી (સહજાનંદ) કેવા મોટા છે? આપના જેવા?' રામાનંદ સ્વામીએ કહ્યું, 'અમારાથી પણ મોટા છે. એ વર્ણી સર્વ અવતારોના કારણ પરાત્પર, અપ્રાકૃત ગુણૈશ્વર્યવાળા પુરુષોત્તમ છે.' ..... 'જેમ કૃષ્ણ મોટા સર્વેથી, તેમ આ છે મોટા વળે એથી; આ છે અવતારના અવતારી, ઘણું શું કહીએ વિસ્તારી...' (પેજ ૪૯)

૯. BAPS પોતાના ચોપડામાં વર્ણન કરે છે કે સહજાનંદ સ્વામીએ કેવી રીતે તે સમયની હિંદુ પ્રજાને આ નવા સર્વોપરી ભગવાન વાળા સંપ્રદાયમાં વટલાવી. આઅ પુસ્તકના પેજ નંબર ૫૪-૫૫ પર એક સવાલનો જવાબ અપાયો છે. સવાલ છે, 'જો ભગવાન સ્વામિનારાયણ સર્વોપરી છે, તો વચનામૃતમાં, સંપ્રદાયનાં અન્ય પુસ્તકોમાં અને પરમહંસોના કીર્તનમાં તેમને કૃષ્ણ કેમ કહેવાયા છે?'

જવાબ બિલકુલ એવો જ આપ્યો છે, જેવો ઇસ્લામના ઉદય પહેલાના દેવી-દેવતાઓ વાળા આરબના સમાજ માટે અપાય છે, એ બતાવવા કે અલ્લાહ નામના નવા સર્વોપરી ઈશ્વરને માનતા પહેલાં અરબી સમાજની શું સ્થિતિ હતી. BAPSનું આ પુસ્તક સહજાનંદ પહેલાંના ગુજરાતી હિંદુ સમાજ માટે કહે છે, 'શ્રીજીમહારાજના (સહજાનંદના) પ્રાગટ્ય સમયે અનેક મતપંથ, શક્તિપંથ, અસત સંપ્રદાયો, ગુરુઓ, વહેમો, જંત્ર-મંત્ર-તંત્ર વગેરેનું જોર હતું. તે સૌને આ નવા સંપ્રદાય સામે વિરોધ જબ્બર હતો. એવા કપરા સમયમાં મનુષ્યધારી જો

પોતાને જ પરમાત્મા છડે ચોક કહે તો લોકો ભડકીને આ સંપ્રદાયમાં આવે જ નહિ. જેમ પથ્ય પડે તેમ ઔષધ અપાય એ ન્યાયે (સહજાનંદે પોતાને) પ્રથમ સત્પુરુષ જેવા, પછી અવતાર જેવા અને તે પછી સર્વાવતારી પુરુષોત્તમ જેવા કહ્યા. .... જીવોને પોતાન સ્વરૂપમાં જોડવા જ શ્રીજીમહારાજે (સહજાનંદે) જ્યાં જે ઉપાસના પ્રધાન હોય ત્યાં તે દેવોની મૂર્તિઓ પધરાવી, જેથી મુમુક્ષુઓ પોતાના ઈષ્ટદેવનાં દર્શન કરવા આવે અને પછી સંતના સમાગમથી શ્રીજીમહારાજના સર્વોપરી સ્વરૂપની ઉપાસના દ્રઢ કરે. આ રીતે સંપ્રદાયમાં સર્વોપરી ઉપાસના ક્રમશઃ પ્રસિધ્ધ થઈ.' (પેજ ૫૪-૫૫)

પ્રમુખ સ્વામીને સનાતન ધર્મના આરાધ્ય ઈશ્વરોથી ઉપર દેવતા બનાવવા પ્રયત્નો :

પ્રમુખ સ્વામી જન્મ શતાબ્દી મહોત્સવના અંતિમ દિવસે, જાન્યુઆરી ૨૦૨૩માં, સ્વામી ભદ્રેશદાસે BAPSના સ્વામીઓને ભેગા કરીને તે હેતુને મજબૂત કરવા માટે સામૂહિક મંત્રોચ્ચાર કરાવ્યો, જેના માટે પૂરો એક મહિનો એ જન્મોત્સવ ઉજવાયો હતો. આ ઘટનાનો એક વીડિયો વાયરલ છે, જેમાં ભદ્રેશદાસ પૂછે છે :

"જ્યારે ગીતામાં 'યદા યદા હિ ધર્મસ્ય ગ્લાનિર્ભવતિ...' કહ્યું છે, ત્યારે એ કોના વિષે હતું?"

તો સ્વામીઓની ભીડે ઉત્તર આપ્યો: "પ્રમુખ સ્વામી મહારાજ."

પછી ભદ્રેશદાસે આગળ પૂછ્યું : "આજે એ કોના વિષે છે?" અને ભીડે ઉત્તર આપ્યો : "મહંત સ્વામી મહારાજ।"

અહીં હિંદૂ શાસ્ત્રોના શ્લોકો, જે પરંપરાગત રીતે શ્રીકૃષ્ણ અથવા ભગવાન વિષ્ણુને સંબોધિત કરે છે, તેમને BAPSના પ્રમુખ સ્વામી અને મહંત સ્વામી સાથે જોડીને પાખંડ કરવાનો પ્રયત્ન કરવામાં આવ્યો છે, જેથી તેમને ભગવાન સ્વરૂપે રજૂ કરી શકાય.

વિડિયો લિંક :

https://drive.google.com/file/d/19D3eW3bST5QjeyMB33N9cF-pxT-HUQw44/view?usp=drivesdk)

પ્રમુખ સ્વામી વિષેનું સૌથી ચોંકાવનારું લખાણ **"શ્રી પ્રમુખ સ્વામી મહારાજ - મહિમાષ્ટક"**માં છે, જે પુસ્તક **'સ્રોત સિંધુ'** નો અંશ છે. આ પૃષ્ઠ

બહાર આવી જવાના કારણે ગુજરાતી સમાચાર ચેનલોમાં પણ એ વિવાદ ચગ્યો હતો. તેમાં લખ્યું છે : "સમુદ્રની બૂંદો ગણવી શક્ય છે, આકાશના તારાઓની સંખ્યા માપવી શક્ય છે... પરંતુ શું બ્રહ્મા, વિષ્ણુ અને શિવ જેવા દેવતાઓ પણ પ્રમુખ સ્વામી મહારાજના ગુણોની ગણતરી કરી શકે? બિલકુલ નહીં. એ સુધી કે વેદો અને પુરાણોના રચયિતા વેદ વ્યાસ પણ ગુણોના ખજાનાં પ્રમુખ સ્વામી મહારાજની પૂરતી સ્તુતિ કરવામાં અસમર્થ છે!" (પૃ. ૭૨)

પીડીએફ લિંક :
https://drive.google.com/file/d/1KUuiE24fZd8ly9xq91gvsyN2sr-mEEZzD/view?usp=sharing

BAPS એ બાળકો માટે **"સત્સંગ વિહાર"** નામની કોમિક (ચિત્રવાર્તા) શૈલીની પુસ્તકો પણ પ્રકાશિત કરી છે, જે નાનકડા બાળકોના મનમાં એ પાખંડ બેસાડે છે કે સ્વામિનારાયણ સનાતન ધર્મના બધા દેવતાઓથી સર્વોપરી ઈશ્વર છે. આ પુસ્તકોમાં પ્રમુખ સ્વામીને પણ આ સ્તરે ઉઠાવવાનો પ્રયત્ન જોવા મળે છે.

સત્સંગ વિહાર ભાગ ૧ના પૃષ્ઠ ક્રમાંક ૨૬ પર 'સર્વ કર્મમાં મર્મ' નામની એક બાળવાર્તામાં લખ્યું છે કે, એક વખત સહજાનંદ સ્વામીએ પોતાની આંખોને જમણી બાજુથી ડાબી બાજુ ફેરવી ત્યારે ભક્તોએ પૂછ્યું: "મહારાજ, તમે આ શું કર્યું?" તો સ્વામીએ કહ્યું : "એક બ્રહ્માંડના બ્રહ્મા, વિષ્ણુ અને મહેશનો ત્યાંની પ્રજાની સાથે સંપ નહોતો, એટલે અમે બીજા બ્રહ્માંડના બ્રહ્મા, વિષ્ણુ અને મહેશને ત્યાં લાવી તેમની અદલા બદલી કરી."

પીડીએફ લિંક :
https://drive.google.com/file/d/1QQHRLuU4n3PlZ3HQdaMH1Y-dZE5Mpzi7F/view?usp=sharing

સત્સંગ વિહાર ભાગ ૨ ના પૃષ્ઠ ક્રમાંક ૧૫ પર 'બ્રહ્માજી કાગડાના સ્વરૂપે પ્રસાદ લેવા આવ્યા' નામની વાર્તા છે. તેમાં લખ્યું છે કે, એક કાગડો સહજાનંદ સ્વામીની થાળીમાંમાંથી રોટલીનો ટુકડો લઈ ગયો. ત્યારે ભોજન પીરસતી એક માજીએ પૂછ્યું: "આ શું થયું?" તો સહજાનંદ સ્વામીએ કહ્યું: "એ બ્રહ્માજી હતા. અમારો પ્રસાદ લેવા આવ્યા હતા. વર્ષોથી તરસી રહ્યા હતા, એટલે આજે અમે તેમને લાભ આપ્યો."

પીડીએફ લિંક :

https://drive.google.com/file/d/1865MpFhY6wDHnGDmLt4JCGm-7tr_aEHsM/view?usp=sharing

આ જ રીતે **સત્સંગ વિહાર ભાગ ૧** ના પૃષ્ઠ ક્રમાંક ૨૨ પર 'ગુણાતીત સંતમાં સર્વ પ્રગટ' નામની વાર્તામાં લખ્યું છે કે શિવજી (ભગવાન શિવ) પોતાના એક ભક્તને કહે છે:

"જો તારે મોક્ષ જોઈએ છે તો પ્રમુખ સ્વામી પાસે જા."

જો કે, નવી આવૃત્તિમાં આ ભાગ કાઢીને મહંત સ્વામી વિષે લખવામાં આવ્યું છે. પરંતુ આ લેખનનો ફોટો ઉપલબ્ધ છે.

પીડીએફ લિંક :

https://drive.google.com/file/d/19Tpm4WyG6-6c0Wp6W5j_KSiN_Kdl-cCtE/view?usp=sharing

➢ BAPSથી અલગ થયેલા હરિધામ સોખડાના પ્રબોધ સ્વામી અને પ્રેમ સ્વામી જૂથના અપમાનજનક વચન :

૧. BAPSથી અલગ થયેલા જૂથ હરિધામ સોખડામાંથી અલગ પડેલા પ્રબોધવામી જૂથના આનંદસાગર સ્વામી નામના વ્યક્તિએ પ્રવચનમાં કહ્યું:

"મને સ્વપ્ન આવ્યું કે મંદિરની બહાર ગેટ પાસે નિશીતભાઈ (તેમના સંપ્રદાયના એક વ્યક્તિ)ને શિવજી (ભગવાન શિવ) મળ્યા. નિશીતભાઈએ શિવજીને કહ્યું: 'શિવજી, અંદર આવો અને અમારા ગુરુહરિ પ્રબોધ સ્વામીના દર્શન કરો.' તો શિવજીએ કહ્યું: 'ના, પ્રબોધ સ્વામીના દર્શન કરવાનું એવું સૌભાગ્ય હજી મારું જાગ્યું નથી, પરંતુ તમારું દર્શન થયું એ મારા અહોભાગ્ય છે.' એવું કહી શિવજીએ નિશીતભાઈના ચરણ સ્પર્શ કર્યા અને ચાલ્યા ગયા"

વિડિયો લિંક :

https://drive.google.com/file/d/1-aZ0t_EorZHLE0wJF36MU_E8GTfT-wGls/view?usp=drivesdk)

૨. પ્રબોધ સ્વામી જૂથના એક અનુયાયીએ પ્રબોધ સ્વામી માટે કહ્યું:

"હાલમાં મહાકુંભ ચાલી રહ્યો છે, પણ આપણામાંથી ઘણા લોકો તેમાં જઈ શક્યા નથી. પણ ગંગાના પ્રવાહને પવિત્રતા આપનાર જે પ્રભુ છે તે

પોતે આજે અહીં પધારવાના છે (પ્રબોધ સ્વામી - એ ગ્રુપના વડા) એટલે એ સંત આજે અહીં હશે, અને તેમના દર્શન અમને મળશે. એટલે અમારે માટે આજનો દિવસ મહાકુંભ જેવો છે."

વિડિયો લિંક :
https://drive.google.com/file/d/1-l-AQgbZwOyvO6HV_TmG-W7jckF_QQ8o/view?usp=drivesdk)

૩. સોખડા મંદિરના એક બીજા વિડિયોમાં, શ્રીજી સૌરભ નામના સ્વામીએ એક વાર્તા કહી :

એક સ્ત્રી ભક્ત, જે શિવની મહાન ભક્ત હતી, અને સતત શિવને પ્રાર્થના કરતી હતી કે તેને એવો પુત્ર મળે જે સ્વામીનારાયણ સંપ્રદાયનો ભક્ત બને.

શિવ, તેની ભક્તિથી પ્રસન્ન થઈને, તેને કહ્યું :

"જે ગુરુની તું સેવા કરે છે, તેમના દર્શન કરવાના ભાગ્ય હજી મારા જાગ્યા નથી. તેમની સેવા કરવા માટે, હું તારા ગર્ભમાંથી જન્મ લઈશ."

વિડિયો લિંક :
https://drive.google.com/file/d/1GJEs8UgTHt0kW9dskhqprcZseez-1zRAG/view

૪. સોખડા પ્રેમસ્વામી જૂથના એક વિડિયોમાં, એક સ્વામીએ વાર્તા કહી:

એક શિષ્યએ યોગીજી મહારાજ (BAPSના ભૂતપૂર્વ નેતા)ને પૂછ્યું: "શું હું ડાકોર (ડાકોર મંદિરના ભગવાન કૃષ્ણ) ના દર્શન કરવા જઈ આવું?"

યોગીજી મહારાજે ઉત્તર આપ્યો: "જાઓ, જાઓ, અને દર્શન દઈ આવો." પછી સ્વામીએ કહ્યું: "વિચારો, આપણું સ્ટેટસ શું છે! આવી નિષ્ઠા આપણે રાખવી છે."

વિડિયો લિંક :
https://drive.google.com/file/d/1-nId1JRySVJ2FMvRJcbeQOp5bSLadRkc/view?usp=drivesdk)

✺

પ્રકરણ ૫

વિકૃત પુસ્તકો અને બીભત્સ પ્રવચનો - ભાગ ૨ : કાલુપુર ગાદી અને સહયોગી ફાંટા

➢ કાલુપુર સ્વામિનારાયણ મંદિરની વેબસાઇટ પર મુકાયેલા વિવાદાસ્પદ લખાણો :

૧. લક્ષ્મીજીને સહજાનંદના પત્ની કહીને કહ્યું છે કે લક્ષ્મીજી સહજાનંદના (પોતાના પતિના) દર્શન કરવા આવ્યા. https://www.swaminarayan.in/our-sampraday/swaminarayan-faith/ghanshyam-charitra/laxmiji-visits-her-husband

૨. માર્કંડ ઋષિ બ્રાહ્મણના વેશમાં સહજાનંદના ઘરે આવ્યા અને એમનું નામકરણ કર્યું.

https://www.swaminarayan.in/our-sampraday/swaminarayan-faith/ghanshyam-charitra/markanday-names-ghanshyam

૩. સહજાનંદની જનોઇ યજ્ઞોપવિતમાં બ્રહ્મા, વિષ્ણુ, મહેશ સહજાનંદના દર્શન કરવા આવ્યા.

https://www.swaminarayan.in/our-sampraday/swaminarayan-faith/ghanshyam-charitra/janoi-yagnopavit

૪. સહજાનંદને રમતા રમતા વાગ્યું ત્યારે અશ્વિનીકુમારે દેવલોકમાંથી આવીને પાટો બાંધયો.

https://www.swaminarayan.in/our-sampraday/swaminarayan-faith/ghanshyam-charitra/khapa-talavdi

૫. બદ્રિકાશ્રમથી નરનારાયણ દેવ સહજાનંદના દર્શન કરવા આવ્યા.

https://www.swaminarayan.in/our-sampraday/swaminarayan-faith/ghanshyam-charitra/narnarayan-dev-arrive-for-ghanshyam-s-darshan

➢ કાલુપુરની જેતલપુર શાખાનું પુસ્તક

અ) પુસ્તક 'શ્રી હરિલીલા સુધાકર'

પીડીએફ લિંક :
https://drive.google.com/file/d/1TJuEDIpozC3koQw72XTM-7MJ0W1s2qzim/view?usp=sharing

આ પુસ્તકમાં સનાતન ધર્મના બધા સંપ્રદાયો અને સંતોને પૂર્વજન્મના રાક્ષસ કહેવામાં આવ્યા છે, જેઓ સહજાનંદ સ્વામીનો (સનાતન ધર્મના શાસ્ત્રો વિરુદ્ધ વિચારો ફેલાવતા હોવાથી તેમનો) વિરોધ કરી રહ્યા હતા.

અંગ્રેજ લેખક રેમન્ડ બ્રેડી વિલિયમ્સે પોતાની પુસ્તક "AN INTRODUCTION TO SWAMINARAYAN HINDUISM"માં લખ્યું છે કે કેવી રીતે ૧૮૦૨માં રામાનંદ સ્વામીનો સંપ્રદાય પોતાના હાથમાં લીધા બાદથી ૧૮૧૭ સુધી ગુજરાતના હિંદુ સમાજ દ્વારા સહજાનંદ સ્વામીનો વિરોધ કરવામાં આવ્યો અને તેમના ગુટની પ્રતાડના કરવામાં આવી. અમદાવાદના રાજા પેશવાએ સહજાનંદ પર અમદાવાદમાં આવવા પર પ્રતિબંધ મૂકી દીધો હતો. પરંતુ નવેમ્બર ૧૮૧૭માં પેશવાની અંગ્રેજો સામે હાર થઈ, અને ફેબ્રુઆરી ૧૮૧૮માં અંગ્રેજોએ સહજાનંદ સ્વામીને અમદાવાદ બોલાવ્યા અને તેમને કાલુપુરમાં મંદિર બાંધવા માટે જમીન ભેટ આપી. ત્યારથી અંગ્રેજ અમલદાર અને તેમના ખ્રિસ્તી પાદરીઓ સાથે સહજાનંદ સ્વામીની ગાઢ મિત્રતા રહી, જેને કારણે સહજાનંદ ગુજરાતમાં સ્થિર થયા.

આ હકીકતને કાલુપુરનું આ પુસ્તક આખા સનાતન ધર્મના વિવિધ સંપ્રદાયોના સંતો અને અનુયાયીઓને રાક્ષસ બતાવી, સહજાનંદને તેમનો નાશ કરવા આવેલા નવો નારાયણ કહી રહ્યું છે. એટલે કે, અંગ્રેજોની મદદથી સમગ્ર વર્તમાન સનાતન ધર્મના સ્વરૂપ અને તેના શાસ્ત્રોક્ત સંપ્રદાયોને નષ્ટ કરવા એક નકલી નારાયણ ઊભો કરાયો છે.

આવો, હવે પુસ્તકના અંશ જોઈએ. પુસ્તક 'શ્રી હરિલીલા સુધાકર'

ના પૃષ્ઠ ૨૪ અને ૨૫ પર લખેલું છે...

તે સર્વે અસુરો પૂર્વ સમયે શ્રીકૃષ્ણ ભગવાને એ સર્વેને મારેલા તેના વૈરને લીધે બધા ભેગા મળીને હવે નારાયણ આપણો દુશ્મન જન્મ લેવાનો છે તેના માટે વિચાર કરવા ભેગા થયા.(૩) આવી રીતે તે સર્વે અસુરો (દૈત્યો) સાથે મળીને ચર્ચા-વિમર્શ કરીને પૃથ્વી ઉપર જુદી જદી જગ્યાએ જન્મ લઈને ભગવાનનો અવતાર થવાનો છે એ પ્રમાણે જાણીને ભગવાનના ભક્તોને ખૂબ જ પીડા આપવા લાગ્યા. (૯) કોઈક કાકાઓના રૂપમાં, કોઈક બહેનના રૂપમાં કોઈક સસરાના રૂપમાં, કોઈક માતારૂપે, કોઈક મામા રૂપે, કોઈક પુત્રના રૂપમાં અસુરો જન્મ ધરીને તે સમુદાયમાં થતા હતા.(૧૦) કોઈક મિત્ર રૂપે, કોઈક ગુરુરૂપે તથા ભગવાનના સંબંધિના રૂપમાં સર્વેમાં પ્રવેશ કરીને ભગવાનના આશ્રિતોને ખૂબ જ અનેક પ્રકારના બળપૂર્વક દુઃખો, પીડાઓ આપવા લાગ્યા. (૧૧) તેમાં કેટલાક રામાનુજ સંપ્રદાયમાં કેટલાક સૂર્ય ઉપાસકોમાં મધ્ય સંપ્રદાયમાં, કેટલાક વિષ્ણુમાર્ગમાં, કેટલાક કૂડાપંથમાં, કેટલાક કબીર પંથમાં, કેટલાક નાસ્તિકના માર્ગમાં તથા કેટલાક શાક્ત (શક્તિ)ના મતમાં આવી રીતે અનેક મતો, સંપ્રદાયો, પંથોમાં જુદા માર્ગોમાં વિશ્વાસિધર્મમાં, જીવોપાસક ધર્મમાં, નિર્દેશિક સંપ્રદાયમાં પ્રવેશ કરતા હતા.(૧૨) તે અસુરો સંતપુરુષો અને ભગવાનના ભક્તો સાથે વેર રાખીને જુદા જુદા સંપ્રદાયો, ધર્મોમાં રહીને તેમાં ભળીને ખોટા આડંબરો કરીને મોક્ષ સંબંધી કાર્યો ભગવદ્ ભક્તિ આદિનો વિરોધ કરતા હતા.(૧૩) તેમાં કેટલાક દૈત્યો જ્ઞાતિ સમાજમાં ઝગડા કરીને ભેદ પડાવીને કેટલાક સ્ત્રી, દ્રવ્ય, વ્યવહારથી સર્વેમાં પંક્તિ ભંગ કરાવીને ભગવાનના ભક્તોને ખૂબ જ પીડા કરતા હતા.(૧૪) કંઠી માળાને ધારનારા વૈષ્ણવો, શૈવો આદિ સંપ્રદાયના જનો ઉર્ધ્વપૂંડ્ર તિલક, ચાંદલા, આદિનો શાકત મતવાળા કુડાપંથી, નાસ્તિકવાદી સર્વે ધર્મના દ્વેષી એવા તેઓ સર્વેની ખૂબ જ નિંદા કરતા હતા.(૧૫) તે સર્વે કબીરપંથી નાસ્તિકવાદી, જૈન મતવાળા ભગવાનના સાકાર સ્વરૂપનો અનેક યુક્તિ પ્રયુક્તિથી નિષેધ કરીને લોકોને માર્ગ ભુલાવતા હતા. અધર્મ તરફ વાળતા હતા.(૧૬) આવી રીતે પૃથ્વી ઉપર અધર્મનું ખૂબ જ બળ વધી ગયું. અધર્મમય વાતાવરણ આખા જગતમાં વ્યાપી ગયું ત્યારે ધર્મ પાલન કરવાનું કેવળ ગણતરીના જ જીવાત્મા કરતા હતા તેથી ધર્મ પાલન કેવળ કહેવા માત્રનું જ રહ્યું.(૧૭)

બ] પુસ્તક 'ઘર સત્સંગ સભા':

પીડીએફ લિંક :
https://drive.google.com/file/d/1BCjvtcw4T6VtGaWtsDvGfujbsHx-UTC5F/view?usp=sharing

પૃષ્ઠ ૬૪

સ્વામી કહે, 'જ્યારે શ્રીજી મહારાજ (સહજાનંદ) પ્રગટ થયા ત્યારે જે જે અવતારના ઉપાસક શ્રીજી મહારાજને દર્શને આવતા તે સર્વેને મહારાજ ભજનમાં બેસારીને પોતપોતાના ઈષ્ટદેવનાં દર્શન કરાવતા. એવી રીતે ચોવીશેય અવતારનાં દર્શન કરાવીને તથા મુસલમાનને અલ્લાનાં અને શ્રાવકને તીર્થંકરનાં દર્શન કરાવીને તે સર્વેને પોતાનો આશ્રય કરાવતા તથા પોતાને વિષે ચોવીશ અવતાર લીન કરીને વ્યાપકાનંદ સ્વામીને પોતાના પુરુષોત્તમપણાનો નિશ્ચય કરાવ્યો. તથા હરિભક્ત પર્વતભાઈએ એમ સંકલ્પ કર્યો જે, 'પરમેશ્વરના અવતાર કેવા હશે ?' ત્યારે તે ભક્તની આગળ આવીને ચોવીશેય અવતારોએ દર્શન આપ્યાં ને બ્રહ્મપુરને વિશે પોતાનાં દર્શન જેવા તેવા જીવને સહેજે કરાવતા. એવી જાતની અનેક પ્રકારની સામર્થી સત્સંગમાંથી સમજીને શ્રીજી મહારાજને વિશે પુરુષોત્તમપણાની ઉપાસના નિઃશંકપણે અતિ દઢ કરવી ને જે સ્વયં પુરુષોત્તમ ભગવાન છે (સહજાનંદ) તેતો આ ફેરે જ આવ્યા છે એ વાર્તા પરમ સત્ય છે ને વળી પરમેશ્વરની મરજીને જાણે એવા જે પરમ ભાગવત ભક્ત તેમણે કહી છે.

પૃષ્ઠ ૭૨

'અને પુરુષોત્તમ ભગવાનના સ્વરુપને કેમ સમજવું ?' એ પ્રશ્નનો ઉત્તર સ્વામીએ કર્યો જે, જેવી રામકૃષ્ણાદિક ભગવાનની મૂર્તિ છે તેવી જ પુરુષોત્તમ ભગવાનની મૂર્તિ હોય, પણ સ્વરુપ, સ્વભાવ, ગુણને વિભૂતિ આદિકના ઐશ્વર્ય, તથા પ્રકાશ ને શક્તિ આદિકના અનવધિક અતિશયપણાએ કરીને અત્યંત વિલક્ષણપણું છે. ત્યાં દષ્ટાંત જે, જેમ ચિત્રામણનો સૂર્ય અને પ્રત્યક્ષ સૂર્ય તથા ચિત્રામણની હોળીનો અગ્નિને પ્રત્યક્ષ હોળીનો અગ્નિ તેમ પુરુષોત્તમ ભગવાનના સ્વરૂપને સમજવું...' (અર્થાત રામ કૃષ્ણ આદિની મૂર્તિ સૂર્યના ચિત્ર સમાન અને સહજાનંદ સ્વયં સુર્ય સમાન હોય એટલો ફરક છે.)

પૃષ્ઠ ૮૦

અને 'સ્વયં, અંશ, કળા ને વિભૂતિ; એ ચાર પ્રકારના અવતારનાં ભેદ કેમ સમજવા ?' એ પ્રશ્નનો ઉત્તર સ્વામીએ કર્યો જે, સગુણ અને નિર્ગુણ; એમ બે પ્રકારના ભગવાનના અવતાર છે. તે સગુણમાં પ્રદ્યુમ્ન, અનિરુદ્ધ ને સંકર્ષણ; એ સ્વયં અવતાર છે ને બ્રહ્મા, વિષ્ણુ ને શિવ તે અંશાવતાર છે કે કશ્યપાદિક કળાવતાર છે, અને નિર્ગુણમાં તો શ્રીકૃષ્ણાદિક સ્વયં અવતાર છે ને દત્ત કપિલાદિક અંશાવતાર છે ને મચ્છ કચ્છપાદિક કળાવતાર છે અને વિભૂતિ તો ઇંદ્રાદિકને જાણવા. તે વિભૂતિ તો ભગવાન (સહજાનંદ) ની છડી છે ને ગીતામાં તો રાજાને પણ ભગવાનની વિભૂતિ કહેલ છે માટે છડી તો સર્વને માનવા યોગ્ય છે, તે જુઓને રાજા પરીક્ષિતનું ઋષિએ સન્માન ન કર્યું તો કેટલી ઉપાધિ થઈ?

પૃષ્ઠ ૮૬

તે ઉપર મહારાજે (સહજાનંદે) વાત કરી હતી જે પ્રથમ સૃષ્ટિ કરવાનો સમય થયો ત્યારે ભગવાને અક્ષર સામું જોયું ત્યારે અક્ષરમાં અનંતકોટિ મુક્ત બેઠા હતા તેમાંથી જેને સદ્ આશય હતો એવો જે પુરુષ તે આગળ આવીને ઉભો રહ્યો. તેને વૃત્તિએ કરીને માયાને વિષે જોડ્યો ત્યારે માયા થકી અનંતકોટિ મહાવિષ્ણુ થયા પછી એક એક મહાવિષ્ણુ થકી એક એક બ્રહ્માંડ ઉત્પન્ન થયું એવી રીતે અનંતકોટિ બ્રહ્માંડ ઉત્પન્ન થયાં.

પૃષ્ઠ ૧૦૮

એવા અનંતકોટિ મહાવિષ્ણુનું તેજ ભેળું કરીએ તે મહાપુરુષનું એક રોમના કોટિમા ભાગમાં લીન થાય છે અને એવા અનંતકોટિ મહાપુરુષનું તેજ ભેળું કરીએ તે અક્ષરના જે સાધારણ મુક્ત તેના એક રોમના કોટિમા ભાગમાં લીન થઈ જાય છે અને એવા અનંતકોટિ મુક્તનું તેજ ભેળું કરીએ તે અક્ષરને વિષે રહ્યા જે મધ્યમ નિર્વિકલ્પ નિશ્ચયવાળા મુક્ત તેના એક રોમના કોટિમા ભાગમાં લીન થઈ જાય છે અને એવા અનંતકોટિ મુક્તનું તેજ ભેળું કરીએ તે અક્ષરના જે મહા મુક્ત છે તેના એક રોમના કોટિમા ભાગમાં લીન થઈ જાય છે અને એ સર્વે જે અક્ષરના મુક્ત તે સર્વેનું તેજ ભેળું કરીએ તે અક્ષરના એક રોમના કોટિમાં ભાગમાં લીન થઈ જાય છે અને એવા અનંતકોટિ અક્ષરનું તેજ ભેળું કરીએ તો પુરુષોત્તમ નારાયણના (સહજાનંદના) એક રોમના કોટિમાં ભાગમાં લીન થઈ જાય છે તે પુરુષોત્તમનારાયણ તે

ભક્તિધર્મના પુત્ર શ્રીહરિકૃષ્ણજી મહારાજ (સહજાનંદનું વડતાલમાં સ્વયંનું સ્થાપેલ મૂર્તિમંત રૂપ) આ પ્રગટ પ્રમાણ છે એમ જાણવું.

અને તે પુરુષોત્તમને કેમ ઓળખવા? તો મહાપુરુષાદિક અવતાર ધરીને આવ્યા હોય ત્યારે પોતાનું ઐશ્વર્ય હોય તેટલું જ દેખાડે પણ અધિક ન દેખાડે, કેમ જે જેટલું પોતાનું હોય તેટલું દેખાડી શકે પણ વધુ ક્યાંથી દેખાડે ? ને પુરુષોત્તમ પોતે પધાર્યા હોય ત્યારે તે અક્ષરધામ તથા અનંતકોટ બીજાં ધામ તથા અનંત પોતાનાં ઐશ્વર્ય તે સર્વે જેને જેને પોતાની મૂર્તિનો સંબંધ થયો હોય એવા જે સત્સંગી તથા કુસંગી તે સર્વેને દેખાડે છે પણ પાત્ર કુપાત્ર કાંઈ ગણે નહિ.

પૃષ્ઠ ૧૪૮-૧૪૯

તે ભટ્ટ ધ્યાનમાં બેઠા, એટલે તેમને તરત સમાધિ થઈ; તે સમાધિને વિષે અનંત મુક્ત, અનંત અવતાર, અનંત ઐશ્વર્ય ને રામાનંદ સ્વામી તેમણે સહિત અક્ષરધામને વિષે પોતાની (સહજાનંદની) દિવ્ય મૂર્તિનું દર્શન કરાવીને તે સર્વ અવતાર અને રામાનંદ સ્વામી પોતાની સેવામાં દેખાડ્યા; ને પોતાનો (સહજાનંદનો) સર્વોપરિ નિશ્ચય તે ભટ્ટને કરાવ્યો. પછી તે ભટ્ટને સમાધિમાંથી જગાડ્યા ત્યારે તે નથુ ભટ્ટ ઊઠીને દામોદરને સાષ્ટાંગ દંડવત કરીને પછી બોલ્યા જે હે મહારાજ ! મને તો આ દામોદરે તમારા સ્વરૂપના નિશ્ચયની વાત કરી ન હોત, તો મારા કલ્યાણમાં બહુ જ ફેર રહેત; તે માટે હવેથી કોઈ રીતે તમારા સ્વરૂપના નિશ્ચયમાં કસર રહે નહિ એવી કૃપા કરીને વાત કરો,' પછી શ્રીજી મહારાજ (સહજાનંદ) બોલ્યા જે, 'અમે તો અક્ષરધામ થકી અગણિત જીવોનું આત્યંતિક કલ્યાણ કરવાને અમારૂં જે અક્ષરધામ ને અનંતકોટિ પાર્ષદ ને બીજા ધામોના ઈશ્વર તેણે સહિત પધાર્યા છીએ.' તેવી રીતે શ્રીજી મહારાજે નથુ ભટ્ટને પોતાનું ઐશ્વર્ય દેખાડ્યું.

જાળિયામાં હીરાભાઈને ઘેર શ્રીજી મહારાજે (સહજાનંદે) શરીરે મંદવાડ જણાવ્યો : ને પછી મુક્તાનંદ સ્વામી આદિક પરમહંસ ત્યાં આવ્યા; પછી મુક્તાનંદ સ્વામીએ પૂછ્યું જે 'હે મહારાજ તમારે શરીરે કસર થઈ હતી?' ત્યારે શ્રીજી મહારાજ બોલ્યા જે "અમારે શરીરે કસર નહોતી થઈ, પણ અમો તો તમોએ બહુ તપ કર્યું તે તમારા સારૂ ધામ જોવા ગયા હતા એટલે આ લોકની વિસ્મૃતિ થઈ હતી; તેણે કરીને શરીરે કસર જેવું જણાણું : તે પ્રથમ તો અમે બદરિકાશ્રમમાં ગયા. ત્યારે તે આશ્રમના વાસી નરનારાયણ

બોલ્યા જે, 'હે મહારાજ ! તમે દયા કરીને ભલે અમારા આશ્રમમાં પધાર્યા.' પછી તે સર્વેએ અમારી પૂજા, આરિત, સ્તુતિ કરી ને બેઠા, પછી તેને અમે કહ્યું જે 'અમારા સાધુએ બહુ તપ કર્યું તે સારૂ ધામ જોવા આવ્યા છીએ.' ત્યારે તેમણે કહ્યું જે 'હે મહારાજ ! આ ધામ જ તમારૂં છે માટે આંહી સાધુને રાખો.' પછી અમને એમ વિચાર થયો જે આંહીના જેવું તો ત્યાં પણ તપ કરે છે. પછી ત્યાંથી શ્વેતદ્વીપમાં ગયા, ત્યારે ત્યાંના વાસી જે વાસુદેવ તેણે અમને પધરાવીને પૂજા, આરતિ, સ્તુતિ કરીને બેઠા. પછી તે બોલ્યા જે 'હે મહારાજ ! બહુ દયા કરીને અમને દર્શન દીધાં.' ત્યારે તેને અમે કહ્યું જે "અમે તો અમારા સાધુએ બહુજ તપ કર્યું તેના સારૂં ધામ જોવા આવ્યા છીએ; પછી તેણે કહ્યું જે 'હે મહારાજ આ ધામ જ તમારૂં છે માટે આંહી સાધુને રાખો.' પણ અમને એમ જણાણું જે સ્થાન તો તપ કરવાનું બહુ સારું છે, પણ પ્રભુ ભજવાનું સુખ બરાબર જણાણું નહિ; શા માટે જે ક્ષીર સમુદ્ર એક કોર હડૂડ્યા કરે છે.

પછી ત્યાંથી અમે (સહજાનંદ) અક્ષરધામમાં ગયા. પછી તે અક્ષરધામના મુક્ત અમારી બહુ પ્રકારના ઉપચારે કરીને પૂજા કરી, તથા સ્તુતિ કરીને બેઠા, પછી તે મુક્તને અમોએ કહ્યું જે અમે મૃત્યુ લોકને વિષે પધાર્યા હતા. ત્યારે ત્યાંના મનુષ્ય તથા સંતે બહુ જ તપ કરીને અમને રાજી કર્યા છે; તે માટે તેમના અર્થે અમે ધામ જોવા ગયા હતા; કે જે ધામમાં બહુ સુખ હોય તે ધામમાં તેને રાખીએ. તેથી અમે બદરિકાશ્રમ તથા શ્વેતદ્વીપ તથા વૈકુંઠ, ગોલોક એ આદિક ધામ જોયાં; પણ તે ધામને વિષે ઉપાધિએ રહિત એવું ભગવાનને ભજ્યાનું સંપૂર્ણ સુખ દીઠું નહિ; તેથી અમે આંહી પધાર્યા છીએ. ત્યારે તે મુક્તે કહ્યું જે 'આ ધામ તમારું છે ને અમો પણ તમારા છીએ; માટે તે સાધુને આંહીં લાવીને તમારી મૂર્તિનું સુખ આપો.' એમ અક્ષરધામના મુક્ત બોલ્યા, ત્યાર પછી અમે અક્ષરધામમાંથી આંહી આવ્યા અને સર્વે સંતને કહ્યું જે તમારે અર્થે અક્ષરધામ જોઈને આંહીં આવ્યા છીએ; તે માટે આપણા પરમહંસ તથા સત્સંગી એ સર્વેને તો એમ નિશ્ચય કરવો જે 'આપણે તો એ અક્ષરરૂપ મુક્તની પંક્તિમાં ભળવું છે ને અક્ષરધામમાં જઈને અખંડ ભગવાનની સેવામાં હજુર રહેવું છે; પણ નાશવંત ને.તુચ્છ એવું જે માયિક સુખ તેને ઇચ્છવું નથી; ને એમાં કોઈ ઠેકાણે.લોભાવું નથી.' એવો દૃઢ નિશ્ચય રાખીને સર્વ અવતારના અવતારીને અક્ષરધામના પતિ શ્રી પુરુષોત્તમ ભગવાન તે તમોને પ્રત્યક્ષ મળ્યા.

પૃષ્ઠ ૧૫૨-૧૫૩

પછી ત્યાંથી અમે (સહજાનંદ) વૈકુંઠ લોકમાં ગયા. ત્યારે તે વૈકુંઠવાસી જે રામચંદ્રજી તેમણે અમને પધરાવીને અમારી પૂજા, આરતિ, સ્તુતિ કરીને બેઠા, પછી તેમણે અમને કહ્યું જે "હે મહારાજ બહુ દયા કરીને દર્શન દીધાં' ત્યારે તેને અમે કહ્યું જે અમારા સાધુએ બહુ તપ કર્યું તેને અર્થે અમે ધામ જોવા આવ્યા છીએ. ત્યારે તેણે કહ્યું જે 'હે મહારાજ ! આ ધામ તમારૂં છે, માટે આંહી સાધુને રાખો. પણ અમને એમાં કાંઈ પ્રભુ ભજવાનું સુખ જણાણું નહિ; શા માટે જે ચાર ભુજા ને સ્ત્રીઓનો પ્રસંગ તે ઠીક નહિ. પછી અમે ત્યાંથી ગોલોકમાં ગયા, ત્યારે ત્યાંના વાસી જે શ્રીકૃષ્ણ તેમણે અમને સિંહાસન ઉપર પધરાવીને અમારી પૂજા, આરતિ, સ્તુતિ કરી ને બેઠા, પછી અમને કહ્યું જે 'હે મહારાજ ! બહુ દયા કરીને અમને દર્શન દીધા.' ત્યારે તેને અમે કહ્યું જે અમારા સાધુએ બહુ તપ કર્યું તેને અર્થ ધામ જોવા આવ્યા છીએ, ત્યારે તેમણે કહ્યું જે 'હે મહારાજ! આ ધામ તમારું છે, માટે આંહી સાધુને રાખો' પણ અમને એમાં કાંઈ સુખે પ્રભુ ભજાય એવું જણાણું નહિ; કેમ જે ગોપ, ગોપીઓ, ગાયો, વાછરડાં છાશું આદિક કેટલીક જાતના વિક્ષેપ, તેથી પ્રભુ ભજાય નહિ. પછી ત્યાંથી અમે પ્રકૃતિપુરુષના લોકમાં ગયા, ત્યારે પુરુષ અને પ્રકૃતિ તેમણે અમારી પૂજા, આરતિ, સ્તુતિ કરીને બેઠા, પછી તેણે કહ્યું જે, હૈ મહારાજ! બહુ દયા કરીને દર્શન દીધાં ત્યારે અમોએ તેને કહ્યું જે. અમે દર્શન દેવા નથી આવ્યા, અમે તો અમારા સાધુએ બહુ જ તપ કર્યું, તેને અર્થે ધામ જોવા આવ્યા છીએ; પછી તેમણે કહ્યું જે 'આ ધામ જ તમારૂં છે માટે આંહી સાધુને રાખો.' પછી અમને વિચાર થયો જે, આ પુરુષ કાળો કેમ હશે? તેથી અમે પ્રકૃતિને પૂછ્યું ત્યારે તે પ્રકૃતિએ કહ્યું જે 'પુરુષ મારી સાથે જોડાણો, તેણે કરીને મારી શ્યામતા હતી તે પુરુષમાં ગઈ ને પુરુષનો પ્રકાશ હતો તે મારામાં આવ્યો.' પછી અમને વિચાર થયો જે, 'આંહી સાધુને રાખવા તે પણ ઠીક નહિ, કેમ જે માયા કાળા કરી નાખે.'

ત્યાર પછી મુક્તાનંદ સ્વામીએ પૂછ્યું જે 'હે મહારાજ! ભગવાનનું અક્ષરધામ કેવું છે?' ત્યારે શ્રીજી મહારાજ (સહજાનંદ) બોલ્યા જે, તે ભગવાનનું ધામ તો સનાતન છે, નિત્ય છે, અપ્રાકૃત છે, ને સચ્ચિદાનંદ રૂપ છે, અને એ ભગવાનનું જેવું ધામ છે તેવું સ્થાનક અનંત કોટિ બ્રહ્માંડમાં કોઈ નથી; જે જેની ઉપમા એને દઈએ. તથા ઇન્દ્ર, વરુણ, કુબેર તથા શિવ, બ્રહ્મા, વૈરાટ તથા પ્રધાનપુરુષ પ્રકૃતિપુરુષાદિક તેમનાં જે સ્થાનક તથા બીજાં

ઘણાક ભગવાનનાં સ્થાનક છે, પણ એમાંહીલું એકે એવું સ્થાનક નથી જે જેને ભગવાનના અક્ષરધામની ઉપમા દઈએ.

પૃષ્ઠ ૧૫૮

વરતાલમાં શ્રીજી મહારાજે (સહજાનંદે) પરમહંસ આગળ પોતાના પુરુષોત્તમપણાના મહિમાની વાત પાંચ છ દિવસ કરી ને પછી શ્રીજી મહારાજે સંતને કહ્યું જે "અમારી વાતનું રહસ્ય તો આ નિત્યાનંદ સ્વામી સમજે છે." પછી સર્વીસંતે કહ્યું જે 'હે મહારાજ ! એ કેમ સમજે છે?'' ત્યારે કહ્યું જે "તમે પૂછો," ત્યારે સર્વે સંતે પૂછ્યું. ત્યારે નિત્યાનંદ સ્વામીએ કહ્યું જે "તમે પુરુષોત્તમ કહ્યા તે તો મહાપુરુષ છે, ને પુરુષોત્તમ તો અક્ષર થકી પર ને રામકૃષ્ણાદિક સર્વે અવતારના અવતારી ને સર્વ કારણના કારણ આ પ્રત્યક્ષ પ્રમાણ શ્રીજી મહારાજ (સહજાનંદ) છે.' ત્યાર પછી સર્વે સંતે શ્રીજી મહારાજને કહ્યું જે "હે મહારાજ ! તમારા સ્વરૂપનો સર્વોપરિ નિશ્ચય થાય તેવી રીતે કૃપા કરીને કહો?'' ત્યારે શ્રીજી મહારાજ (સહજાનંદ) બોલ્યા જે "જ્યાં પ્રગટ પુરુષોત્તમપણાની વાત આવે છે, ત્યાં ત્યાં સર્વેની બુદ્ધિ ભ્રમાઈ જાય છે; પણ સર્વ ઠેકાણે પ્રત્યક્ષ હરિકૃષ્ણ પુરુષોત્તમને લઈને બીજાને પુરુષોત્તમ કહ્યા છે તે પ્રત્યક્ષ હરિકૃષ્ણ પુરુષોત્તમને લીધા વિના તો અક્ષરને પણ ભગવાન ન કહેવાય, તો બીજાની શી વાત કહેવી? માટે એવા શબ્દ સાંભળીને મતિ ભ્રમાવા દેવી નહિ. ને પુરુષોત્તમ તો રામકૃષ્ણાદિક સર્વ અવતારના અવતારી પ્રત્યક્ષ હરિકૃષ્ણ અમે છીએ; એમાં કિંચિત માત્ર સંશય નથી.'' એવી રીતે શ્રીજી મહારાજે (સહજાનંદે) પોતાના પુરુષોત્તમપણાની સંત આગળ વાત કરી.

➢ ભુજ સ્વામિનારાયણ મંદિર દ્વારા પ્રકાશિત વિવાદિત પુસ્તક અને પ્રવચન :

અ] શ્રી પુરુષોત્તમલીલામૃતસાગર (કચ્છલીલા):

પીડીએફ લિંક :
https://drive.google.com/file/d/1L910RctDsRkigwOfNMvzWo_uOee-Naajg/view?usp=sharing

૧. (સહજાનંદ) સભામાં પોતે વાત કરવા લાગ્યા. તે સમયમાં તો તે

સભાનાં દર્શન કરવા સર્વે બ્રહ્માદિ ઈશ્વરો તથા અનંતકોટી મુક્તો, અનંતકોટી દેવો સર્વ આવીને પીપળાના વૃક્ષ ઉપર પાંદડે પાંદડે અને શાખાએ શાખાએ બેસી ગયા. (પૃષ્ઠ ૨૯૮)

૨. એક દિવસ શ્રીજી મહારાજ (સહજાનંદ) ક્લેશ્વર મહાદેવના મંદિરમાં પધાર્યા. તેને જોઇને ફૂલેશ્વર મહાદેવ પોતાને ધન્યભાગ્ય માનીને પોતાના બે પુત્ર ગણપતિ અને કાર્તિક સ્વામી તથા પોતાનાં પત્ની પાર્વતીજી તથા પોતાની જટામાં બેઠેલાં ગંગાજી તેણે સહિત શ્રીજી મહારાજની આગળ આવીને ગદ્ ગદ કંઠે થઈને બે હાથ જોડીને સ્તુતિ કરી તથા કેસર ચંદન અને પુષ્પના હારાદિકે કરીને શ્રીજીમહારાજની પૂજા કરીને શિવજીએ પોતાનાં પંદર નેત્ર વડે શ્રીજીમહારાજનાં એકાગ્ર દૃષ્ટિથી દર્શન કર્યાં. અને કહ્યું જે, હે મહારાજ ! હું તો તમોગુણનો અધિષ્ઠાતા છું. તે તમોએ કપા કરીને મને પોતાનાં દર્શન દીધાં અને કતાર્થ કર્યો. અને આ મારા પુત્ર કાર્તિક સ્વામી પણ પોતાનાં બાર નેત્રે કરીને તમારાં દર્શન કરીને કતાર્થ થયા છે તથા આ અમારા પુત્ર ગણપતિ પણ બે નેત્ર વડે તમારાં દર્શન કરીને ધન્યભાગ્યવાળા થયા છે. તેમજ આ મારી જટામાં બેઠેલાં ગંગાજી તથા મારાં પત્ની જે ગિરિજા તે પણ તમારાં દર્શનથી કૃતાર્થ થયાં છે.

એમ કહીને શ્રીજીમહારાજની સાષ્ટાંગ દંડવત પ્રણામપૂર્વક ઘણી પ્રાર્થના કરીને કહેવા લાગ્યા જે, હૈ મહારાજ ! જ્યારે દક્ષે યજ્ઞ કર્યો હતો અને અગ્નિકુંડમાં તેણે ધૃતથી તથા જવ તથા શાળ આદિક હવિષ્યાનુ વડે અગ્નિકુંડમાં ઘણીક આહુતિઓ આપી, ત્યારે યજ્ઞપુરુષરૂપે તમો પ્રસન્ન થઈને અગ્નિના કુંડમાંથી પ્રગટ થયા. તે વખતે દક્ષે યજ્ઞમાંથી મારો ભાગ કાઢી નાખ્યો હતો તેથી મને તમોગુણ વૃધ્ધિ પામ્યો હતો. જેથી મેં તમોને બાણ વડે વિધિ નાખ્યા હતા. તે અપરાધનું મને પાપ લાગ્યું. તે પાપ ટાળવા સારું હું તમારું સ્વરૂપ બદ્રિકાશ્રમમાં જે નારાયણ નામે રહ્યું છે ત્યાં હું ગયો હતો. ત્યારે મારું તે અપરાધનું પાપ નિવૃત થયું. તથા બ્રહ્મા જ્યારે કામે વ્યાકુળ થયા અને પોતાની પુત્રીનો અંગસંગ કરવા ઇચ્છતા હતા ત્યારે મેં તેમને ઘણાક સમજાવ્યા ત્યારે બ્રહ્મા ક્રોધ કરીને પાંચમાં મુખથી મને ગાળો દેવા લાગ્યા. ત્યારે મેં ત્રિશુળથી તેમનું પાંચમું મુખ છેદી નાંખ્યું. તેથી બ્રહ્માની બ્રહ્મહત્યાનું પાપ તથા યજ્ઞપુરુષના વધનું પાપ તે બન્ને પાપો પણ તત્કાળ તે આશ્રમમાં ટળી ગયાં, તો એ નારાયણના કારણ સાક્ષાત અવતારના અવતારી એવા આપ પુરુષોત્તમ અમારા આશ્રમને વિષે પધારીને મને પોતાનાં દર્શન દઇને

પૂર્ણકામ કર્યો તેથી હું કૃતાર્થ થયો છું, હું મારાં ધન્યભાગ્ય માનું છું અને મારા કોટાનકોટી અપરાધ ક્ષમા કરો. હું તો તમોગુણનો દેવ છું એમ કહીને પોતે પોતાની મૂર્તિમાં અંતર્ધાન થઈ ગયા. (પૃષ્ઠ ૩૦૦-૩૦૧)

૩. (સહજાનંદે) પોતાના સ્વરૂપને સમજવાની વાત કરી સમજાવી જે, હે હરિભક્તો! હું સર્વે અવતારનો અવતારી અને અક્ષરધામનો નિવાસી છું તે તમારા સુખને માટે કૌશલ દેશમાં છપૈયા ગામમાં ભક્તિ-ધર્મથી જન્મ ધારણ કરીને પૃથ્વી ઉપર તીર્થાટન કરતો કરતો અહીં આવ્યો છું. તે માટે મારી મૂર્તિનું ધ્યાન ભજન કરીને જીવ જન્મ મરણનાં તથા ગર્ભવાસનાં દુઃખથી રહિત થઈ જાય છે. આવો મારો મહિમા સમજીને મારું નિરંતર ભજન કરજો. (પૃષ્ઠ ૩૦૭)

૪. ત્યારે મહેતો જગજીવન બોલ્યા જે, એ તો ઈશ્વર હતા. અને તમે તો એવા થાશો તેને વાર છે." ત્યારે શ્રીજી મહારાજ (સહજાનંદ) બોલ્યા જે, અમે તો ઈશ્વરના પણ ઈશ્વર છીએ. સીતાના પતિ છીએ અને રાધિકાજીના પણ પતિ છીએ, શ્રીકૃષ્ણ સ્વરૂપ એવો જે હું તે મને તું જ્યારે ભણીશ ત્યારે તારું કલ્યાણ થશે. (પૃષ્ઠ ૩૧૨)

૫. હે મહારાજ! કાલ રાત્રિને વિષે સાધુને તેજનો ગોળો દેખાણો અને પછી અદ્રશ્ય થઈ ગયો તેનું શું કારણ હશે? પછી શ્રીજી મહારાજ (સહજાનંદ) બોલ્યા જે, અમારાં દર્શન માટે બ્રહ્મા, શિવ અને વિષ્ણુ આવ્યા હતા તે પાછા અદ્રશ્ય થઈ ગયા. (પૃષ્ઠ ૩૨૬)

૬. પછી ગામ બ્લેકમાં પધાર્યા ત્યાં (સહજાનંદને) પોતાના શરીરમાં મંદવાડ જેવું થયું તે પોતે કાંઈ પણ જમે નહીં અને પોતાના એકાંતિક ભક્તજનો જે ભગુજી આદિક તેમણે બહુ પ્રાર્થના કરી જે, હે મહારાજ! તમે કંઈક જમો, ત્યારે પોતે કહ્યું જે, અમારે અર્થે તો લક્ષ્મીજી તથા શિવજી આદિ દેવો થાળ લઈને ઊભા છે પણ અમારે તેણે કરીને કાંઈ સુખ નથી. (પૃષ્ઠ ૩૫૫)

૭. મહારાજ (સહજાનંદ) બોલ્યા જે, અગ્નિએ મૂર્તિમાન આવીને નાળિયેર લીધું. પછી મૂર્તિ ઉપાડીને ચાલ્યા તે ફાગણ વદી ત્રીજને શુક્રવારના દિવસે સિંહાસન ઉપર પધરાવી. તે સમયે ચાર વેદ મૂર્તિમાન બ્રાહ્મણને વેષે આવીને વેદને શ્રુતિઓનું ઉચ્ચારણ કરવા લાગ્યા. (પૃષ્ઠ ૩૮૬)

૮. ત્યારે તેણે કહ્યું જે, અરે બાવા! આવાં ખોટા ગપ્પાં શું મારો છો? અને અનંત કોટી બ્રહ્માંડના કારણ જે કહેવાય છે તે જ સ્વામિનારાયણ પોતે

છે, તેઓ પૃથ્વી ઉપર અધર્મનું ખંડન કરીને ધર્મનું સ્થાપન કરવા પ્રગટ થઈને અગણિત જનોનો ઉધ્ધાર કરે છે. બ્રહ્મા, વિષ્ણુ અને મહેશ જેવા તો જેની સ્તુતિ કરે છે અને શેષ, શારદા જેનું ગુણગાન કરે છે, તેને જે અજ્ઞાની જીવો છે તે જાણી શકતા નથી. (પૃષ્ઠ ૩૯૨-૩૯૩)

૯. તે સમયે મહારાજે (સહજાનંદે) સચ્ચિદાનંદ સ્વામીને અંગુઠા પાસેની આંગળીની સાને કરીને બોલાવ્યા અને કહ્યું જે, તમો સર્વે અક્ષરધામના મુક્તોને જાણ કરો. તેવી જ રીતે ગોલોક તથા વૈકુંઠ આદિ ધામમાં પણ ખબર કરો અને બ્રહ્મા, વિષ્ણુ, શિવ, ઇન્દ્ર, વરુણ, કુબેર, સૂર્ય અને ચંદ્રાદિક નવ ગ્રહ, તથા દશ દિપાળ, બૃહસ્પતિ આદિ સર્વે ઋષિઓ તથા પિતૃઓ તથા મુનિઓ તથા જે ગંગા આદિક નદીઓ છે તે સર્વને જાણ કરો જે, મહારાજ (સહજાનંદ) શ્રીનગરમાં નરનારાયણદેવની મૂર્તિઓ પધરાવે છે તે સર્વે ત્યાં આવજો. અને પછી શતાનંદ સ્વામીને બોલાવીને કહ્યું જે, તમો શ્વેતદ્વિપમાં તથા બદ્રિકાશ્રમમાં જઇને તથા મેરુ પર્વત તથા હિમાચળ આદિક આઠ કુલિગિરઓને પણ ખબર કરો જે, તમો તમારા દાસ દાસીઓ સહીત આવશો. એમ કહીને તે બન્ને સંતોને મોકલ્યા તે ૧૪ લોક તથા સાત દ્વિપ નવખંડમાં તથા સર્વે ધામોમાં ખબર આપી દીધી. અને જે જે દેશોના સંઘો તેડાવ્યા હતા તે સર્વ વેલું, માફ઼ા, પાલખી, વિમાન, હાથી, ઘોડા, ઉંટ તેણે યુક્ત એવા જે, સંઘો તે બહુ જ શોભવા લાગ્યા. અને ગામ બહાર તેને ઉતારા આપ્યા. અને કાઠીના સવાર તથા પાળા તથા પરમહંસ તથા બ્રહ્મચારીઓ અને સંન્યાસીઓ પણ આવ્યા. તથા સાત સ્વર્ગના જે દેવો તે પણ મનુષ્યનાં રૂપ ધરીને આવ્યા. તથા પ્રહલાદ તથા બલિરાજા આદિ તથા સત્ય લોકના નિવાસી બ્રહ્માદિકો પણ સર્વે મનુષ્યના દેહ ધરી આવ્યા. (પૃષ્ઠ ૪૦૧)

વિકૃત પ્રવચન :

ભુજ જૂથના શુકદેવસ્વરૂપ સ્વામી તેમના પ્રવચનમાં સનાતન ધર્મના વૈદિક ઈશ્વરો અને પંચદેવના સ્વરૂપને પલટાવી તેમની પુસ્તકોની વૈદિક ઈશ્વરો વિપરીત વાતોને ખુલ્લેઆમ બોલી રહ્યા છે, અને કહી રહ્યા છે કે કૃષ્ણ સ્વામિનારાયણ સહજાનંદ સ્વામીના અવતાર છે.

વિડિયો લિંક :

https://drive.google.com/file/d/1-Sfk2xRlR9x-FenlbDJ2pmdcaeUmH-kvQ/view?usp=drivesdk

➢ મણિનગર સ્વામિનારાયણ ગાદી સંસ્થાનના પુસ્તક

અ] પુસ્તક "સર્વોપરી શ્રી સ્વામિનારાયણ ભગવાન – ભાગ ૨"

પીડીએફ લિંક :
https://drive.google.com/file/d/1U7e-W9KvnP_cIyojklTvSucbnsX-uU75K/view?usp=sharing

પેજ ૨૨૭ પર શિવ અને પાર્વતી નંદી સહીત સહજાનંદ સ્વામીના નીલકંઠવર્ણી રૂપની સેવા કરતાં હોય તેવા ફોટા સાથે આ પુસ્તક કહે છે;

"વર્ણીરાજે પૂછ્યુંઃ 'તમે કોણ છો? અમે અજાણ્યા માણસનું અન્ન જમતા નથી.'

ત્યારે શંકર-પાર્વતીએ કહ્યું, 'આપ પાંચ દિવસના ભૂખ્યા છો એટલે આપની સેવામાં આ નાની શી ભેટ લાવ્યા છીએ.' શંકર બોલ્યા, 'હે સર્વજ્ઞ પરમેશ્વર! આપ તો સઘળું જાણો છો, છતાંય પૂછો છો એટલે કહું છું કે હું કૈલાશવાસી શિવ છું, અને આ પાર્વતી છે.'

વર્ણીરાજે સાથવો પાણીમાં મેળવી શાલિગ્રામને ધરાવી પોતે અંગીકાર કર્યો. શંકર-પાર્વતીની સેવાથી પ્રસન્ન થયેલા વર્ણીરાજે વરદાન આપ્યું કે અમે તમને સેવામાં રાખીશું. તે વચન અનુસાર શ્રીહરિ એ જુનાગઢ મંદિરમાં શંકર-પાર્વતીને પધરાવ્યા છે."

બ] પુસ્તક "શ્રી સંકલ્પમૂર્તિ સત્ગુરુ શ્રી ગોપાલાનંદ સ્વામીની વાતો"માં અપાયેલી સનાતન ધર્મ વિરોધી વાર્તાઓ

પીડીએફ લિંક :
https://drive.google.com/file/d/1rH8BejpW5Fh2qaB6WIjW3JdMh3HXaZ-Fj/view?usp=sharing

૧. વાર્તા ૨૫, પૃષ્ઠ ૫૩-૫૪-૫૫માંથી :

ચાંદલો જોઈ સદ્‌ગુરુ શ્રી ગોપાળાનંદ સ્વામીએ મંદ હાસ્ય કરતાં પૂછ્યું, 'તમે કયા દેવની ઉપાસના કરો છો?' ત્યારે નાના સાહેબ કહે, 'હું તો દેવીનો ઉપાસક છું. મારી દેવી મહિષાસુરી અને ચામુંડા છે. તે અમારી કુળપરંપરાની દેવી છે.' ત્યારે સદ્‌ગુરુ શ્રી ગોપાળાનંદ સ્વામી તેને સમજાવતા બોલ્યા જે,

'ભગવાનની ઉપાસના છોડી દઈને તુચ્છ દેવીની ઉપાસના શા માટે કરો છો?" નાના સાહેબ કહે, "દેવીથી અધિક બીજી કોઈ શક્તિ આ દુનિયામાં નથી. તેમની ઇચ્છાથી જ બ્રહ્માંડની ઉત્પત્તિ, સ્થિતિ અને લય થાય છે."

ત્યારે સદ્ગુરુ શ્રી ગોપાળાનંદ સ્વામી બોલ્યા, 'તમે અવળું સમજી બેઠા છો કેમ કે જે દેવીને તમે શક્તિ કહો છો તેના નિયામક તો હોય જ ને? માટે ભગવાન તે માયારૂપ શક્તિના પ્રેરક અને નિયામક છે. ભગવાન તો સ્વતંત્ર છે, સ્વયંજ્યોતિ છે, નિર્ગુણ, અખંડ, અવિનાશી છે. અને પોતાના અક્ષરધામમાં રહ્યા થકા સર્વ જીવોને વિષે અંતર્યામી શક્તિએ કરીને સાક્ષીરૂપે રહ્યા છે. સર્વને કર્મફળ આપનારા છે. અને જગતની ઉત્પત્તિ, સ્થિતિ અને પ્રલય તેના પણ કરનારા ભગવાન જ છે. અને એ ભગવાનનું ધામ સનાતન, નિત્ય, અપ્રાકૃત, અનંત, અખંડ અને દિવ્ય છે. જે ભગવાનનું ભજન કરે છે તે એ ધામને પામે છે. બાકી દેવ દેવીની ઉપાસનાથી અંતે તો ઘોરતમ નરક તથા સંસ્કૃતિ મળે છે પણ કલ્યાણ થતું નથી, માટે આ જન્મની સાર્થકતા પ્રાપ્ત કરવી હોય તો દેવદેવીની ઉપાસના છોડી દઈ સર્વોપરિ સર્વ અવતારના અવતારી સર્વ કારણના કારણ, ગેમેવાદ્વિતીય બ્રહ્મ એવા અમારા ગુરુ શ્રી સ્વામિનારાયણ ભગવાનની ઉપાસના કરશો તો નક્કી અવિચળ સુખને પામશો.' (૫૩-૫૪)

નારૂપંત નાના રાત્રે સૂતા હતા ત્યારે રાત્રે તેમની કુળદેવી મહિષાસુરી અને ચામુંડા પ્રત્યક્ષ દર્શન દઈને બોલી, 'અરે નારૂપંત, આ જુઓ હનુમાનજી તથા ગણપતિ બંનેય દેવ સ્વામિનારાયણ સ્વામિનારાયણ નામની ધૂન કરતા અમારા સામી ગદા ઉગામીને કહે છે કે નારૂપંત સત્સંગી થયા છે માટે હવે તમે અહીંથી ચાલ્યા જાઓ. ખરેખર સ્વામિનારાયણ ભગવાન જ છે, હવે તમે તેમનું જ ભજન કરજો. અમે પણ હવેથી ત્યાં જઈશું. તમારા ઘરમાં અમારી સ્થાપના છે તે બહુચરાજી માતાના કુંડમાં મૂકી દેજો.' બંને દેવીઓ ગયા પછી તેમના ઘરમાં સો વર્ષથી અખંડ બળતો ઘીનો દીવો પણ પોતાની મેળે ઓલવાઈ ગયો. (૫૫)

૨. વાર્તા ૧૧, પૃષ્ઠ ૧૬૦

ચોખ્ખી ઉપાસના કરવી, તેમાં લોચો પોચો ન રાખવો અને જે ઉપાસનામાં ભેદ પડે છે તે પક્ષપાતે કરીને પડે છે કેમ જે પોતાનો પક્ષ રાખ્યા સારું પોતાના જે સેવક હોય તેને કહે જે, 'લક્ષ્મીનારાયણ છે તથા નરનારાયણ છે તે જ મહારાજ છે' એમ સમજાવે. માટે આપણે તો કોઈ અવતારને વિશે મોટપ ન

સમજવી અને મહારાજ (સહજાનંદ) સર્વ અવતારના અવતારી પોતે એક જ છે અને અવતારમાત્રના સ્વામી છે અને બીજા સર્વે અવતાર શ્રીજીમહારાજના ભક્ત છે એમ સમજવું અને બીજાને એમ સમજાવવું. તે કેમ સમજીએ તો એકવાર અમને (ગોપાળાનંદને) મહારાજનાં ને શ્રીકૃષ્ણના દર્શન થયાં, ત્યારે શ્રીકૃષ્ણ શ્રીજી મહારાજની (સહજાનંદની) સેવામાં દેખાણા તથા રામચંદ્રજીનાં તથા મહારાજનાં દર્શન થયાં ત્યારે પણ રામચંદ્રજી મહારાજની સેવામાં દેખાણા ને નરનારાયણનાં તથા મહારાજનાં દર્શન થયાં ત્યારે પણ નરનારાયણ મહારાજની સેવામાં દેખાણા ને મહારાજે વ્યાપકાનંદ સ્વામીને પણ પોતાના સ્વરૂપને વિશે ચોવીસ અવતાર લીન કરી દેખાડ્યા અને પર્વતભાઈ પણ ચોવીસ અવતારને મહારાજની સ્તુતિ કરતા નિરંતર દેખતા; અને વળી એક ભક્તને સમાધિ થઈ ત્યારે તે ભક્તને નરનારાયણને અક્ષરધામને દરવાજે દેખાડ્યા તથા એક વખત વિજ્ઞાનદાસજી અમારે દર્શને આવ્યા હતા, પછી તેણે કહ્યું જે, 'મારે નરનારાયણનાં દર્શન કરવા જાવું છે. ત્યારે અમે કહ્યું જે, 'સમાધિ કરીને અક્ષરધામમાં મહારાજ પાસે જાઓ.' ત્યારે તે સમાધિ કરીને અક્ષરધામમાં ગયા તે સમે ત્યાં નરનારાયણ શ્રીજીમહારાજનાં (સહજાનંદના) દર્શન કરવા આવ્યા હતા. પછી મહારાજે નરનારાયણને આજ્ઞા કરી જે, 'તમે હવે બદ્રિકાશ્રમમાં જાઓ.' ત્યારે નરનારાયણ ત્યાંથી ચાલી નીકળ્યા અને પોતાને સ્થાનકે ગયા.

૩. વાર્તા ૨૪, પૃષ્ઠ ૪૭-૪૮

રામચંદ્રને હજુ દિલમાં રહેતું હતું જે, 'હું મારા ઈષ્ટદેવ રણછોડજીને કેમ મૂકું.' એવા વિચારથી તે પોતાના નિયમ મુજબ શરદ પૂર્ણિમાના ઉત્સવ ઉપર ડાકોર ગયા. ત્યાં રણછોડરાયનાં દર્શન કરી રાત્રે સૂઈ ગયા. રણછોડજીએ તેમને દર્શન આપી કહ્યું, 'તમને સાક્ષાત્ શ્રી સ્વામિનારાયણ ભગવાનના સંતે કહ્યું તો પણ હજુ સંશય કેમ રાખો છો ? અમે તો એ ભગવાનના સેવક છીએ. જો તમને દર્શન કરવાં હોય તો ગઢપુર જજો. ત્યાં તમને ભગવાનની ઓળખાણ જરૂર થશે. તેમના સંત ગોપાળાનંદ સ્વામી પણ મહાસમર્થ છે.' આમ કહી રણછોડજી અદશ્ય થઈ ગયા.

આમ બોલ્યા ત્યાં તો તેમને શ્રી સ્વામિનારાયણ ભગવાનની ઇચ્છાથી સમાધિ થઈ અને દિવ્ય અલૌકિક તેજોમય શ્રી સ્વામિનારાયણ ભગવાનનાં અનંત આશ્ચર્યયુક્ત દર્શન થયાં તેમાં રણછોડરાયજી જેવા અનંતને શ્રી સ્વામિનારાયણ ભગવાનની સ્તુતિ કરતા જોયા.

૪. વાર્તા ૨૭, પૃષ્ઠ ૫૮- ૫૯

ત્યાર પછી શાસ્ત્રીજીએ તો નિત્ય નિયમ મુજબ શિવ રહસ્યનું પુસ્તક વાંચવા માટે પુસ્તક છોડ્યું ત્યાં ઓચિંતાનો તેજનો ગોળો છૂટ્યો અને થોડે ઊંચે જઈને ફાટ્યો તેથી સર્વત્ર તેજ તેજ થઈ ગયું અને તે તેજમાં કોટાનકોટી સૂર્યચંદ્રને ઝાંખા પાડે છતાં પણ શિતળ અને શાંતિ આપનારા અને દિવ્ય સમિહાસન પર બિરાજમાન એવા શ્રી સ્વામિનારાયણ ભગવાન તેમજ સદગુરુ શ્રી ગોપાળાનંદ સ્વામીનાં અલૌકિક દિવ્ય દર્શન થયાં અને પોતે જે શંકરનું પૂજન કરતા તેવા અનંત શંકર શ્રી સ્વામિનારાયણ ભગવાનની સ્તુતિ કરતા જોઈ મહા આનંદ સાગરમાં ડૂબેલા શાસ્ત્રીજી તો ઘડીભર જોઈ જ રહ્યા.

૫. વાર્તા ૩૨, પૃષ્ઠ ૭૭

રાવસાહેબને સાચા ભાવે પ્રાર્થના કરતા જોઈ સદ્‌ગુરુ શ્રી ગોપાળાનંદ સ્વામી ખૂબ પ્રસન્ન થયા અને પોતાનો કોમળ કર તેમના મસ્તક ઉપર મૂકી કહ્યું, ‘હવે તમે નિશ્ચિંત છો. ચાલો, હવે નાગનો મોક્ષ કરીએ.’ એમ કહી મહાદેવજી આગળ જઈ કહ્યું, ‘તમારા કંઠમાં નાગનું આભરણ નથી માટે તમે ગણપતિને આજ્ઞા કરી રાવસાહેબના ભોંયરામાં જે સાત ફેણવાળો નાગ છે તે મંગાવીને તમારા કંઠમાં રાખજો. વાસનાથી ક્ષુદ્ર દેહ પામેલ નાગનો અમે પછીથી મોક્ષ કરશું.’ સદ્‌ગુરુ શ્રી ગોપાળાનંદ સ્વામીની આજ્ઞા પ્રમાણે મહાદેવે ગણપતિને ભોંયરામાં મોકલી નાગને પકડીને પોતાને ગળે વીંટાળ્યો. આ બધું જોઈ બધા ખૂબ જ આશ્ચર્ય પામ્યા. શ્રી ગોપાળાનંદ સ્વામીએ તેના ઉપર જળ છાંટ્યું એટલે તે નાગ પણ દિવ્યગતિ પામ્યો અને શંકરના ગળામાં નિશાનીરૂપે રહ્યો.

૬. વાર્તા ૩૩, પૃષ્ઠ ૭૭,૭૮

શ્રીમંત રાવસાહેબના ભાઈ આબાસાહેબ પણ ચારિત્ર્યવાન સત્સંગી હતા અને નિત્ય સદ્‌ગુરુ શ્રી ગોપાળાનંદ સ્વામીનાં દર્શન સેવા સમાગમનો લાભ લેતા. એક વખત તેમણે સ્વામીને પૂછ્યું જે, ‘સ્વામી ! મારા કુટુંબીઓ કુસંગી છે અને દ્વારિકાની યાત્રાએ જવાનું કહે છે તેનું મારે કેમ કરવું? ત્યાં મને ભગવાન દર્શન આપશે?” ત્યારે સદ્‌ગુરુ શ્રી ગોપાળાનંદ સ્વામીએ કહ્યું, ‘ત્યાં હવે ભગવાન ક્યાંથી હોય? જો તમારે પ્રત્યક્ષ ભગવાનનાં દર્શન કરવાં હોય તો વડતાલ જાઓ. ત્યાં શ્રી સ્વામિનારાયણ ભગવાન તમારા

મનોરથ પૂર્ણ કરશે.' સ્વામીશ્રીની અનુમતિ લઈ આબાસાહેબ નીકળ્યા તો ખરા પણ સગાંવહાલાં જે કુસંગી હતાં તેમણે દ્વારિકા જવા માટે ખૂબ ટંટો કરી આગ્રહ કર્યો. છેવટે તેમણે દ્વારિકા તરફ પ્રયાણ કર્યું અને દરિયા કિનારે જઈ વહાણમાં બેઠા ત્યારે થોડા સમય બાદ દરિયામાં પ્રચંડ વાવાઝોડું ઊપડ્યું, તેમાં વહાણ પણ ચકડોળે ચઢ્યું અને જોતજોતામાં બૂડી પણ ગયું. બુડતાં બૂડતાં આબાસાહેબે વિચાર્યું જે, 'સદ્‌ગુરુ શ્રી ગોપાળાનંદ સ્વામીએ મને વચન કહ્યું હતું તે મેં ન માન્યું તેથી મારે આ કષ્ટ આવી પડ્યું,' એમ કહી સ્વામિનારાયણ, સ્વામિનારાયણ' એમ ભજન કરવામાંડ્યા. ત્યારે દયાસાગર શ્રી સ્વામિનારાયણ ભગવાને સદ્‌ગુરુ શ્રી ગોપાળાનંદ સ્વામી સાથે આબાસાહેબને દિવ્ય તેજોમય દર્શન આપી કહ્યું, 'આ લાકડાનો કટકો છે તે તમે હાથમાં પકડી રાખજો એટલે દરિયો પાર કરી શકશો. તમારા કુટુંબીઓ તો તમારા પૂર્વ જન્મના વેરી છે તેથી તમને અવળે માર્ગે લઈ ચાલ્યા હતા પણ તમે અમારા ભક્ત છો તેથી રક્ષા કરી. એમ કહી અદશ્ય થઈ ગયા.

૭. વાર્તા ૪૦, પૃષ્ઠ ૯૭

બીજે દિવસે સરકારે શેઠને બોલાવી કહ્યું કે, 'બહાદુર શેઠ, આ તો મોટો જુલમ થયો. આવા કોરા ઉનાળામાં તે વળી વરસાદ શાનો હોય? 'તમે જરૂર કોઈ મોટાનો અપરાધ કર્યો હશે, તે વિના આવી આફત ક્યાંથી હોય?' ત્યારે શેઠ કહે, "ના સરકાર, મેં તો બહુચરમાતાની પાંચ હજાર રૂપિયાની માનતા માની છે પણ કોણ જાણે આ કેમ થયું?'

સરકાર કહે કે, 'માતાની માનતા કરી પણ પિતાની અવગણના કરી તેથી તમારી એ માતા શું રક્ષા કરવાની હતી? તમે શ્રી સ્વામિનારાયણ ભગવાનનો અને તેમના સંતો તથા સત્સંગીઓનો દ્વેષ કરો છો, તેથી જ તમારી આવી દુર્દશા થઈ છે. 'શેઠ આ બધું નીચું મોઢું કરીને સાંભળી રહ્યો પણ મતિમંદ હોવાથી હૃદય પીગળ્યું નહિ તેથી યમો તેને તેડવા આવ્યા, તે યમનું વિકરાળ સ્વરૂપ જોઈને "હે સ્વામિનારાયણ ભગવાન! તમે સાચા છો.' એમ બોલવાથી યમો ભાગ્યા અને તે યમપાશથી છૂટી ગયો. એવામાં બહુચરાજીએ એને દર્શન દઈને કહ્યું કે, 'યમ થકી તને શ્રી સ્વામિનારાયણ ભગવાને અને શ્રી ગોપાળાનંદ સ્વામીએ છોડાવ્યો છે માટે તું એમના શરણે થઈ એમનું ભજન કરજે તો બધું સારું થશે.' પછી તેણે શ્રી ગોપાળાનંદ સ્વામીની પ્રાર્થના કરી અને શ્રી સ્વામિનારાયણ ભગવાનનો આશ્રિત થયો.

૮. વાર્તા ૬૨, પૃષ્ઠ ૧૨૪- ૧૨૫

એક વખત સદ્‌ગુરુ શ્રી ગોપાળાનંદ સ્વામી સારંગપુર પધાર્યા હતા. ત્યાં વાઘાખાચરે સ્વામીશ્રીને ગદ્‌ગદ કંઠે પ્રાર્થના કરી જે, 'સ્વામી ! અમે વ્યવહારે બહુ જ દુર્બળ છીએ. વળી આ ગામને શ્રીજીમહારાજની (સહજાનંદની) પ્રસાદીનું જાણી લોકો દર્શન કરવા આવે છે તેથી સીધું આપવા માટે બહુ મુશ્કેલીઓ પડે છે, માટે આપ તેના માટે કાંઈક ઉપાય બતાવો.' ત્યારે સ્વામીશ્રીએ કહ્યું, 'હું તમને એક કમાઉ દીકરો આપું.'

એમ કહીને બોટાદના કાના કડીયાને બોલાવીને કહ્યું, 'તું હનુમાનજી ઘડી આપ.' ત્યારે કાનો કહે, 'સ્વામી! મને ચિતરતાં આવડતું નથી.' સ્વામીશ્રી બોલ્યા, 'હું ચિતરી આપું પછી તું ઘડજે.' સ્વામીશ્રીએ (ગોપાળાનંદે) તરત જ હનુમાનજી ચિતરી આપ્યા. પછી કડીયાએ ઘડીને તૈયાર કર્યા અને સ્વામીશ્રીએ વિધિ અનુસાર પધરાવ્યા. તે વખતે સ્વામીશ્રી પોતાની આ જેષ્ઠિકા ઉપર દાઢી ટેકાવીને ઊભા હતા. ત્યારે હનુમાનજી સાક્ષાત્ થઈ કંપવા લાગ્યા. કેમ જે સ્વામીશ્રીએ એવો સંકલ્પ કર્યો હતો કે, મૂર્તિમાં મૂર્તિમાન હનુમાનજી આવે.' આ વખતે કંપતા હનુમાનજી જોઈ ધોલેરાના ગરાસિયા પુંજાભાઈ તથા બોટાદના ભગા દોશી વગેરે હરિભક્તો સંકલ્પ કરવા લાગ્યા જે, "સ્વામી હનુમાનજીમાં બધું ઐશ્વર્ય મૂકશે તો પછી બીજા મંદિરે કોઈ નહિ જાય.' સર્વવિત સ્વામીશ્રીએ તેમના સંકલ્પ જાણી થોડું ઐશ્વર્ય ઓછું રાખ્યું. તે હનુમાનજીના ઐશ્વર્યનો ઘણાને અનુભવ થવા લાગ્યો. દેવમાં આટલું ઐશ્વર્ય મૂક્યું હોય તો મૂકનારમાં અપાર દિવ્ય ઐશ્વર્ય હોય જ તે વાંચક વૃંદને સમજી લેવું. હનુમાનજી પધરાવ્યા ત્યારે ગોવિંદાનંદ સ્વામી ન્હાવા ગયા હતા. પછી જ્યારે સ્વામીશ્રી પાસે આવ્યા, ત્યારે સ્વામીશ્રીએ કહ્યું, 'હનુમાનજી પાસે જાઓ, તે તમને કાંઈક વાત કરશે.' ગોવિંદાનંદ સ્વામી સ્વામીશ્રીની આજ્ઞા પ્રમાણે હનુમાનજી પાસે ગયા અને પગે લાગવામાંડ્યા ત્યારે હનુમાનજીએ તેમના હાથ પકડી ઉપાડી લીધા અને કહ્યું જે, 'તમારે મને પગે લાગવું ન જોઈએ. તમે તો શ્રી ગોપાળાનંદ સ્વામીના સેવક છો અને હું પણ તેમનો સેવક છું.' પછી ગોવિંદાનંદ સ્વામીએ આવીને બધી વાત કરી તેથી સૌ આશ્ચર્ય પામ્યા, સ્વામીશ્રીએ કહ્યું, 'હજુ હનુમાનજી નાના છે. પછી બહુ પ્રતાપ જણાવશે.'

પ્રકરણ ૬

તિલક અને ટોપીનો ઇતિહાસ : અંગ્રેજ અમલદારો અને ખ્રિસ્તી પાદરીઓ સાથે સ્વામીનારાયણ સંસર્ગ

'સ્વામિનારાયણે અંગ્રેજ અમલદાર માલ્કમને આશીર્વાદ આપ્યા કે તારું રાજ સો વર્ષ ટકશે.' આ એક વાત સહજાનંદી સંપ્રદાયમાં અવાર નવાર કહેવાતી અને પ્રચલિત હતી. પણ આ દાવાનું મૂળ તપાસવા ઈન્ટરનેટ પર શોધવામાં આવ્યું તો હકીકત બિલકુલ ઉલટ નીકળી. આશીર્વાદ સહજાનંદે નહોતા આપ્યા, આશીર્વાદ અંગ્રેજ ગવર્નર લોર્ડ માલ્કમે અને ખ્રિસ્તી પાદરીઓએ સહજાનંદને આપ્યા હતા. આવો જાણીએ એ બ્રિટિશ દસ્તાવેજોના ચિત્રને.

૧૮૧૫માં ફ્રાંસના નેપોલિયનની વોટરલૂની લડાઈમાં હાર બાદ અંગ્રેજોનો દબદબો દુનિયામાં વધી ગયો. અને ત્યારથી અંગ્રેજોએ દુનિયાભરમાં એક ચળવળ શરૂ કરી 'પેક્સ બ્રિટાનિકા (PAX BRITANNICA)', જેનો અર્થ થાય છે 'બ્રિટીશ શાંતિ'. આ ચળવળનો હેતુ હતો જે દેશ-પ્રદેશ અંગ્રેજોના આધિપત્યમાં આવે ત્યાંના સમાજને સભ્ય બનાવવાની કોશિશો કરી અંગ્રેજ સરકાર સાથે તેમની સમરસતા અને શાંતિ કાયમ કરવી. વિશ્વભરના બ્રિટીશ શાસિત પ્રદેશોમાં આ ચળવળ ૧૮૧૫માં શરૂ થઈ અને ૧૯૧૪માં પ્રથમ વિશ્વ યુદ્ધની શરુઆત સાથે એનો અંત આવ્યો. એ સો વર્ષની PAX BRITANNICA ચળવળના દસ્તાવેજોનો એક આખો ભંડાર બ્રિટનની યુનિવર્સિટીઓ અને લાઇબ્રેરીઓમાં ભરેલો છે, જેમાં ગુજરાતમાં પેકસ બ્રિટાનિકા કેવી રીતે ચલાવવામાં આવી એ દસ્તાવેજોમાં સહજાનંદ સ્વામી વિશે બહોળા પ્રમાણમાં લખવામાં આવ્યું છે. એજ રીતે જેમ બંગાળમાં પેક્સ બ્રિટાનિકા

ચળવળના દસ્તાવેજોમાં રાજા રામમોહન રોય એક મહત્વનું પાત્ર ઉપસી આવે છે. રાજા રામ મોહન રાય સાથે બંગાળમાં જે સામાજિક સુધારણાની ચળવળ ચાલી એ અસલમાં આજ પૅકસ બ્રિટાનીકાની ચળવળ હતી. એજ દસ્તાવેજોમાંથી બ્રિટનના લેખકોએ ઓક્સફર્ડ અને કેમ્બ્રિજ યુનિવર્સિટી માટે સ્વામિનારાયણ સંપ્રદાય પર કેટલાક પુસ્તકો લખ્યા છે. એમાંથી એક છે રેમોન્ડ બ્રેડી વિલિયમ્સનું 'AN INTRODUCTION OF SWAMINARAYAN HINDUISM' અને બીજું છે એજ લેખકનું અન્ય સહલેખક સાથે લખાયેલું 'A NEW FACE OF HINDUISM - SWAMIANARAYAN RELIGION'.

આ બધા પુસ્તકો અને દસ્તાવેજોમાં અંગ્રેજ ગવર્નર જ્હોન માલ્કમ મુખ્ય હીરો છે, જેણે સહજાનંદ સ્વામી રૂપી એક સપોર્ટિંગ એક્ટરની મદદથી ગુજરાતમાં PAX BRITANNICA સ્થાપી. બ્રિટિશ દસ્તાવેજો અને ખ્રિસ્તી પાદરીઓની ડાયરીઓ સહજાનંદ સ્વામીને હિંદુ-ખ્રિસ્તી સંવાદને જન્મ આપી બ્રિટિશ અને સ્વામિનારાયણ હિન્દુઓના સબંધોને આગળ વધારનારા અને હિંદુ શાસ્ત્રોના નવા અર્થઘટન કરી તેમને શુદ્ધ કરનારા એક સમાજ સુધારક તરીકે વર્ણવે છે. આવો હવે એ દસ્તાવેજો અને પુસ્તકોમાં કહેવાયેલા ઇતિહાસને જાણીએ. અહીં આપવામાં આવેલી સમસ્ત જાણકારી એ બ્રિટિશ દસ્તાવેજો અને સ્વામિનારાયણ સંપ્રદાયના અનુયાયીઓથી જાણીને લખાયેલા રેયમોન્ડ બ્રેડી વિલિયમ્સના પુસ્તક 'AN INTRODUCTION OF SWAMINARAYAN HINDUISM'ના પ્રકરણ ૧ - 'THE BEGINNING OF SWAMINARAYAN HINDUISM'માંથી અપાઈ છે. (પીડીએફ લિંક : https://drive.google.com/file/d/1uLZOTV2IfX_cWOAm9i7aTLpPGay_-DBY/view?usp=sharing)

ઓગણીસમી સદીના આરંભમાં ગુજરાતમાં બે નેતાઓ બે દિશામાંથી પ્રવેશ્યા, અને તેમણે ગુજરાતી સમાજમાં વમળો ઉત્પન્ન કર્યા. તે વમળો સમાજમાં એવા ઊંડે સુધી ઉતર્યા કે આજે પણ તેની અસર ગુજરાતમાં અને વિદેશોમાં ગયેલા ગુજરાતીઓમાં જોવા મળે છે. એ બે નેતા હતા બોમ્બે પ્રેસીડેન્સીના ગવર્નર જ્હોન માલ્કમ અને સ્વામિનારાયણ હિંદુવાદના સહજાનંદ સ્વામી. એ જ્હોન માલ્કમ જ હતા જેમણે ૧૮૧૮માં પેશ્વાની અંગ્રેજો સામે હાર થતાં પેશવાનું સરેન્ડર સ્વીકાર્યું હતું. એ સાથે જ ગુજરાત અંગ્રેજોના હાથમાં આવ્યું, જ્યાં વડોદરાને તેનું રાજ્ય સ્વતંત્ર રીતે ચલાવવાનો અધિકાર આપવામાં આવ્યો. કારણકે વડોદરાના ગાયકવાડે ૧૭૮૨માં જ પેશવાથી અલગ પડીને બ્રિટીશ સંરક્ષણ સ્વીકારી લીધું હતું. આમ, વડોદરા રાજ્ય

સિવાયનું આખું ગુજરાત અંગ્રેજોના હાથમાં આવ્યું. પણ એ ગુજરાત પેશવાના કુશાસનના કારણે અનેક રજવાડાઓ અને ધાડ પાડું બહારવટિયાઓના પ્રદેશોમાં વહેંચાયેલું હતું. સમાજમાં હિંસા અને કુરિવાજો ચરમ પર હતા. એક રીતે આખા ભારતમાં તે સમયે ગુજરાત સૌથી વધુ હિંસક અને વિખરાયેલો પ્રદેશ હતો. બંગાળનો સમાજ ભણેલો ગણેલો અને બુદ્ધિજીવી હતો, એટલે ત્યાં રાજા રામમોહન રાયની મદદથી ખ્રિસ્તી અને બ્રિટિશ સિધ્ધાંતો સાથે સમાજમાં ચળવળ ઊભી કરવામાં આવી હતી. પણ ગુજરાતના હિંસક અને અસ્તવ્યસ્ત સમાજમાં બ્રિટીશ શાંતિની એ ચળવળ મુશ્કેલ હતી. એટલે ક્રાંતિકારી વિચારોવાળા જ્હોન માલકમે ખ્રિસ્તી પાદરીઓથી અલગ હટીને ગુજરાતી સમાજના ધાર્મિક આગેવાનો દ્વારા સમાજને અંગ્રેજ સરકાર સાથે જોડવાની કોશિશ કરી. અને આ માટે તેણે સહજાનંદ સ્વામીની મદદ લીધી જે કાઠિયાવાડના એક પટ્ટામાં બહોળા પ્રમાણમાં અનુયાયી ધરાવતા હતા. તેમનું નિવાસસ્થાન દાદા ખાચર નામના એક મોટા કાઠી જમીનદારનું ઘર હતું, જે સહજાનંદ સ્વામીના અનુયાયી બનવાના કારણે તેમની જાગીરના સમસ્ત તેર-ચૌદ ગામ સહજાનંદ સ્વામીના અનુયાયી બન્યા હતા. સહજાનંદ સ્વામી તે ગામોમાં વૈષ્ણવ જેવો પણ એક અલગ પ્રકારનો સામાજિક સુધારણાવાળો પંથ ચલાવતા હતા.

પણ ૧૮૦૨માં રામાનંદ સ્વામીનો ઉદ્ધવ સંપ્રદાય સંભાળવાથી લઈને ૧૮૧૮માં અંગ્રેજોના ગુજરાતમાં આવવા સુધીનો પંદર વર્ષનો સમય સહજાનંદ સ્વામીનો ગુજરાતની પ્રજા દ્વારા વિરોધ અને સતામણીનો સમય હતો. કાઠીયાવાડના અમુક રાજાઓએ તેમને ધર્મ વગરના, લોકોને ભરમાવતા વ્યક્તિ કહીને બળપૂર્વક રોકવાની કોશિશ કરેલી. તો અંગ્રેજોના આવ્યા પહેલાના અમદાવાદના રાજાએ સહજાનંદ સ્વામી પર અમદાવાદ રાજ્યમાં આવવા પર પ્રતિબંધ મૂકી દીધેલો. લોકોમાં તેમના પ્રત્યેના રોષનું કારણ જાતિના આધારે લોકો સાથે ભેદ કરતા ઉપદેશ આપવા, સ્ત્રીઓનો અનાદર કરવો, અને મૂળ વૈષ્ણવ સંપ્રદાયથી અલગ ઉપદેશ આપવો વગેરે હતા. રામાનંદ સ્વામીનો સંપ્રદાય સહજાનંદને મળવાથી રામાનંદ સ્વામીની બે સ્ત્રી શિષ્યો અને એક શિષ્ય રઘુનાથદાસે ઉદ્ધવ સંપ્રદાય છોડી દીધેલો, અને તેમના સમર્થનમાં પણ સમાજમાં સહજાનંદ સામે વિરોધ હતો.

પણ ૧૮૧૮ ફેબ્રુઆરીમાં અંગ્રેજો દ્વારા અમદાવાદની સત્તા હાથમાં આવતાં જ ખેડાના મેજિસ્ટ્રેટ રહેલા એડવર્ડ આયર્નસાઈડે સૌપ્રથમ સહજાનંદ

સ્વામીનો અમદાવાદ આવવા પરનો પ્રતિબંધ હટાવ્યો અને તેમને મળવા માટે આવવા આમંત્રણ મોકલ્યું. એડવર્ડ આયર્નસાઈડનું સ્વામિનારાયણ સંપ્રદાયના ચોપડાઓમાં 'ઇરોન સાહેબ' તરીકે અનેકવાર વર્ણન આવે છે. સંપ્રદાયના ગ્રંથોમાં ઇરોન સાહેબની નોંધ સ્વામિનારાયણને એ વિશ્વાસ અપાવનાર વ્યક્તિ તરીકે છે કે અંગ્રેજો સ્વામિનારાયણના ઉપદેશ આપવાના અધિકારનો બચાવ કરશે અને તેમના સાધુઓને ઉત્પીડન અને હુમલાથી બચાવશે (શ્રિહરિચારિત્રામૃત સાગર ૧૭.૭૪). ઇરોન સાહેબ અને સહજાનંદ સ્વામીની પ્રથમ મુલાકાત ૧૮૦૯માં ખેડામાં થઈ હોવાનું વર્ણન છે, અને તે પછી તે ૧૮૧૭માં પણ મળ્યા. અને ૧૮૧૮માં જ્યારે અમદાવાદમાં અંગ્રેજ સત્તા આવી ત્યારે ઇરોન સાહેબ કલેકટર હેઠળના અધિકારી તરીકે અમદાવાદ આવ્યા, અને ત્યારે સહજાનંદ સ્વામીને આમંત્રણ આપવામાં આવ્યું. ૧૮૧૯માં ઇરોન સાહેબ અને સહજાનંદ સ્વામી મળ્યા જ્યાં ઇરોન સાહેબે કાલુપુરમાં મંદિર બાંધવા માટે જમીનનો એક પ્લોટ આપવાનું વચન આપ્યું, અને કહ્યું હવે તે સુરત જવાના છે અને દુલપ સાહેબ (જ્હોન એન્ડ્રુ ડનલોપ) અમદાવાદમાં રહેવાના છે.

જ્હોન એન્ડ્રુ ડનલોપ ૧૮૧૮માં અમદાવાદના પહેલાં કલેકટર નિમાયા હતા. ડનલોપે ૧૮૨૦માં સહજાનંદ સ્વામીને અમદાવાદમાં મંદિર બાંધવા માટે જમીન આપવાની મંજૂરી બ્રિટનથી મેળવી આપી. અને ફેબ્રુઆરી ૧૮૨૨માં કાલુપુરનું એ નર-નારાયણ મંદિર બનીને તૈયાર થયું. આ માટે રેયમોન્ડ વિલિયમ્સ તેના પુસ્તક અં INTRODUCTION TO SWAMI-NARAYAN HINDUISMમાં લખે છે, '૧૮૨૦માં અમદાવાદના કલેકટરે સહજાનંદ સ્વામીને મંદિર બાંધવા જમીન આપી અને (સ્વામિનારાયણનું) પહેલું મંદિર ત્યાં બંધાયું. આમ, અંગ્રેજો આ સંપ્રદાયના પહેલા મંદિરના બાંધકામમાં શામેલ હતા, જે એક આબેહુબ પ્રતિક હતું એ વાતનું કે 'પેક્સ બ્રિટાનિકા' અને 'પેક્સ સહજાનંદા' એક સહિયારા લક્ષ્ય તરફ ચાલનારા સમાંતર આંદોલન હતા. ૧૮૨૩માં જયારે તે નર-નારાયણ મંદિરનું લોકાર્પણ થયું ત્યારે સહજાનંદ સ્વામી સાથે ૫૦,૦૦૦ લોકો હતા. આમ, બ્રિટીશ આવ્યા તે પહેલાના સહજાનંદના વર્ષો વિરોધ અને સતામણીના રહ્યા હતા, પણ બ્રિટીશ આવ્યા પછીના તેમના આખરી દસ વર્ષ મહાન સફળતા, ઊંચા સમ્માન અને મોટી સમાજ સુધારણાના વર્ષો રહ્યા.'

➢ ખ્રિસ્તી પાદરીઓ સાથે મુલાકાતો :

આયર્નસાઈડ (ઇરોન સાહેબ) અને એન્ડ્રુ ડનલોપ બોમ્બે પ્રેસિડન્સીના ગવર્નર જ્હોન માલ્કમના સહજાનંદ સ્વામી સાથેના પ્લાન હેઠળ કાર્ય કરનારા અંગ્રેજ અમલદાર હતા. જ્હોન માલકમે આગળ આ કાર્યક્રમમાં ખ્રિસ્તી બિશપોને પણ જોડ્યા. એન્ડ્રુ ડનલોપે કાલુપુર મંદિરના નિર્માણ સમયના બે વર્ષોમાં સહજાનંદ સ્વામીના જીવન અને કાર્ય વિશે એક અહેવાલ તૈયાર કર્યો, જેનું નામ હતું 'હિન્દુઓનો એક નવો સંપ્રદાય (A NEW SECT OF HINDUS)'. ડનલોપે આ લેખિત અહેવાલને સૌથી પહેલા કલકત્તાની બિશપ કોલેજના પ્રથમ પ્રિન્સિપાલ બનેલા વિલિયમ હોજ મિલ સાથે શેર કર્યો હતો. કાલુપુર મંદિરના ઉદઘાટનના ચાર મહિના બાદ વિલિયમ હોજ મિલ જૂન ૧૮૨૨માં ગુજરાત પ્રવાસે આવ્યા ત્યારે ડનલોપે તેમને આ નિબંધ બતાવ્યો, જેની મિલે તેમની ડાયરીમાં નકલ કરી હતી, જે હવે ઓક્સફર્ડ યુનિવર્સિટીની બોડલીયન લાઇબ્રેરીમાં સચવાયેલો છે. આ આહેવાલનું 1822માં વિસ્તૃત સંસ્કરણ બોમ્બે કુરિયરમાં અજ્ઞાતપણે પ્રકાશિત થયું હતું, જે 'સ્વામિનારાયણ હિંદુવાદ' વિશે અંગ્રેજીમાં પ્રથમ કૃતિ મનાય છે.

સ્વામિનારાયણના અનુયાયીઓ આ બ્રિટિશ અધિકારીઓ સાથે સંપર્કો અને માહિતીના મધ્યસ્થી હતા. વિલિયમ હોજ મિલ પોતાની ડાયરીમાં આહેવાલ આપે છે કે તે એક ગૃહસ્થ કુબેરસિંહ છડીદાર અને સાધુ ભજાનંદ સ્વામીને મળ્યા અને આ આહેવાલ વિશે ચર્ચા કરી. સામે કુબેરસિંહે ખ્રિસ્તી ધર્મના પુસ્તકો આપવાની વિનંતી કરી, જેને સ્વીકારી મિલે તેમને ખ્રિસ્તી નવા કરારના તમામ પુસ્તકો આપ્યા. કુબેરસિંહે દરેક પુસ્તકના નામ અને વિષયવસ્તુ લખ્યા અને સ્વામિનારાયણ સાથે તે પુસ્તકો શેર કરવાનું વચન આપ્યું. સાથે તેમણે મિલને સંસ્કૃત અથવા હિન્દીમાં તેમના સંપ્રદાયના સિદ્ધાંતો સંબંધિત તમામ પુસ્તકો મોકલવાનું વચન આપ્યું હતું. તેમના ભાઈ, મોતીરામ ચોપદાર (અધિકારી), અમદાવાદમાં બ્રિટિશ ઇસ્ટ ઈન્ડિયા કંપનીની ઑફિસમાં ક્લાર્ક તરીકે સેવા આપતા હતા અને બ્રિટિશ અને સ્વામિનારાયણ નેતાઓ વચ્ચે મીટિંગ ગોઠવવા માટે મધ્યસ્થી તરીકે કામ કરતા હતા.

ભજાનંદ સ્વામી કાવ્યશાસ્ત્ર, પુરાણો અને આયુર્વેદિક દવાના વિદ્વાન હતા. વચનામૃતના પાંચ પ્રવચનમાં તેઓ છ વખત દેખાય છે. ભજાનંદ સ્વામીએ વિલિયમ મિલ પાસેથી રાજા રામમોહન રોયના ઉપદેશો વિશે માહિતીની વિનંતી કરી, જેમના સુધારાએ બંગાળમાં વિવાદ ઊભો કર્યો હતો અને જેની સાથે મિલ વ્યક્તિગત રીતે પરિચિત હતા. ભજાનંદે કહ્યું કે મિલ

તેને રોયના કેટલાક પ્રકાશનો હિન્દી અથવા સંસ્કૃતમાં મોકલે.

માર્ચ ૧૮૨૫માં અન્ય એક પાદરી સહજાનંદ સ્વામીને મળવા આવ્યા. તે હતા રેજિનાલ્ડ હેબર. જાણીતા કવિ, સ્તોત્ર લેખક અને કલકત્તાના લોર્ડ બિશપ એવા હેબર તેમના કલકત્તાથી બોમ્બે પ્રવાસ દરમિયાન નડિયાદ ખાતે સહજાનંદ સ્વામીને મળ્યા. સહજાનંદ સ્વામી તેમના ભત્રીજાની જનોઈ વિધિના કાર્યક્રમ માટે નડિયાદ આવ્યા હતા. હેબર પોતાના લખાણમાં એ મુલાકાતના ચિત્રને વિચિત્ર કહે છે, કારણકે સહજાનંદ સ્વામી સાથે ૨૦૦ ઘોડેસવાર તેમના ઘોડા સાથે હતા, અને એનાથી પણ મોટી સંખ્યામાં બંદૂકો લઈને ચાલતા તેમના અનુયાયી હતા. સહજાનંદ સ્વામીની સુરક્ષા માટે આ તાક-જામ અંગ્રેજોએ કરી આપ્યો હતો. હેબર સાથે પણ સો ઘોડેસવાર હતા, અને આ કારણે બે ધાર્મિક શિક્ષકો ઢાલની અથડામણ, અને યુદ્ધ-ઘોડાઓના ટ્રેમ્પના અવાજથી શહેરને ભરી દેતા હોય તેમ મળ્યા. હેબરને વિલિયમ હોજ મિલે સહજાનંદ સ્વામી વિશે જણાવી રાખ્યું હતું, અને નડિયાદ આવ્યા પછી કાઠિયાવાડનો એક રાજકુમાર પણ હેબરને મળવા આવેલો, જેણે સ્વામિનારાયણ સંપ્રદાય વિશે ઘણી નકારાત્મક વાતો હેબરને કરી હતી. આ રાજકુમારે શસ્ત્રોના બળથી આ સંપ્રદાયને નીચે પાડવાનો પ્રયાસ કર્યો હતો, પરંતુ અંગ્રેજોએ તેને રોક્યો હતો. પણ અંગ્રેજોએ સહજાનંદ સ્વામીના વખાણ કર્યા હોવાથી હેબર આદરભાવ સાથે સહજાનંદ સ્વામીને મળ્યા. અંગ્રેજોએ તેમને કહ્યું હતું કે સહજાનંદ સ્વામી પણ ખ્રિસ્તીઓની જેમ એક ઈશ્વરની જ વાત કરે છે.

મીટિંગમાં સહજાનંદે આ વિસ્તારમાં ચાલી રહેલા તેમના કેટલાક પ્રોજેક્ટ્સ માટે હેબરના સમર્થન અને બ્રિટિશ સરકારના અધિકારીઓ સાથે સારો પ્રભાવ મેળવવાની આશા સાથે વિનંતી કરી. મીટિંગ પછી તેમણે વડતાલ ખાતે લક્ષ્મી-નારાયણના મંદિર માટે અને એક નિવાસસ્થાન અને હોસ્પિટલ માટે આર્થિક સહાય મેળવવા હેબરની મદદની વિનંતી કરી. હેબરે મંદિરના નિર્માણ માટે કોઈ ટેકો આપવાનો ઇનકાર કર્યો, પરંતુ બોમ્બેના ગવર્નર શ્રી એલ્ફિન્સ્ટોનને હોસ્પિટલ અને રેસિડેન્સ હોલ માટે સમર્થનની વિનંતી પહોંચાડવા તે સંમત થયા. ચર્ચા અને અસંમતિનો મુખ્ય મુદ્દો ભગવાનના સિદ્ધાંત વિશે હતો. સહજાનંદે ઈશ્વરની અભિવ્યક્તિ વિશે સ્વામિનારાયણ સંપ્રદાયમાં જે એક અલગ હિંદુ સ્વરૂપ બનાવવામાં આવ્યું હતું તેને સ્વીકારવા હેબર સંમત નહોતા થયા. સહજાનંદ સ્વામીએ એ સ્વરૂપ વિશે જે સમજાવ્યું તેના માટે હેબરે ખ્રિસ્તી ધર્મનો એ પ્રચલિત વાક્ય સમૂહ બોલી સંભળાવ્યો, "એક ભગવાનમાં, સ્વર્ગ અને પૃથ્વી પરની બધી વસ્તુઓના નિર્માતા, જેમણે બધી જગ્યા ભરી દીધી, દરેક વસ્તુનું સમર્થન કર્યું અને તેનું સંચાલન કર્યું,

અને ખાસ કરીને, જેઓ તેને ખંતપૂર્વક શોધતા હતા તેમના હૃદયમાં વસવાટ કર્યો." અર્થાત્ સહજાનંદ સ્વામીએ જે એક ઈશ્વરની વાત કરી તે આ ખ્રિસ્તી વિચારથી મળતી હતી, પણ હેબર હિંદુ સિદ્ધાંતો સાથે પૂરતા વાકેફ હતા. તેમણે પૂછ્યું કે શું સહજાનંદે બ્રહ્મનો ઉલ્લેખ કર્યો. સહજાનંદે જવાબ આપ્યો, "જે છે અને જે એક જ છે તેને ઘણા નામો હોઈ શકે છે, અને તે આપવામાં આવ્યા છે, પરંતુ અમે અને અન્ય હિંદુઓ તેને બ્રહ્મ કહે છે.' હેબરે આને એકેશ્વરવાદના પ્રકાર તરીકે સ્વીકાર્યું. પણ તે ખ્રિસ્તી પશ્ચિમનો એકેશ્વરવાદ ન હતો.

હેબરને સહજાનંદના સ્પષ્ટીકરણથી આશ્ચર્ય થયું કે કૃષ્ણ ભગવાનનું એક સ્વરૂપ છે, જેની તેઓ પૂજા કરતા હતા, અને સાથે સહજાનંદ પોતાને પણ ભગવાનનું સ્વરૂપ માનતા હતા. સહજાનંદે તેમની માન્યતાને સમજાવ્યું કે "જુદા જુદા દેશોમાં ભગવાનના ઘણા અવતાર થયા છે, એક ખ્રિસ્તીઓ માટે, ભૂતકાળમાં બીજો હિંદુઓ માટે,' અને પછી એક સંકેત જેવું કંઇક ઉમેરતાં તેમણે કહ્યું કે કૃષ્ણ અથવા સૂર્યનો બીજો અવતાર તેમનામાં (સહજાનંદમાં) થયો હતો. આ સંકેત આપી સહજાનંદ સ્વામીએ હેબરને એક ચિત્ર ભેંટ આપ્યું જેમાં વચ્ચે શ્વેતદ્વીપપતિ વાસુદેવ ઊભા હતા, અને બાજુમાં નર-નારાયણ ઋષિ તેમને પંખો નાખતા હતા.

આમ, ક્રમશઃ બ્રિટિશ સહાય અને સબંધોની મદદથી સહજાનંદ સ્વામીનું વર્ચસ્વ અને ચકાચાંદ ભર્યો પ્રભાવ વધતો ગયો, અને તેમણે એક પછી એક કુલ છ મંદિરો બનાવ્યા, પણ એ બધા મંદિરોના મુખ્ય દેવમાં ક્યાંય વિષ્ણુનું નામ નહોતું. એમાં એજ નારાયણ શબ્દ હતો જે સહજાનંદ માટે તેમની ટોળીએ જોડી દીધો હતો. હેબર અને સહજાનંદની મુલાકાતના એક વર્ષ પછી ૧૮૨૬ માં સહજાનંદ સ્વામીએ લખેલી શિક્ષાપત્રીમાં તે ભગવાન કૃષ્ણને જ પોતાના આરાધ્ય અને પૂર્ણ પુરુષોત્તમ સર્વોપરી ઈશ્વર કહી પંચદેવ ઉપાસના કરવાનું કહે છે, પણ તે પછી લખાયેલા વચનામૃતોમાં પોતે જ સર્વોપરી પુરુષોત્તમ ઈશ્વર હોવાની વાતો સામે આવવા લાગે છે. સાથે શતાનંદ કૃત સત્સંગી જીવન અને અન્ય પુસ્તકોમાં પણ સહજાનંદને જ વૈદિક ઈશ્વરો ઉપર જિસસ જેવા એકમાત્ર સર્વોપરી ઇશ્વર બતાવવાની એ વાત દેખાવા લાગે છે, જે હિંદુ ધર્મના શાસ્ત્રો અને દર્શનમાં ક્યાંય નથી. આ બતાવે છે કે શિક્ષાપત્રી માત્ર હિંદુ સમાજ વચ્ચે કૃષ્ણને દેખાડી એક વૈષ્ણવ પંથ તરીકે ટકી રહેવા માટે લખાઈ, જ્યારે સહજાનંદની ટોળીમાં એકમાત્ર સર્વોપરી ઇશ્વર તરીકે સહજાનંદને સ્થાપવાનું ખ્રિસ્તી સ્વરૂપનું કાર્ય એ પહેલાં જ ૧૮૨૫ માં કરી દેવાયું હતું, જે શિક્ષાપત્રી લખાયા બાદ પણ અન્ય પુસ્તકોના લખાણ

રૂપે ચાલુ રહ્યું.

જિસસ જેવા એકમાત્ર સર્વોપરી ઇશ્વરનું ખ્રિસ્તી સ્વરૂપ આ પંથમાં ક્યાંથી શરૂ થયું - એનું મૂળ ઇસ ૧૮૨૫ ની હેબર અને સહજાનંદની મુલાકાતના પકડાય છે. વડતાલ મંદિર માટે આર્થિક સહાય અંગ્રેજો આપશે કે નહીં એ નક્કી કરવા હેબરે સહજાનંદન સાથે તેમના જૂથની ઇશ્વરની સંકલ્પના વિશે ચર્ચા કરી. હેબરે સહજાનંદ સ્વામીના ઈશ્વરની સંકલ્પનાને એકેશ્વરવાદ રૂપે ખ્રિસ્તી સ્વરૂપ જેવો માન્યો, પણ હજી તે અલગ હોવાનું કહીને વડતાલ મંદિરમાં જમીન આપવાનો ઇનકાર કરી દીધો. પણ સાથે હોસ્પિટલ અને રેસિડન્સ હોલ માટે આર્થિક મદદ આપી એ ઈશારો પણ આપ્યો કે જો સહજાનંદ તેમના એકેશ્વરવાદને હજી વધુ ખ્રિસ્તી સ્વરૂપ નજીક લઇ આવે તો અંગ્રેજ અમલદારો અને ખ્રિસ્તી પાદરીઓ ખુશ થઈને વધુ મદદ કરી શકે. અને કદાચ એટલે જ જયારે અમુક મહિના પછી ૧૮૨૫ માં વડતાલ લક્ષ્મી-નારાયણ મંદિર તૈયાર થયું ત્યારે સહજાનંદ સ્વામીએ રાધા કૃષ્ણની મૂર્તિના બાજુમાં પોતાની મૂર્તિ રૂપે બીજી એક મૂર્તિ મુકાવી, અને તેને “હરિકૃષ્ણ મહારાજ” નામ આપ્યું. વડતાલના સ્વામીઓ આજે તેમના પ્રવચનોમાં કહે છે કે તે સમયે જ સહજાનંદ સ્વામીએ કહ્યું હતું કે ‘જયારે લોકો આ મંદિરમાં તેમના ઇષ્ટ દેવ એવા લક્ષ્મી-નારાયણના દર્શન કરવા આવે ત્યારે ધીરે ધીરે તેમની એ હરિકૃષ્ણ મહારાજ રૂપે તેમનામાં (સહજાનંદમાં) સર્વોપરી ઈશ્વર તરીકેની શ્રદ્ધા દ્રઢ થાય એ માટે એ મૂર્તિ ત્યાં સ્થાપી છે.’ આમ, આ આખા સનાતન વિરોધી વિકૃત સંપ્રદાયના નિર્માણનું મૂળ એ ક્ષણમાં મળે છે.

આ રીતે પોતાના અંગ્રેજ અમલદારો અને ખ્રિસ્તી બિશપોને સહજાનંદ સ્વામી પાછળ લગાવી ગવર્નર જ્હોન માલકમે ગુજરાતમાં સહજાનંદ સ્વામીને તૈયાર કરી PAX BRITANNICA સ્થાપ્યું. અને જ્યારે એ કાર્ય પૂરું થઈ ગયું ત્યારે નિવૃત્ત થતાં પહેલાં ૧૮૩૦ ના ફેબ્રુઆરી મહિનામાં તે સહજાનંદ સ્વામીને મળવા જ્હોન માલકમ પહેલીવાર રાજકોટ આવ્યા, એ પણ એટલા માટે કારણકે સહજાનંદ સ્વામી ગંભીરમાંદગીમાં પટકાયેલા હતા. એ વિશે રેયમોન્ડ વિલિયમ્સ પુસ્તકમાં લખે છે, ‘૨૮ ફેબ્રુઆરી, ૧૮૩૦ ના રોજ રાજકોટ ખાતે સર જ્હોન માલ્કમ અને સ્વામિનારાયણની મિટિંગ થઈ, જે ગુજરાતમાં બ્રિટિશ કંટ્રોલ અને સ્વામિનારાયણ હિંદુઈઝમના સહજાનંદ સ્વામીની વધતી લોકપ્રિયતાથી સ્વાભાવિક બની ચૂકી હતી. આ મીટિંગ તે પહેલાં બ્રિટિશ અમલદારો તથા ખ્રિસ્તી પાદરીઓની સ્વામિનારાયણના ધાર્મિક નેતાઓ સાથે થયેલી અનેક બેઠકોનું પરિણામ હતી. આ મિટિંગ સહજાનંદ સ્વામીની

આખરીમાંદગીના સમયમાં થઈ અને તે તેમની આખરી મુલાકાતોમાંથી એક હતી. તે (જૂનમાં સહજાનંદ સ્વામીના મૃત્યુ) પછી ડિસેમ્બરમાં જ્હોન માલ્કમ પણ બ્રિટન પાછા આવી ગયા. તે બંનેની મિટિંગે એ તાકતોને ગતિ આપી જેમણે ભારતના રાજનૈતિક, સામાજિક અને સાંસ્કૃતિક પરિદૃષ્યને મહત્વપૂર્ણ રૂપથી પ્રભાવિત કર્યું. એ તાકતોએ બ્રિટન અને સમગ્ર આધુનિક સંક્રમણ નેટવર્કમાં જ્યાં પણ ગુજરાતમાંથી સ્થળાંતર થયું છે ત્યાં બંને તરફ પ્રભાવ પાડવાનું ચાલુ રાખ્યું છે.'

આ સાથે રેયમોન્ડ વિલિયમ્સ પુસ્તકમાં લખે છે કે 'ગુજરાતીઓ લાંબા સમયથી બ્રિટિશ શાસન અને સહજાનંદના મંત્રાલયના જોડાણને ઓળખે છે. તે સમયની એક જૂની ગુજરાતી કહેવત છે; "ટોપી [બ્રિટિશની હેલ્મેટ] અને તિલક [સ્વામિનારાયણ સંપ્રદાયના અનુયાયીઓ દ્વારા કપાળ પર કરવામાં આવતી નિશાની] એકસાથે આવ્યા, અને તેઓ એકસાથે જ જશે." અંગ્રેજો આવ્યા અને ગુજરાતમાં પ્રચંડ પરિવર્તનના એજન્ટ હતા. તેમનો વારસો સર્વત્ર સ્પષ્ટ છે, પરંતુ તેઓ અદૃશ્ય થઈ ગયા છે. ગુજરાતમાં અને હવે ઈંગ્લેન્ડમાં પણ તિલક ખૂબ જ પુરાવામાં છે, અને સહજાનંદ દ્વારા સ્થાપિત ધાર્મિક સંસ્થા ગુજરાતના ધાર્મિક જીવનમાં અને જ્યાં પણ ગુજરાતીઓ છે ત્યાં મુખ્ય બળ બની રહી છે.'

પણ અહીં ગુજરાતી સમાજના સાચા ચિત્રને અને ગુજરાતીઓની સાચી લાગણીને સમજવામાં આ અંગ્રેજ લેખકે થાપ ખાધી છે. કારણકે આ જૂની કહેવત એક આખા સમાજની ગૂંગળામણ બતાવી રહી છે. અને આજે આ પુસ્તકમાં બતાવેલી આ સંપ્રદાયની જે વિકૃતિ આપણે જોઈ રહ્યા છીએ એનું જ નિર્માણકાર્ય આજથી બસો વર્ષના આપણા એ ગુજરાતી પૂર્વજો સહન કરી રહ્યા હતા. વિદેશી સત્તા અને પોતાના ધર્મથી વિપરીત સંપ્રદાયની મીલીભગતથી સમાજમાં ઊભી થયેલી બેચેની અનુભવાય છે એ કહેવતમાં. એક આખો સમાજ એક કહેવતનો ટેકો લઈને પ્રતીક્ષા કરવાની હિંમત મેળવી રહ્યો છે કે એક દિવસ આ સમય જતો રહેશે. પણ આ પુસ્તકના બીજા પ્રકરણમાં જોયેલી વિકૃતિ પછી એ કઠોર સત્ય આપણી સામે આવે છે કે એ સમય પૂર્ણ રીતે ક્યારેય ગયો જ નહિ. કારણકે સહજાનંદ સ્વામીના એ સંપ્રદાયને નવી નવી ટોપીઓ સાથે જોડાવવાની અને તેનો ઉપયોગ કરવાની ફાવટ આવી ગઈ. સ્વતંત્રતા પછી કોંગ્રેસ, અને ત્યારબાદ ભાજપ. અને આજે બિલકુલ બસો વર્ષ પછી ૨૦૧૭ થી આ લખાઈ રહ્યું છે ત્યારે ૨૦૨૪ સુધી ગુજરાતના સનાતની સમાજમાં એજ ગૂંગળામણ છે જે ૧૮૧૭ થી ૧૮૩૦ વચ્ચે અને તે પછી હતી. ફરક ખાલી એટલો છે કે

ટોપી સ્વરૂપે અંગ્રેજ અમલદારો અને ખ્રિસ્તી પાદરીઓના સ્થાને ભાજપ અને હિંદુ સંગઠનો આવી ગયા છે. અને છેલ્લા સાતેક વર્ષથી આજનો ગુજરાતી સમાજ એ જૂની કહેવતનો જ મર્મ બીજા શબ્દોમાં કહે છે. આજે તે કહે છે, 'આ તો આ સંપ્રદાયને અત્યારની સત્તાનો સંપૂર્ણ ટેકો છે, એટલે આ બધું પાખંડ ચાલે જાય છે. જે દિવસે આ સરકાર નહીં હોય તે દિવસે એનો પણ પાપનો ઘડો ભરાઈ જશે.'

પણ ના આજનો ગુજરાતી સમાજ એ જાણે છે ના આજના સત્તાધીશ પક્ષો કે આ સંપ્રદાયનો ઉદભવ જ આ રમતથી થયો છે. શિક્ષપત્રીમાં જ સહજાનંદે આ વાત શીખવતા કહ્યું છે કે રાજાથી હમેશા દોસ્તી રાખવી, રાજાથી ન બગડવું. રાજ્ય બદલાઈ જાય તો એની પાસે ભેંટ અને ઉપહારો લઈને તેનું સ્વાગત કરવા જવું. પૈસા, ભોગ અને સત્તાની લાલચથી આ સંપ્રદાયના સ્થાનોએ સલામો ભરવામાં પોતાનું સૌભાગ્ય સમજવાવાળા સત્તા અને સંગઠનોમાં બેસેલા મુખ્યાઓ એ નથી જાણતા કે તેમના જેવી તો ઘણી ટોપીઓ આ સંપ્રદાયે ફેરવી દીધી, અને તેમનો નંબર ત્રીજો છે. જ્હોન માલકમ એમને સત્તા અને ચર્ચની મીલીભગતથી સમાજ પર આધિપત્ય ભોગવાનો એ યુરોપીય માર્ગ બતાવી ગયો છે. અને એમાં પાવરધો બનેલો આ સંપ્રદાય તમારો ઉપયોગ સનાતન ધર્મ અને તેના આરાધ્ય ઈશ્વરોને નષ્ટ કરવા કરી રહ્યો છે.

ખ્રિસ્તી પાદરીઓ અને અંગ્રેજો સાથેના આ સંસર્ગ બાદ આ સંપ્રદાયમાં જે પરિવર્તન આવ્યું એમાં ભગવાન કૃષ્ણ નહિ સહજાનંદ સ્વામી સર્વોપરી પૂર્ણપુરુષોત્તમ ભગવાન હતા, અને ભગવાન કૃષ્ણ/વિષ્ણુ સહીત સનાતન ધર્મના બધા ઈશ્વરો તેમના દાસ હતા. પણ કહેવાય છે કે તમે જેવું રોપો છો એવું જ લણો છો. સહજાનંદ સ્વામીના મૃત્યુ પછી આ સંપ્રદાયમાં કેવા પાખંડ અને અંદરો અંદર સત્તા માટેના સંઘર્ષ થયા એની જાણકારી વડતાલ અને BAPS વચ્ચે થયેલા કોર્ટ કેસ પર આધારિત પુસ્તક 'બોચાસણ બંડનો ઈતિહાસ'માં મળે છે. ત્યારબાદનો ઈતિહાસ આ સંપ્રદાયમાં વારે વારે કોઈના કોઈ સ્વામી દ્વારા પોતાને સર્વોપરી ઈશ્વર ઘોષિત કરવાથી લઈને સંપ્રદાય દ્વારા તેમને તડીપાર કરાતા સંપ્રદાયના નવા ને નવા ફાંટાઓના નિર્માણનો છે, જ્યાં દરેક નવો ફાંટો ધર્મ અને આધ્યાત્મિક જગતમાં એક નવા સ્તરની વિકૃતિ લઈને આવે છે.

✺

પ્રકરણ ૭

સ્વામિનારાયણ અને સત્તાની જુગલબંધી : આજનું ગુજરાત અને આવતીકાલનું ભારત

હવે એ જાણીએ કે ચર્ચની જેમ સત્તાને હમેશા પોતાના હાથમાં રાખવાનું અંગ્રેજોએ શિખવેલું હથિયાર ચલાવી આ સંપ્રદાયે ગુજરાત અને વિશ્વના હિંદુ સમાજમાં ધર્માંતરણની કેવી પ્રવૃત્તિ ચલાવી છે, અને કેવી રીતે લાખો હિન્દુઓને સનાતન ધર્મના મૂળ વૈદિક-પૌરાણિક ઈશ્વરોથી દૂર કર્યા છે. ૨૦૨૨ થી ગુજરાતના સનાતની સમાજમાં આ આંતરિક સંકટ વિરુદ્ધ ઉઠેલી જનક્રાંતિથી અમારી ટ્રસ્ટના ટ્રસ્ટીઓ અને સભ્યોને અલગ અલગ સમયે હિન્દુઓના દેશ વિદેશમાંથી જે ફોન, મેસેજ અને ઈમેલ આવ્યા, તેમાં અપાયેલી માહિતીને અહીં તેમની ઓળખ છુપાવીને આપવામાં આવી છે.

અમદાવાદથી એક પટેલ ભાઈનો અમારી સંસ્થાના એક ટ્રસ્ટી પર ફોન આવ્યો. તેમણે કહ્યું, ‘સાહેબ, તમે ફક્ત સનાતન ધર્મના સ્વરૂપ અને આરાધ્ય દેવો વિરુદ્ધ થયું છે એના વિષે જ લખો છો, જ્યારે અસલમાં અંદર બહુ ઊંડું પ્રપંચ ચાલે છે. જે કબજો જમાવાય છે એ એનાથી જ જમાવાય છે. પહેલાં આમણે સુરતને વટલાવ્યું, હવે અમદાવાદ વટલાવવાની કોશિશમાં છે. તમારે સરખો ધંધો કરવો હોય, અને લાભ જોઈતો હોય તો તેમનું તિલક કરીને જ જવું પડે. સરકારી તંત્રથી લઈને અન્ય જગ્યાએ એનાથી જબરો ફર્ક પડે. બીજી બાજુ ઘરમાં મહિલાઓને તો એવું ઠસાવાય છે જાણે તેના પતિ કરતાં પણ એમના એ ઘનશ્યામ પાંડે જ મુખ્ય છે, એ અક્ષરધામ અપાવશે. ઘરની વૃધ્ધ સ્ત્રીઓની પરીક્ષા લેવાય છે, કે ઘનશ્યામ મહારાજની હનુમાનજીએ સેવા ક્યાં કરી હતી?, અને શિવજીએ તેમની સેવા ક્યાંમાંગી હતી? આવું બધું, જેથી મનમાં ઠસાયેલું રહે. એટલે તમે જે કરી રહ્યા છો એ સારું છે, પણ

સમસ્યા બહુ વિકરાળ છે અને એને વ્યવસ્થિત રીતે મોટા પાયે કરવું પડશે.'

આ ઉપરાંત બે બ્રાહ્મણ દંપતીઓએ સંપર્ક કર્યો જેમની સમસ્યા એક જ જેવી હતી. એક રૂબરૂ મળવા આવેલા, બીજામાં એક વડીલે મેસેજથી વાત કરેલી. બંનેની દીકરીઓના અમેરિકામાં NRI જોડે લગ્ન કરાયેલા હતા. બ્રાહ્મણ સમાજમાં જ, પણ બંનેના ભણેલા ગણેલા જમાઈ આ સંપ્રદાયમાં લપટાયેલા હતા. ઘરમાં બિલકુલ સનાતન ધર્મના ઈશ્વરો વિરોધી વાતાવરણ હતું. તે બંનેની ભેગી કરીને જે સંયુક્ત ફરિયાદ હતી એ આ હતી; 'અમારા ઘરમાં બ્રાહ્મણ રીત મુજબ ઉછરેલી છોકરી, અને હવે એ ઘરમાં એ ઘનશ્યામ મહારાજ સિવાય બીજા કોઈ ઈશ્વરની મૂર્તિ કે ફોટો પણ રાખવાની મનાઈ છે. ઘરમાં કોઈ રામ ધૂન કે કૃષ્ણ ભજન પણ ના વાગે, કારણકે એ તો બધા એમના આ નવા ભગવાનના સેવક છે. અમારા જમાઈ તો બિલકુલ એમાં અંધ છે તે છે, આમારો છ-સાત વર્ષનો ભાણો પણ સનાતન ધર્મના આપણા આરાધ્ય ઈશ્વરો વિરુદ્ધ એવું બધું બોલે છે. એવું લાગે જાણે છોકરીને મુસલમાનોમાં પરણાવી દીધી.'

એમાંથી એક દંપતીની દીકરીએ મારો મેસેજથી સંપર્ક પણ કરેલો. તેણે કહ્યું, 'સર, મારા પપ્પાએ તમારા લેખ મને મોકલ્યા હતા, અને મેં તેમને કહ્યું કે આ બધું સાચું છે. મારા હસબંડ બિલકુલ એમાં બ્રેઈન વોશ છે. માથે તિલક કરીને ફરે છે, અને કમાયેલું ઘણું બધું દર અઠવાડિયે દાન કરી દે છે. એમાં પણ જેનું દાન વધુ હોય તેને સ્વામીઓ વધુ પંપાળે અને વધુ અંદર આવવા દે, એટલે લોકોમાં વધુ દાન કરવાની એક હોડ લાગી હોય છે. તમે મારા હસબંડ જોડે વાત કરશો? હું બહુ પરેશાન છું.'

મે તે બહેનને કહ્યું, 'બહેન, જેટલા એક મહિનામાં એ સંપ્રદાયના અનુયાયીઓને મેં જોયા છે, એ બ્રેઈન વોશ થયેલા ઘેટાં છે. બિલકુલ કટ્ટર મુસ્લિમો જેવા, જેમને આખી દુનિયા પર એમનો ભગવાન સ્થાપી દેવો છે, અને શરૂઆત હિંદુ સનાતન ધર્મને વટલાવીને કરવી છે. આ વાતે તમારા પતિનું હિંદુ સનાતની હોવાનું ઝમીર જાગી જાય, અંતર આત્મા જાગી જાય, તો કંઈ થાય. બાકી, મારા લેખમાં જ્યાં કંઈ પણ તેમને આપવા જેવું મળે એ બધું એમને તર્કથી વિરોધમાં આપતા રહો. ધીરજ રાખીને કામ કરો.'

એક પટેલ પરિવારની માહિતી મળી જેમનો દીકરો ઓસ્ટ્રેલિયા ભણવા ગયો હતો, અને આ સંપ્રદાયના સ્વામીઓના હાથે બ્રેઈન વોશ થઈ ગયો. અમુક વર્ષ પછી તેના લગ્ન નક્કી થયા, અને લગ્ન માટે જ્યારે તે પાછો

આવ્યો, તો એટલો બ્રેઈન વોશ થયેલો હતો કે તેણે તેના લગ્નની કંકોત્રીમાં ભગવાન ગણપતિનો ફોટો અને તેમનો શ્લોક રાખવાની ના પાડી દીધી. જાત જાતની શરતો મૂકી કે લગ્ન વખતે ઘરમાં પૂજા સ્વામિનારાયણની જ થવી જોઈએ, કંકોત્રીમાં દરેક પાને ફક્ત તેમનો જ ફોટો અને નામ હોવા જોઈએ, બીજા બધા તેમના સેવક છે. એક બાજુ લગ્ન, અને બીજી બાજુ પરિવારમાં ઉભું થયેલું ઘર્ષણ.

વિદેશોમાં જતાં લોકો અને તેમના ભારતમાં રહેલા સબંધીઓ તરફથી આ જાણવા મળ્યું. વડોદરાના એક સનાતની બ્રાહ્મણે કહ્યું, 'મારી બહેન અને જીજાજી ઓસ્ટ્રેલિયા છે. આ સંપ્રદાય વાળા જે નવા લોકો વિદેશમાં જાય તેમને શરૂઆતના સંઘર્ષના સમયમાં પકડે છે. તેમને નાની મોટી નૌકરી શોધવામાં, રહેવામાં, જમવાની વ્યવસ્થા પૂરી પાડવામાં મદદ કરે. બદલામાં તમારે રોજ કે અઠવાડીયાના બે દિવસ એમની કથા સાંભળવા જવાનું, જેમાં એ ઘનશ્યામ પાંડેજી ને સર્વોપરી બતાવતી બધી વાતો હોય, અને બાકીના હિંદુ શાસ્ત્રોમાંથી ઉઠાવેલી વાતો હોય. સાથે એવી પણ જીદ કરે કે તમારે તમારા બીજા મિત્રોને પણ ત્યાં લઈને જવાના. જો તમે એવું ના કરો, કે તેમને આ બાબતે માનવામાં અનુસરણ ન કરો તો તમારાથી સબંધ બગડતો જાય, અને તમને છોડી દે. જો તમે એ કહે તેમ કરતાં જાઓ, તો તમને ક્યાંકના ક્યાંક સેટ કરીને ત્યાં રેસિડન્સ બનાવડાવે. પણ અહીં સુધી તમે એમનું ઇન્વેસ્ટમેન્ટ હોય, સેટ થયા પછી તમારે આજીવન તમારી કમાણીના અમુક ટકા મંદિરમાં આપે જવાના. મારી બહેન અને જીજાજી આમાં શરૂના સમયમાં પકડાયા હતા, તો માંડમાંડ નીકળ્યા.'

અમારા ટ્રસ્ટી અને સભ્યોના ઓસ્ટ્રેલીયા સ્થિત સબંધીઓને જ્યારે આ વિષે પૂછવામાં આવ્યું ત્યારે તે ઓસટેલિયા વાસી ગુજરાતી સનતાનીઓ તરફથી આવી જાણકારીઓ મળી. 'બહુ છીછરા અને દુષ્ટ લોકો છે આ સંપ્રદાયવાળા. તેમના પુરા ઇરાદા એવા જ છે જેવા તમે કહો છો. મને બિલકુલ નથી ગમતા. પણ આપણામાં ઘૂસવાનો પ્રયાસ હમેશા ચાલુ રાખે છે, ઘરના કોઈના કોઈ સભ્યને નિશાનું બનાવીને. પત્ની, બાળકો, ઘરના વૃધ્ધ માતા -પિતા. કોઈના કોઈને ફાંસી એ તમારા ઘરમાં એન્ટ્રી મારવાની અને તમને એમનામાં બાંધવાની કોશિશ કરે છે. મોમેડીયન જેવા છે.'

જ્યારે ચૌદસો વર્ષ પહેલાં આરબના દેવી દેવતાઓવાળા સમાજ પર એક સર્વોપરી અલ્લાહનો મજહબ સ્થાપાતો હશે, ત્યારે તે પણ જૂની સભ્યતાને

પોતાનામાં લેવાની આ રીતે જ કોશિશ કરતા હશે. તે વખતે આવું બધું જ સંભળાતું હશે, આવી જ હાલત હશે. બસ એ રણ પ્રદેશના કબીલાવાલો સમાજ હતો એટલે હથિયાર તલવાર હતી. જયારે આ ગુજરાતના વેપારી અને કુટુંબ કેન્દ્રિત સમાજમાં થઈ રહ્યું છે એટલે હથિયાર વેપાર અને કુટુંબ છે.

ઓસ્ટ્રેલિયા સ્થિત અન્ય એક બહેને કહ્યું, 'હા, મારા સાસુ સસરા એમની ચપેટમાં આવ્યા છે. પણ મને એ લોકોને જોઈને હમેશા એક જાતનો અણગમો ફિલ થતો. શબ્દો નથી મળતા, પણ નહોતા ગમતા. તમારા લેખ વાંચ્યા એટલે સમજી ગઈ. બસ એવું જ છે જેવું તે લેખ કહે છે. અમારા સમાજના કેટલાક લોકો સપડાયા છે એમાં. અમારા ગામની એક ફેમિલીને એ લોકોએ સેટ થવામાં મદદ કરી, અને હવે એ આખી ફેમીલી બસ એમાં જ છે. આ લોકો અહીંયા હિંદુ ધર્મનો પર્યાય બનવાની કોશિશ કરે છે, અને વિદેશના હિન્દુઓને પોતાનામાં વટલાવવાની કોશિશમાં છે. હમણાં મારી દીકરી માટે વાત આવી હતી એક ઘરેથી, પણ એ ઘર આખું આ સંપ્રદાયમાં ચાલ્યું ગયું હતું, તો મેં ના પાડી દીધેલી. આ બધા લેખોથી આ વાત બહાર આવી તે પહેલાંની એ વાત છે. તેમને જોઈને જ સમજી જવાય છે કે તે શું કરી રહ્યા છે. બસ લાલચુ અને અસભાન લોકો ફસાય છે.'

સાબરકાંઠા બાજુના એક સિત્તેર વર્ષ ઉપરના વડીલ બૅરિસ્ટરને મળવાનું થયું, તો તેમણે કહ્યું, 'મુસલમાનોએ તો ગળે તલવારો અને છરીઓ મૂકી ત્યારે લોકોએ પોતાનો ધર્મ છોડ્યો, પણ આજના આ લોકો તો એમનાથીય સાવ ગયેલા છે. બસ પૈસા, ઝાકળમાળ અને દેખાવ જોઈને પોતાના ભગવાન છોડી રહ્યા છે. આ બધું ભયંકર છે. નહોતું વિચાર્યું જીવનમાં આવું પણ નજરે જોવાનું આવશે. હમણાં ગયા વર્ષે જ મારા સબંધીનો એક છોકરો અમેરિકા ગયો છે. ચાર પાંચ છોકરા ત્યાં રૂમ રાખીને રહે છે. ખબર નહીં આ સંપ્રદાય વાળાઓને કયાંથી ખબર પડી ગઈ કે અહીં આ રીતે ગુજરાતથી આવેલા હિંદુ છોકરાઓ રહે છે, તો સામેથી તેમનો સંપર્ક કરી તેમને નિયમિત મળવા આવે છે. સત્સંગમાં આવવા નિયમિત દબાણ કરે છે, અને સ્પેશ્યલ ગાડી લઈને તેમને એ બધા પ્રવચનોમાં લઈ જવા આવે છે. તેમણે આખું નેટવર્ક બનાવી રાખ્યું છે જે તેમના સુધી વાત પહોંચાડે છે કે જ્યારે પણ કોઈ નવો ગુજરાતી ત્યાં વિઝિટર કે સ્ટુડન્ટ વિઝા પર આવે એટલે તેમના સુધી સામેથી પહોંચી જાય છે. સામે ચાલીને જાહોજલાલી અને મજા કરાવે છે, ત્યાં નોકરી મેળવવામાં અને સેટ થવામાં મદદ કરે છે. બસ તેમની કથાઓ

અને પ્રવચનો સાંભળવા એ એમની શરત હોય છે.' આ પ્રવચનોની કથાઓ એજ હોય છે જેમને આપણે પાછળના પ્રકરણોમાં જાણી.

સંઘના કેટલાક સનાતની મિત્રો કે જે પોતે પણ આ વાતોથી વાકેફ અને ચિંતિત હતા, તેમના તરફથી કેટલીક વાતો જાણવા મળી. તેમણે કહ્યું, 'વિદેશોમાં તો આ લોકોએ હિન્દુઓને જબરા છેતર્યા છે. ગુજરાત બહારના હિંદુઓ જલદી આમાં ફસાતા નથી, એમને અજુગતું લાગે છે. પણ ગુજરાતીઓ અને એમાં પણ પટેલો, ત્યાં સુધી કે પેલા મોટેલો વાળા પટેલો જે આફ્રિકાથી ત્યાં ગયા છે, તેમને પણ આ લોકોએ જબરા ફસાવ્યા છે. વિદેશમાં વસતા ગુજરાતીઓને પોતાની બીજી પેઢીને ભારતની સંસ્કૃતિ અને ભાષા સાથે જોડી રાખવામાં તકલીફ પડે છે. એ પેઢી જે ત્યાં જન્મે છે, અને ત્યાંના વાતવરણમાં ઉછરે છે, ત્યાંની સ્કુલોમાં ભણે છે તેમને આ સંપ્રદાયના સ્વામીઓ ગુજરાતીના ક્લાસ કરાવવા તેમના ઘરે જાય છે. સાથે તેમને ભારતની સંસ્કૃતિ અને ધર્મ સમજાવે છે, બસ એ સમજ સંપ્રદાયની હોય છે, જ્યાં સનાતન ધર્મના બધા ઈશ્વરો ઘનશ્યામ પાંડજીના સેવક છે, અને એકમાત્ર સ્વામિનારાયણ જ સર્વોપરી ઈશ્વર છે અને પૂજવા યોગ્ય છે. તેમના હિંદુ ધર્મની ફોરમેટ પણ એજ સંપ્રદાયની ખ્રિસ્તી ફોરમેટ હોય છે, જ્યાં ઘનશ્યામજીના અક્ષરધામમાં જવું લક્ષ્ય છે.'

સૌરાષ્ટ્રના સહજાનંદી સંપ્રદાયના પ્રભાવવાળા વિસ્તારમાં એક જૂના સ્વયંસેવકનો મારા આ વિષય પરના અગાઉના પુસ્તક “કોણ સ્વામી અને કોણ નારાયણ?” વાંચ્યા પછીનો રિવ્યૂ સામે આવ્યો. જેમાં તે આ સંપ્રદાય વિરુદ્ધ લડત લડતા એક સનાતનીને કહી રહ્યા હતા કે 'આ સંપ્રદાયવાળી સમસ્યા તો આપણી છે જ અને એમાં હવે સમયસર આપણે હિન્દુઓએ કંઈક કરવું જ પડશે.' તેમણે કહ્યું કે તેમના બાળપણમાં તેમને સંપ્રદાયના મંદિરમાંથી હાથ પકડીને એમ કહીને બહાર કાઢી મૂકવામાં આવેલા કે 'આ તો કુસંગીની ઔલાદ છે.' કુસંગી એટલા માટે કારણકે તે શિવ ઉપાસક હતા. સાથે એ પણ કહ્યું કે અમરેલીના અમુક હિસ્સામાં શિવ ઉપાસક કે કૃષ્ણ ઉપાસક હોવાથી સનાતનીઓને ઘર ખરીદવા કે ભાડે પણ નથી અપાતું. આપણે વીટીવી ન્યૂઝ પર એ લોકગાયકને એ કહેતા સાંભળી ચૂક્યા છીએ કે “હું એક ગામમાં કાર્યક્રમ કરવા ગયો અને શરૂઆતમાં માતાજીની જય બોલાવી, તો તરત બધા લોકોએ મને ના પાડી દીધી કે 'નહીં, આ આખું ગામ સ્વામિનારાયણ છે, અને અહીંયા માતાજી કે બીજા કોઈની જય નથી બોલાતી.

અહીંયા ફક્ત સર્વોપરી ભગવાન સ્વામિનારાયણની જ જય બોલાય છે."

મતલબ, જેમ મુસ્લિમોની વસતી વધતાં તે વિસ્તારમાં હિંદુ ઈશ્વરોને પૂજવાનું બંધ થઈ જાય છે, અને હિંદુ મંદિરો મસ્જિદ બનવા લાગે છે. એજ રીતે આ સંપ્રદાયનો પ્રભાવ કોઈ વિસ્તારમાં વધતાં ત્યાં પણ હિંદુ દેવી દેવતાઓની પૂજા બંધ થઈ જાય છે, હિન્દુઓને ઘર મળતા બંધ થઈ જાય છે અને હિંદુ મંદિર સંપ્રદાયના મંદિરમાં ફેરવાઈ જાય છે. ઓલરેડી સુરતથી લઈને અમદાવાદ સુધી ધંધા અને બિલ્ડર ક્ષેત્રમાં તો એ આવી જ ગયું છે કે તમે એ સંપ્રદાય સાથે જોડાઓ તો જ આગળ વધી શકો, અને ઠેકો મેળવી શકો. ધાંગધ્રા જેવા શહેર જે પૂરે પૂરા સંપ્રદાયના કબજામાં છે ત્યાં સરકારી અને ગૈરસરકારી શાળાઓમાં જઈ જઈને આ સંપ્રદાયના સ્વામીઓ તેમના નવા સર્વોપરી ભગવાનની ઉપાસના બાળકોને શીખવાડે છે. ત્યાંના વધેલા ઘટેલા સનાતની શિક્ષકો અને અનુયાયીઓની ભેદભાવ યુક્ત વર્તન અને સતામણીની સતત ફરિયાદો અમને મળી છે.

➢ લગ્ન જેહાદ અને સનાતની યોદ્ધાઓનો સંઘર્ષ :

અમેરિકાથી એક પટેલ યુવાનનો ઈ-મેલ મળ્યો જેણે કહ્યું કે 'મારા માતા-પિતા BAPSમાં ફસાયા હતા, અને એના કારણે તે સંપ્રદાયના જ વાતાવરણમાં હું મોટો થયો. પણ હું જ્યારે એક્સ-મુસ્લિમોને સાંભળતો થયો ત્યારે મને એ પણ ભાન થયું કે આ સંપ્રદાય બિલકુલ એવું જ તો શીખવે છે અમને. સંપ્રદાયમાં અમારા જેવા અનુયાયીઓને સ્વામીનારાયણમાં ન માનતા હોય તેવા સનતાનીઓ સાથે લગ્ન સબંધ કરવાનું કહેવામાં આવે છે, જેથી સંપ્રદાયને વિસ્તારી શકાય.'

અમેરિકાથી આવેલી આ વાતને સમર્થન મળ્યું મહેસાણાથી આવેલા એક સોફ્ટવેર એન્જિનિયર છોકરાના ફોનથી. પ્રજાપતિ સમાજના તે સોફ્ટવેર એંજિનિયરે મને ફોન કરીને કહ્યું, "હું તમને ફેસબુક પર ફોલોવ કરતો થયો છું. મારે થોડી મદદ જોઈએ છે. મારો પરિવાર આપણો રેગ્યુલર સનાતની છે, પણ પાંચેક વર્ષ પહેલાં મારા લગ્ન થયા અને એ પરિવાર આખો સ્વામી સંપ્રદાયમાં માનતો હતો. એ વખતે તો આવી કંઈ ખબર નહોતી આપણને. એમ જ હતું કે આ પણ આપણા જ કોઈ છે. પણ મારી વાઇફને પ્રેગ્નન્સી રહી એટલે તે કહેવા લાગી કે 'આપણે છોકરો થશે તો આપણે તેને સ્વામિનારાયણનો સાધુ બનાવીશું. બાળપણથી જ તેને સત્સંગમાં નાખીશું.' મેં એનો સીધો વિરોધ

કરવાના બદલે અલગ રીતે કહ્યું, 'નહીં, એવું નક્કી ના કરાય. આપણે તેને આધુનિક શિક્ષણ આપીશું, અને ધર્મની સમજ આપીશું, અને કોલેજ કરી રહેશે પછી એને જે કરવું હશે એ કરશે.' પહેલાં મને લાગ્યું કે આ ખાલી સામાન્ય વાતો છે. પણ ધીરે ધીરે એ વાતો સિરિયસ થવા લાગી, જાણે સંતાન જન્મે એ પહેલાં તે અમારા પરિવારથી એની બાંયધરી માંગી રહી હતી. અમે થોડો વધુ વિરોધ કર્યો તો ઘરમાં બીજી બધી વાતે ખોટા ખોટા ઝઘડા કરી પિયર જતી રહી અને પાછી ન આવી. અમે ત્યાં ગયા તો તેનું આખું ઘર એવી વાતો કરતું હતું. એ પાછી તો ન આવી, અને હવે તો મારા પર ખોટા ખોટા આક્ષેપ મૂકી નોટિસો મોકલાવે છે. કોર્ટમાં જઈએ તો એમના વકીલો પણ એજ ટીલકા હોય છે."

અમેરિકાથી અન્ય એક પટેલ યુવાને આ રીતની જ પરિસ્થિતિમાં ફસાઈને મને મેસેજ કર્યા, અને કહ્યું કે 'મારી પત્નીનો આખો પરિવાર આ સંપ્રદાયનો કટ્ટર ભગત છે. અને મારા ઘરમાં આપણા સનાતની વૈદક ઈશ્વરોની ના ખાલી અવહેલના કરે છે, પણ તેમને તુચ્છ અને પૂજવા માટે અયોગ્ય કહી એમના સહજાનંદને અને સંપ્રદાયના સ્વામીઓને જ વાત વાતમાં આગળ ધકેલે જાય છે. સંતાનોને પણ સતત એવું જ શિખવવાની કોશિશ કરે છે. હવે મને સહન નથી થતું, અને એટલા ઝઘડા થાય છે કે મન થાય છે ડાઇવોર્સ લઈ લઉં.'

આ બંને યુવાનોને મૈં આ મુજબ જવાબ આપેલો, "હું તમારી પરિસ્થિતિ સમજી ગયો છું. તમે એમના માટે એક કુસંગી પરિવાર છો, જેને તમારો સાસરા પક્ષ સત્સંગી બનાવી નથી શક્યો. કમસે કમ એને હવે બાંયધરી જોઈએ છે કે તમારું સંતાન તો સત્સંગી જ બનવું જોઈએ, જેનો અર્થ છે કે તમારું સંતાન સનાતન ધર્મના ઈશ્વરોને ભગવાન નહીં માને, સહજાનંદને જ એકમાત્ર પૂજવા યોગ્ય સર્વોપરી ભગવાન માનશે, અને આપણા વૈદિક ઈશ્વરોને તેના સેવક માની ડગલે પગલે અપમાનિત કરશે. મારી તમને સલાહ એજ છે કે પોતાનું ઘર સાચવી લો. પોતાની જાતને સનાતની બતાવી ઘરમાં ઝગડવાનું બંધ કરી દો. પોતાની જાતને નાસ્તિક, રેશનાલિસ્ટ જેવા બતાવી દો જેને ઈશ્વરના અસ્તિત્વ વિશે શંકા છે, અને જે સત્યની આધ્યાત્મિક શોધમાં છે. વેદાંત અને ગીતાની ફિલસૂફી અને આધુનિક વિજ્ઞાનની વાત કરો, પણ બધા સાકાર ઈશ્વરને અને તેમના આવા પ્રતિનિધિઓને નકારવાનું કામ કરો. ઘરમાં સહજાનંદ સામે રામ, કૃષ્ણ અને શિવની તરફદારી કરીને

લડવા જશો તો આજે નહીં તો કાલે ડાઇવોર્સ જ થશે. એમનું લક્ષ્ય તમારા સંતાનોને સર્વોપરી સહજાનંદના સત્સંગી બનાવવાનું છે, એટલે એમને એ મિશન પાર પાડવામાં શંકા જશે ત્યારે એ સંતાનોને લઈને જતા રહેશે. આ બહુ કોમન પેટર્ન છે. રેશનાલીસ્ટ, નાસ્તિક અને સત્ય શોધક બનીને સંતાન પાસે ટકી રહેશો તો એને સહજાનંદ સાથે તમારો બીજો અભિગમ આપવા લાયક રહેશો, હોઇ શકે સંતાનને આગળ જતાં તમારી વાત સાચી લાગે અને એ એના મોસાળ પક્ષનો જ વિરોધ કરવા લાગે. હું આવા પાંચ છ કેસ સાંભળી ચૂક્યો છું જ્યાં કાં તો સ્ત્રીનું પરિવાર સંપ્રદાયનું છે, કાં તો પુરુષનું અને સામેવાળા સનાતની છે. પુરુષનું પરિવાર સંપ્રદાયનું હોય તો તો સ્ત્રી પાસે બીજો કોઈ વિકલ્પ જ નથી, એનું સંતાન સનાતની ભગવાનોના નામે ગયું સમજવું. તમે પુરુષ છો તો તમારી પાસે આ એક વિકલ્પ છે. જ્યાં સુધી સંપ્રદાય પર કેસ કરવાનો વિચાર છે, એ લોકો આ ધર્માંતરણની વાતને સાબિત નહીં થવા દે. એ તમારા પર જ નવા નવા આક્ષેપ મૂકી વાતને ત્યાં જ લઈ જશે.'

યુવકે પૂછ્યું, 'એ સિવાય સંપ્રદાય પર મારે કે આપણા જેવા લોકોએ વ્યક્તિગત રીતે કેસ કરવો હોય તો?'

મૈં એ સનતાનીઓને સાચી પરિસ્થિતિથી અને અમારા સંઘર્ષથી જાગરૂક કરતાં કહ્યું, "અમે લોકોએ સમાજમાં જાગૃતિ લાવી અને સંતોને આશ્રમે આશ્રમે ફરીને આ સંકટથી માહિતગાર કર્યા. એ જાગ્યા પણ ખરા, પણ સરકાર અને હિંદુ સંગઠનોએ તેમને કોઈના કોઈ રસ્તે સમજાવી ઠારી દીધા. અમે દબાણ બનાવી રાખ્યું તો શંકરાચાર્યજીની અધ્યક્ષતામાં ટ્રસ્ટ પણ બની. પણ એક આખું વર્ષ કંઈ ન થયું. જલારામ બાપા અને દ્વારિકાધીશ ભગવાન કૃષ્ણ વિરુધ્ધ સંપ્રદાયના નિવેદનો અને લખાણો બહાર આવ્યા ત્યારે લોકો અમને કહેવા લાગ્યા કે તમે નેતૃત્વ લો, આપણે ટ્રસ્ટ બનાવી કેસ કરીએ. તો મેં ના પાડી અને કહ્યું કે આપણે સંસારીઓ જઈશું તો સનાતની સંતોની ઇજ્જત જશે. આપણે એમને જ જગાડીને સમિતિ દ્વારા આ કાર્ય કરવું જોઈએ. અમે ફરી સંતોની એ સમિતિને મળ્યા અને લીગલ એક્શન લેવા દબાણ કર્યું. શંકરાચાર્યજી તૈયાર જ હતા, પણ એકલા પડતા લાગેલા કારણકે બાકીના ઘણા સંતો વાતને સરકાર અને સંગઠનોના ઇશારે ઠરેલી રાખવાનું કાર્ય કરી રહ્યા હતા. એટલું જ નહીં, એજ સમય દરમિયાન સંપ્રદાયને ફરીથી હિન્દુઓમાં સ્વીકાર્ય બનાવવા હિંદુ સંગઠનો કાર્ય કરી રહ્યા

હતા. ગુજરાતના મુખ્યમંત્રીને અષાઢી બીજના દિવસે નીકળતી જગન્નાથ રથયાત્રાની શરૂઆતમાં જે પહિંદવિધિ કરવાનું સૌભાગ્ય આપવામાં આવ્યું છે, તેનો આ વર્ષ ૨૦૨૫માં દુરુપયોગ પણ કરવામાં આવ્યો. મુખ્યમંત્રી સવારે જગન્નાથ મંદિરમાં પહિંદવિધિ કરી બપોરે સંપ્રદાયના એક મંદિરે પહોંચ્યા જ્યાં સંપ્રદાયની અલગ રથયાત્રા નીકળવાની હતી. આવું પહેલીવાર થયું. મુખ્યમંત્રીએ એ બે સ્થાનને સમાન બનાવવાની કોશિશ કરી જ્યાં એક સ્થાને ભગવાન કૃષ્ણ વિષ્ણુના પૂર્ણ અવતાર છે અને પૂર્ણપુરુષોત્તમ છે. અને બીજા સ્થાને સહજાનંદ સ્વામી જ એકમાત્ર સર્વોપરી પૂજવા યોગ્ય ભગવાન છે, અને રામ કૃષ્ણ વગેરે તેના નિષ્ફળ ગયેલા અવતારો છે - એવી સનાતન વિરોધી વિકૃત વાતો છે.

સમાજના દબાણથી સંતોની સમિતિએ અમને વકીલ અને પીટીશન તૈયાર કરવા કહ્યું. એ બધું તૈયાર કરી અમે પાછી સમિતિ પાસે શરૂઆતી ખર્ચ એકઠો કરવા ગયા, તો મહિના સુધી ટહેલાવવામાં આવ્યા. એ ખર્ચ શંકરાચાર્યજીએ પોતાના તરફથી આપી વાત આગળ વધારવા પ્રયાસ કર્યો તો ટ્રસ્ટ તરફથી ઠરાવ પર સહી કરવા સંતોની એક મિટિંગ બોલાવવાની જરૂર પડી. મહિનાઓ સુધી અનેક સ્થાને અનેક ફોન થયા પછી પણ એ એક મિટિંગ ન થઈ. પણ એ બધા સંતો હમણાં થોડા દિવસ પહેલા એક સાથે પીએમની ‘મન કી બાત’ સાંભળવા એકઠા જરૂર થયા અને એવા ફોટા પાડીને પણ મૂક્યા. આ બધાથી શંકરાચાર્યજી સહિત અમુક સંતો સમજી ગયા કે એ સમિતિથી કંઈ થવાનું નથી. અમે સ્વતંત્ર કાર્ય હાથ ધર્યું, તો શંકરાચાર્યજી સહિત એ બધા સંતો અને મારા જેવા સંસારીઓને પણ મળવા માટે સંપ્રદાય દ્વારા નાના મોટા માણસો મોકલાયા. અમે એમના કુતર્ક ફગાવી દીધા અને કામ આગળ વધારવાનું ચાલુ રાખ્યું. પણ સારા વકીલ માટે હજી પણ સંઘર્ષ છે. વકીલ બાબતે અંદરખાને ઘણું થયું જે કહેવાય એમ નથી, પણ ગુજરાતનો કોઈ મોટો વકીલ કેસ લડવા તૈયાર થતો નથી, કારણકે બધા માને છે કે આમના વિરુદ્ધ કેસ લડવાથી સરકાર અને હિંદુ સંગઠનોનું દબાણ આવશે અને તેમને નુકશાન કરાશે. હિંદુ ધર્મના નામે ચરી ખાનાર એ કોઈ સંગઠનોનો માણસ હજી સનાતનીઓને એમ કહેવા નથી આવ્યો કે ‘આવો, અમે તમને યોગ્ય વકીલ શોધી આપીએ અને તમને સુરક્ષિત કરીએ. અમે તમારા સાથે છીએ.’ અને આવે તો પણ વકીલ શોધવામાં એ ધ્યાન રાખવું જરૂરી છે કે એ સંપ્રદાય તરફી ન હોય અને ખરા સમયે આપણા વિરુદ્ધ

ખેલ ન કરવાનો હોય. આ બધી વાતોથી સનાતન ધર્મના શીર્ષ સંતો સાથે હોવા છતાં સનાતન ધર્મ તરફથી લીગલ કાર્યવાહી કરવાની શરૂઆત લંબાતી જાય છે, અને એમાં સમય એમનો એમ વીતવાથી પેલા હિંદુ સંગઠનોના લોકો જે પહેલા છુપા છુપા સંપ્રદાયના સ્થાનોએ કાર્યક્રમો કરતા હતા અને છપ્પન ભોગ લેતા હતા, તે હવે એ સ્થાનોએ કાર્યક્રમ કરી પોતાના ફોટા મૂકતા થઈ ગયા છે. એ જાણીને અને માનીને કે સનાતન ધર્મના આરાધ્ય ઈશ્વરો માટે લડતા અમારા જેવા લોકોથી કંઈ થવાનું નથી, તેમને ડરવાની જરૂર નથી. આ બધું સોશિયલ મીડિયા પર જ છે, જમીન પર તો એમનો કંટ્રોલ છે.

સહજાનંદ સ્વામીને પુરુષોત્તમ અને રામ, કૃષ્ણને તેના સેવક સ્થાપિત કરવા રચાયેલું BAPSનું એક તથાકથિત દર્શન કાશીના એ પંડિતો સ્વીકાર કરે છે જેમને મહિનાઓ પહેલાં કેન્દ્ર સરકાર તરફથી પદ્મ પુરસ્કાર અપાયા હોય છે. કાંચી મઠના શંકરાચાર્યનું અને કાશીના અખાડાઓના સંતોનું આખું વર્તુળ જેમાં સંઘ-વીએચપીની ઊંડી પેઠ છે, એના મારફતે આ લોકો આખા દેશમાં અને વિદેશમાં પોતાની સ્વીકાર્યતા બનાવવા કોશિશ કરી રહ્યા છે, જેથી અહીં ગુજરાતમાં એમની જે પોલ ખુલી છે તેને ઢાંકી શકાય. SO, GET YOUR GRIP DEAR. (વાસ્તવિક સ્થિતિ જોઈ પરિસ્થિતિ સંભાળી લો પ્રિય), તમે એકલા કંઈ નથી. પોતાનું ઘર સંભાળી લો. હિંદુ સંગઠનોના કોઈ માણસનો સંપર્ક કરશો તો બધા એક જ છે વાળી વચ્ચેની વાત કરી મનાવી પણ આપશે, પણ એથી આગળ એમની કોઈ હેસિયત નથી. બધા સંજોગોમાં તમારી પાસે વિકલ્પ એજ બે છે જે મેં કહયા. કાં તો તમારે અને તમારા સંતાનને સર્વોપરી સહજાનંદ સ્વીકારી એના સત્સંગી બની જવાનું છે, કાં તો રેશનાલીસ્ટ અને આધુનિક વૈજ્ઞાનિક પધ્ધતિથી સત્યના શોધક તરીકે પ્રેઝન્ટ થઈ તાર્કિકતાથી પોતાના સંતાન માટે બીજો એક ઓપ્શન જીવતો રાખવાનો છે. આ જ બે વિકલ્પ છે. જો સનાતન ધર્મના ઈશ્વરો તરફથી લડવાની કોશિશ કરી તો એ તમારા સંતાનને લઈને જતી રહેશે, અને કોર્ટ એની જ વાત સાંભળશે કારણકે તમારા પર બીજા બધા આક્ષેપો થોપી દેવાયા હશે. એટલે ડાઇવોર્સ લઈને છૂટી જવા જેવી સલાહ આપવી મારી મર્યાદાની સીમા બહાર છે, કારણકે તે નિર્ણય દરેકને વ્યક્તિગત લેવાનો હોય છે. હું તમને બસ આ રાહ બતાવી શકું છું, અને આ સ્પષ્ટતા આપી શકું છું.

તમારી પત્ની તરીકે રહેલી એ છોકરીને અને એ આખા સંપ્રદાયને હિંદુઓની આવનારી પેઢીને એકમાત્ર સર્વોપરી સહજાનંદ જ ભગવાન તરીકે

આપવો છે, જેમ ક્યારેક અરબી સમાજમાં એકમાત્ર સર્વોપરી અલ્લાહ આપી અલ્લાહ સિવાય અન્યને માનનારાને કાફિર કહી દેવાયા હતા. અહીં એ પદવી કુસંગી કહેવાય છે. આ વાતને પૂરી સ્પષ્ટતાથી સમજી લો. હિંદુ ધર્મને મુસલમાનોથી ડરાવીને અંદરથી ઇસ્લામ અને ખ્રિસ્તી જેવી ફોર્મેટમાં પલટવાની આ કોશિશ છે, અને એમાં સત્તા અને સંગઠનોમાં બેઠેલા લોકો શામેલ છે. સનાતન ધર્મ અને હિંદુ શાસન વ્યવસ્થામાં શાસન ઉપર ધર્મ દંડ હતો, હવે એ ધર્મની ચેતનાની જગ્યાએ ખાલી હિંદુ દેખાવ અને શબ્દો બતાવી રોમન રાજાઓ અને ખ્રિસ્તી ચર્ચ જેવી સત્તા અને સ્વામિનારાયણ સંપ્રદાયની જુગલબંધી થોપાઈ રહી છે. આમાં ના ભારતીયતા છે, ના હિંદુ આધ્યાત્મ છે, ના સનાતન ધર્મ છે. બસ, સમાજ ઉપર નિરંતર શાસન અને કાબૂ જાળવી રાખવાની મધ્ય યુગના યુરોપની પદ્ધતિ છે જેમાં એક ઈશ્વર એક આદેશ છે, અને તેના ઠેકેદારો સત્તાના શિખરોથી જોડાયેલા છે. કહેવાઈ રહ્યું છે કંઈક અને થોપાઈ રહ્યું છે એનાથી બિલકુલ વિપરીત."

➢ ગુજરાત બહાર ભાજપ સરકારો અને હિંદુ સંગઠનોના રસ્તે વિસ્તરણ :

આ સંપ્રદાયની કોશિશો તેમના ત્રિસ્તરીય પ્રપંચ વડે ભારતના અન્ય રાજ્યોમાં ફેલાવાની શરૂ થઈ ચૂકી છે. કેટલાક દિવસો પહેલા જ તેમણે ઉત્તર પ્રદેશમાં અયોધ્યા પાસે સહજાનંદ સ્વામીના મૂળ ગામ છપૈયામાં એક મોટો કાર્યક્રમ કરી ત્યાંની હિન્દુ પ્રજાને પોતાના સાથે જોડવાની કોશિશ કરી, પણ કાર્યક્રમ ખાલી ખુરશીઓ સાથે ભયંકર રીતે નિષ્ફળ રહ્યો. તે ઉત્તર પ્રદેશમાં વેપારી કોન્ટ્રાકટરો મારફતે અને રિયલ એસ્ટેટના એજન્ટો મારફતે પ્રવેશી રહ્યા છે, અને આગળ પ્રધાનમંત્રી પદના દાવેદાર હોવાના કારણે યોગી આદિત્યનાથજી સાથે પણ એવો જ સબંધ સ્થાપવાની કોશિશ કરશે જેવો નરેન્દ્રભાઈ મોદી અને અમિતભાઈ શાહ સાથે સ્થાપ્યો છે. છપૈયાને ધાર્મિક પર્યટક સ્થળ તરીકે વિકસિત કરવાની તેમની યોજના છે. આ માટે ગુજરાતથી કાશી કે અયોધ્યા જતાં પર્યટકોને તે ટ્રાવેલ એજન્ટો માધ્યમથી છપૈયા પણ મોકલે છે. છપૈયામાં રેલવે સ્ટેશન સ્થાપિત કરાવવાનો પણ તેમનો પ્રયાસ છે.

ઉડીસાના જગન્નાથપુરીમાં જગન્નાથ મંદિરના પાંચ કિલોમીટરના અંતરમાં જ એક મોટા મંદિરના નિર્માણ રૂપે તે તેમની ધરમાંતરણની પહેલી ફેક્ટરી સ્થાપી રહ્યા છે, જ્યાં શરૂઆત નારાયણ રૂપે કૃષ્ણ અને રામથી થશે, પણ

આગળ તેમના પ્રપંચના બીજા સ્તર અમલમાં મુકાશે. એજ રીતે રાજસ્થાનમાં પણ બીએપીએસનું મંદિર વર્ષ ૨૦૨૫ના અંતિમ ભાગમાં ખુલ્લું મુકાયું છે.

હમણાં કેટલાક વર્ષ પહેલાં બનેલા ઉજજૈનના મહાકાલ કોરીડોરમાં પણ ભગવાન શિવના જીવન પર બનેલા ભીંતચિત્રો પર સ્વામિનારાયણ સંપ્રદાયના તિલકનો સિમ્બોલ મારેલા ફોટા જ્યારે સામે આવ્યા ત્યારે ગુજરાતનો સનાતની સમાજ દંગ રહી ગયો હતો. QUORA જેવી વેબસાઈટ પર ગુજરાત બહારના કેટલાક યાત્રીઓએ આ ફોટા મુકીને સવાલ ઉઠાવેલા કે શિવના મહાકાલ

ઉજ્જૈન મહાકાલ મંદિરમાં નવનિર્માણ પામેલ કોરિડોરના ભીંતચિત્રોમાં સ્વામિનારાયણ સંપ્રદાયના તિલકના સિક્કા

મંદિરમાં આ સ્વામિનારાયણ સંપ્રદાયના તિલકનો સિમ્બોલ શું કરી રહ્યો છે? આ ચિત્રો સામે આવતા જ સનાતની સમાજમાં ભારે નિરાશા ફેલાઈ ગઈ. એ કોરિડોરનું ઉદ્‌ઘાટન પ્રધાનમંત્રી નરેન્દ્ર મોદીએ કર્યું હતું. જ્યારે સનાતની નિષ્ઠા ધરાવતા સંતોએ તપાસ કરવાની કોશિશ કરી ત્યારે જાણ મળી હતી કે મહાકાલ કોરિડોરના નિર્માણનો કોન્ટ્રાક્ટ આ સંપ્રદાય સાથે જોડાયેલી કંપનીને આપવામાં આવેલો, જેણે કોઈની જાણ બહાર આ સિક્કા મારીને ત્યાં ભીંતચિત્રો લગાવી દીધેલા. હોઈ શકે આ જાણકારી ખોટી હોય, અને આ તિલકના સિક્કા મારવાની મંજૂરી સરકારે જ તેમને આપી હોય. સત્ય જે હોય તે, પણ મહાકાલ કોરિડોરમાં લાગેલા સ્વામિનારાયણ સંપ્રદાયના એ તિલકરૂપી સિક્કા કેટલી ભયાનક ઘટના છે એ આ અસલિયત પરથી સમજી શકાય છે.

૧. ગાંધીનગરના અક્ષરધામ મંદિરમાં એક સ્થાને જગતના બધા પંથોના ચિહનોના ફોટા લગાવેલ છે, જેની સામે તે ચિહ્ન કયા-પંથ ધર્મનું છે તે લખાયેલું છે. ત્યાં સ્વસ્તિકના ચિહ્ન સાથે લખાયું છે હિંદુ ધર્મ, અર્ધ ચંદ્ર અને તારા સાથે લખાયું છે ઇસ્લામ, ક્રોસના સામે લખાયું છે ખ્રિસ્તી ધર્મ, અને સ્વામિનારાયણનું આ જ તિલક મારીને લખ્યું છે સ્વામિનારાયણ ધર્મ.

૨. ૧૯૪૭માં જ્યારે સુપ્રીમ કોર્ટે ચુકાદો આપ્યો કે હિંદુ ધર્મના મંદિરોમાં દલિતોને પ્રવેશ કરતાં કોઈ રોકી શકશે નહીં, ત્યારે સ્વામિનારાયણ સંપ્રદાયે કોર્ટમાં એવું એફિડેવિટ આપ્યું હતું કે 'અમે સ્વામિનારાયણ ધર્મ પાળીએ છીએ, અમે હિંદુ નથી. તો આ કાયદો અમારા પર લાગુ થશે નહીં. અમારા મંદિરોમાં દલિતોને પ્રવેશ નહીં મળે.' કોર્ટે તેમની અરજી ફગાવી દીધેલી અને ૧૯૬૫ -૬૬માં આવેલા ચુકાદામાં કોર્ટે સહજાનંદ સ્વામીને એક વૈષ્ણવ સંત જ માની તેમના સંપ્રદાયને હિંદુ ધર્મનો ભાગ કહી દલિતોને પ્રવેશ આપવાના ચુકાદાને પાળવાનો આદેશ આપ્યો હતો.

૩. આ સંપ્રદાયની ગુજરાતમાં સનાતની ઈશ્વરોના મંદિરો કબજે કરવાની એક નિયત રીત છે. તે પોતાની ધન શક્તિ વાપરીને નાના ગામડાઓ અને નગરોમાં જાય છે અને સનાતન ધર્મના જૂના મંદિરોના જીર્ણોધ્ધારની દરખાસ્ત મૂકે છે. ગ્રામજનો અને નગરજનો આમની અસલીયતથી અજાણ હોય છે, તો ખુશી ખુશી તેમને મંદિર જીર્ણોધ્ધાર કરવા દે છે, પણ જ્યારે મંદિર બનીને તૈયાર થાય છે, ત્યારે તેમાં આ સંપ્રદાયનું તિલક અને તેના કોઈ સ્વામીનો ફોટો કે મૂર્તિ લાગી ચૂક્યા હોય છે. ધીરે ધીરે એ મંદિરના સનાતની ઉપાસ્ય

ઈશ્વરને બાજુ પર અને બહાર ધકેલી દેવાં આવે છે, અને સહજાનંદને મુખ્ય બનાવી દેવામાં આવે છે. કેટલાક સ્થાને જો મૂળ સનાતની ઈશ્વરની શ્રધ્ધા વધુ હોય તો તેમની પાછળ તિલક અને સહજાનંદને બતાવી દઈ તે સનાતની ઈશ્વરને સહજાનંદના દાસ તરીકે ચીતરી દેવામાં આવે છે, અને તે સનાતની વૈદિક ઈશ્વર સહજાનંદથી શક્તિ મેળવે છે એવું બતાવી દેવામાં આવે છે. ગુજરાતમાં આવા અનેક સનાતની મંદિરો જીર્ણોધ્ધારના બહાને સંપ્રદાય દ્વારા હડપી લેવામાં આવ્યાં છે, તો અનેક મંદિરોમાં ભગવાન રામ, શિવ અને હનુમાનજી સહજાનંદના સેવક હોય એ રીતે સ્થાપિત કરી દેવાયા છે. આ કાર્યમાં તેમને ગુજરાતની ભાજપ સરકાર અને હિંદુ સંગઠનોનો અપાર સાથ મળ્યો છે. અને એ હવે ગુજરાત બહાર પણ પ્રસર્યો છે એ ઉજ્જૈનના મહાકાલ કોરિડોરમાં મારેલા તિલકના સિક્કાઓથી સાબિત થાય છે. આનો વિરોધ નહીં થાય કે એ તિલકના સિક્કા જો ત્યાંથી હટાવવામાં ન આવ્યા તો અમુક દશક પછી ગુજરાતનાં એ મંદિરોની જેમ ઉજ્જૈનના મહાકાલ મંદિર વિષે પણ સંપ્રદાય ભગવાન શિવને સહજાનંદના દાસ બતાવતી કોઈ કથાનું નિર્માણ કરી લેશે અને એક-બે પેઢી પછી એ મંદિર પર દાવો કરવાની કોશિશ કરશે એ નિશ્ચિત છે. એક વાત જે સમજી લેવા જેવી છે તે એ છે જે ચર્ચ માટે પણ કહેવાય છે. કેથોલિક ચર્ચ માટે કહેવાય છે કે તે વર્ષોમાં નહીં સદીઓમાં વિચારે છે. એવું જ આ સંપ્રદાયનું પણ છે, કારણકે બંનેને એક આખી પ્રાચીન સભ્યતાને ધીરે ધીરે વટલાવવી છે. તે મૂળિયાં નાખે છે, અને તે વૃક્ષ જેમ જેમ મોટું થાય તેમ તેમ નવા નવા અખતરા કરીને ચકાસણી કરતું રહે છે. જ્યારે અમે આ લખી રહ્યા છીએ ત્યારે નવા સમાચાર એ છે કે તેમણે તિરૂપતિ બાલાજી મંદિરના પ્રાંગણમાં તેમનો એક નાનો મંડપ બનાવડાવી દીધો છે. એજ રીતે તેઓ કાશીમાં પોતાના નામે એક ઘાટ બનાવી ચૂક્યા છે.

ધર્માંતરણની આ પદ્ધતિ બાબતે પ્રકાશ પાડતું એક જાતનું સ્વીકરણ BAPS ના પુસ્તક 'અક્ષરપુરુષોત્તમ ઉપાસના'માં મળે છે, જેને આપણે આ પુસ્તકના પ્રકરણ ૪માં જોયું. અહીં તેને ફરી એકવાર યાદ કરી લેવું જરૂરી બને છે. BAPS પોતાના પુસ્તકમાં વર્ણન કરે છે કે સહજાનંદ સ્વામીએ કેવી રીતે તે સમયની હિંદુ પ્રજાને આ નવા સર્વોપરી ભગવાન વાળા સંપ્રદાયમાં વટલાવી. 'અક્ષરપુરુષોત્તમ ઉપાસના' પુસ્તકના પેજ નંબર ૫૪-૫૫ પર એક સવાલનો જવાબ અપાયો છે. સવાલ છે, 'જો ભગવાન સ્વામિનારાયણ

સર્વોપરી છે, તો વચનામૃતમાં, સંપ્રદાયનાં અન્ય પુસ્તકોમાં અને પરમહંસોના કીર્તનમાં તેમને કૃષ્ણ કેમ કહેવાયા છે?'

જવાબ બિલકુલ એવો જ આપ્યો છે, જેવો ઇસ્લામના ઉદય પહેલાના દેવી-દેવતાઓ વાળા આરબના સમાજ પર અલ્લાહ નામના એક નવા સર્વોપરી ઈશ્વરને સ્થાપવા માટે અપાય છે. જવાબ છે, 'શ્રીજીમહારાજના પ્રાગટ્ય સમયે અનેક મતપંથ, શક્તિપંથ, અસત સંપ્રદાયો, ગુરુઓ, વહેમો, જંત્ર-મંત્ર-તંત્ર વગેરેનું જોર હતું. તે સૌને આ નવા સંપ્રદાય સામે વિરોધ જબ્બર હતો. એવા કપરા સમયમાં મનુષ્યધારી જો પોતાને જ પરમાત્મા છડે ચોક કહે તો લોકો ભડકીને આ સંપ્રદાયમાં આવે જ નહિ. જેમ પથ્ય પડે તેમ ઔષધ અપાય એ ન્યાયે પ્રથમ સત્પુરુષ જેવા, પછી અવતાર જેવા અને તે પછી સર્વાવતારી પુરુષોત્તમ જેવા કહ્યા. .... જીવોને પોતાન સ્વરૂપમાં જોડવા જ શ્રીજીમહારાજે જ્યાં જે ઉપાસના પ્રધાન હોય ત્યાં તે દેવોની મૂર્તિઓ પધરાવી, જેથી મુમુક્ષુઓ પોતાના ઈષ્ટદેવનાં દર્શન કરવા આવે અને પછી સંતના સમાગમથી શ્રીજીમહારાજના સર્વોપરી સ્વરૂપની ઉપાસના દ્રઢ કરે. આ રીતે સંપ્રદાયમાં સર્વોપરી ઉપાસના ક્રમશઃ પ્રસિધ્ધ થઈ.'

➢ હિંદુ રાષ્ટ્રવાદી યુટ્યુબર્સમાં ભળવાની કોશિશો :

જ્યાં પણ કોઈ સેલિબ્રિટી કે ખ્યાતનામ વ્યક્તિ દેખાય ત્યાં આ સંપ્રદાય તેને પોતાના મંદિરમાં લાવીને કે પોતે સહજાનંદની મૂર્તિ લઈને તેના સ્થાને જઈને ફોટા પડાવે છે, અને તેના પાસે સંપ્રદાય માટે કંઈક સારા શબ્દો કે 'જય સ્વામિનારાયણ' બોલાવી ભવિષ્યના ધર્માંતરણ માટે એક આલ્બમ તૈયાર કરે છે. તેનો ઉપયોગ ભાવિ પેઢી સામે એ સેલિબ્રિટીઓના તેમના વિકૃત સંપ્રદાયને સમર્થન રૂપે બતાવવામાં આવશે, જેમ આજે જૂઠ ફેલાવાય છે કે સરદાર પટેલ સંપ્રદાયના સત્સંગી હતા (અર્થાત્ સહજાનંદને જ હિંદુ ધર્મનો એકમાત્ર પૂજવા યોગ્ય સર્વોપરી ઈશ્વર માનતા) તેમ કાલે કહેવાશે કે નરેંદ્ર મોદી પણ સંપ્રદાયના સત્સંગી હતા. કેટલાક મહિના પહેલાં અક્ષય કુમાર અને ટાઈગર શ્રોફને અબુ ધાબીના મંદિરમાં બોલાવી માર્કેટિંગ કરાયું, અને અનુપમ ખેર પાસે તેમના નવા ભગવાનને લઈ જઈને વિડીયો બનાવેલો. પણ અનુપમ ખેર જાણે કે ભાઈશ્રી રમેશભાઈ ઓઝાના સંપર્કના કારણે તેમની અસલિયતથી પરિચિત હતા. એટલે વિડિયોના અંતે તેમણે 'ૐ નમઃ શિવાય' અને 'હર હર મહાદેવ' નો નારો લાગાવ્યો, જે ગુજરાતમાં સોશિયલ

મીડિયામાં અનુપમ ખેરને ધન્યવાદ આપવા સાથે ખૂબ વાઇરલ થયેલો. તે ખાલી ફિલ્મોના સેલિબ્રિટી સુધી સીમિત નથી રહેતા, તે હિંદુત્વના પ્રખર પ્રચારક અને રક્ષક તરીકે કાર્ય કરતા જાણીતા યુટ્યુબરો અને સંતોને પણ મુસ્લિમ વિરોધનાં નામે સુવિધા, કાર્યક્રમ અને પૈસા આપી સંઘ, વિએચપી અને બીજેપીની જેમ પોતાની જાળમાં ફસાવવાની કોશિશ કરશે. એજ રીતે જેમ દુર્યોધન કોઈ કર્ણની શોધમાં હતો. તમારું ધ્યાન મુસ્લિમ વિરોધમાં રોકી તમારા જ સહયોગથી તમારા બગલમાં ઊભા રહી તે તમારા સનાતની આરાધ્ય દેવોને નામશેષ કરવા આવશે. તેઓ વૃંદાવનના પ્રેમાનંદજી જોડે વારંવાર જાય છે. તેમણે પ્રાચ્યમ યુટ્યુબ ચેનલમાં પોતાના એક સ્વામીનો વિડીયો પણ બનાવડાવ્યો છે, જે પછી અમારી ગુજરાતના સનતાનીઓની ટીમ દ્વારા પ્રાચ્યમનો સંપર્ક કરી સંપ્રદાયની હકીકત જણાવવામાં આવી છે. એવું જ અમેરિકામાં ઇનફિનિટી ફાઉન્ડેશન ચલાવતા રાજીવ મલ્હોત્રાજી સાથે તેઓ અનેકવાર કરતાં રહ્યા છે, પણ રાજીવજીને સંપ્રદાયની પૂર્ણ હકીકતથી વાકેફ કરી દેવાયા છે. છતાં ગુજરાત બહાર આ સંકટને પૂર્ણ રીતે કોણ કેટલું સમજી શક્યું છે એ એક પ્રશ્ન છે. ગુજરાતનો સનાતની સમાજ હવે એ પૂર્ણપણે સમજી ચૂક્યો છે, પણ તેને હિંદુત્વના વૃત્તાંતથી સત્તા અને હિંદુ સંગઠનો વડે કાબૂ કરાયેલો છે.

તો, આ પુસ્તક ભારતના એ સનાતની હિન્દુઓને ચેતવવા માટે હિંદી અને અંગ્રેજીમાં પણ ઉપલબ્ધ કરાયું છે કે આ સંપ્રદાય તેના ત્રિસ્તરીય પ્રપંચ વડે તમારા માટે આવી રહ્યો છે. જેમને આ સંપ્રદાયની આ અસલિયતની ખબર નથી, તેમને એ કહેવા માટે આ પુસ્તક છે કે તમારા દુશ્મન ખાલી મુસ્લિમ અને ખ્રિસ્તી જ નથી, આવા હિન્દુ વેશમાં છુપાયેલા વિદેશી પ્રભાવથી ઊભા થયેલા સંપ્રદાયો પણ છે. તે તમને એ વિદેશી પંથો કરતાં વહેલા સનાતન ધર્મથી વિમુખ કરી અબ્રાહમિક બનાવી દેવા સક્રિય છે. એ તમારા માટે આવી રહ્યા છે, તમે આ જાણકારી અને તર્કો સાથે એમને પાછા ધકેલવા માટે તૈયાર રહો.

➢ ઉકેલ :

પણ આશ્ચર્યજનક સત્ય એ છે કે આ આખા સંકટનો ઉકેલ આટલો સ્પષ્ટ અને સરળ છે, જો સત્તા અને હિંદુ સંગઠનો વચ્ચે આવીને આ સંપ્રદાયને બચાવવાની અને તેના સનાતન વિરોધી ઇરાદાઓને નષ્ટ કર્યા

વિના તેને સ્વીકૃતિ અપાવવાની કોશિશો બંધ કરી દે. આ સંપ્રદાય સામે બે જ વિકલ્પ રહે છે.

૧. કાં તો સહજાનંદ સ્વામીને ભગવાન કૃષ્ણના ભક્ત તરીકે સ્થાપિત કરી એ બધા મંદિરોને કૃષ્ણ મંદિરોમાં ફેરવી દે, અને સંપ્રદાયને ફરી એ વૈષ્ણવ સ્વરૂપમાં લઈ આવે, જય સહજાનંદ સ્વામી એક વૈષ્ણવ સંત કે ગુરુ હોય. વધુમાં વધુ એમને ભગવાન કૃષ્ણના ભક્ત હોવાના નાતે કૃષ્ણના એક અંશ તરીકે પૂજે જ્યાં વાતોમાં, લખાણમાં, આરાધ્યની મૂર્તિઓમાં અને ઉપાસનામાં કૃષ્ણ જ મુખ્ય રહેવા જોઈએ. એ રીતે જેમ ચૈતન્ય મહાપ્રભુ ને પણ કૃષ્ણનું સ્વરૂપ કહેવાય છે, પણ મંદિરોની ઉપાસનામાં અને મંદિરોની મૂર્તિઓમાં ભગવાન કૃષ્ણ જ સામે રહે છે. કોઈ હિન્દુને આવું કહેવું પડે અને સમજાવવું પડે એ પણ એક દુર્ભાગ્યપૂર્ણ આશ્ચર્ય છે, પણ એ કરવું પડી રહ્યું છે. એ બધા ચોપડા પણ બદલવામાં આવે, અને હિંદુ સમાજ સામે આવીને એની જાહેરાત કરતી પ્રેસ કોન્ફરંસ કરવામાં આવે જયાં એ સુધરાયેલા ચોપડા બતાવવામાં આવે.

૨. જો પહેલો વિકલ્પ પસંદ નથી કરવો. અને સહજાનંદ સ્વામીને કોઈ ભગવાન કે ઈશ્વર ઘોષિત કરવા છે, તો સ્વામી સંપ્રદાય સનાતન ધર્મના શાસ્ત્રો, અને તેના ઈશ્વરોનું નામ લેવાનું બંધ કરી દે. તેમના મંદિરોમાંથી પ્રત્યેક વૈદિક-પૌરાણિક દેવી-દેવતાની મૂર્તિ હટાવી લે. તેમના પુસ્તકોમાં ક્યાંય સનાતન ધર્મના શાસ્ત્રો, તેના શબ્દો અને તેના ઈશ્વરોના નામ ન હોવા જોઈએ. તમારા એ ઈશ્વરને જીસસ, અલ્લાહ કે અહુરા જેવા કોઈ નવા ઈશ્વર તરીકે પૂજો અને તમારા સ્વામીઓને જે સત્તા આપવી હોય તે આપો. પણ નારાયણ, હરિ, માધવ, શ્રીજી - આવા કોઈ સનાતની ઈશ્વરોના નામ સંપ્રદાયમાં વપરાવવા ન જોઈએ. કારણકે સનાતન ધર્મના સ્વરૂપમાં પંચદેવ જ નિરાકાર પરબ્રહ્મના સાકાર રૂપ છે, તેમનાથી અલગ અને ઉપર કોઈ છે જ નહિ. એ શાસ્ત્રોના સ્વરૂપને બદલી કોઈ નવો ઈશ્વર એમાં ઘુસાડવાની કોશિશ એ સનાતન ધર્મ પર એક આક્રમણ છે. એ હિંદુઓના ધાર્મિક અધિકારનું હનન છે, એક બંધારણીય ગુનો છે. અને સનાતન ધર્મના ઈશ્વરોના એ બધા બીભત્સ અપમાન કરવા તો નાગરિકના સમ્માનથી જીવવાના અધિકારનું હનન છે. એ કાયદાકીય ગુનો છે.

✵

પ્રકરણ ૮

ખ્રિસ્તીઓએ યહૂદીઓ સાથે જે કર્યું એ સ્વામિનારાયણ મારફતે સનાતન ધર્મ સાથે કરવાની કોશિશ

તો હવે, અત્યાર સુધીના પ્રકરણોની માહિતીથી આપણે એ સમજવા સક્ષમ બની ચૂક્યા છીએ કે ગુજરાતમાં, વિદેશમાં અને ભારતના અન્ય રાજ્યોમાં સહજાનંદી સંપ્રદાય દ્વારા સનાતન ધર્મ વિરુદ્ધ જે ષડયંત્ર ચાલી રહ્યું છે તે શું છે? તે એજ કોશિશ છે જે મોહમ્મદ પયગમ્બરે ઇસ્લામ સાથે પ્રાચીન અરબી સમાજમાં કરી. પણ કારણકે અલ્લાહ નિરાકાર છે અને સહજાનંદ સાકાર, આ સંપ્રદાય દ્વારા કરાતું ષડયંત્ર એ કોશિશથી વધુ આબેહૂબ મળે છે જે ખ્રિસ્તીઓએ યહૂદીઓ વિરુધ્ધ વિશ્વમાંથી તેમને સમેટીને પોતાને મુખ્ય કરવા માટે કરી. અંગ્રેજો અને કલકત્તાથી સ્પેશ્યલ આવતા ખ્રિસ્તી પાદરીઓ સહજાનંદની ટોળીને જે માર્ગે નાખી ગયા એ આ ખ્રિસ્તી માર્ગ છે જેણે એ યહૂદીઓને વિશ્વભરમાં લઘુમતિમાં અને લાચાર અવસ્થામાં નાખી દીધા, જેમાંથી તે ખ્રિસ્તીઓ નીકળ્યા હતા. તેમણે યહૂદીઓને વિસ્થાપિત અને પ્રતાડીત બનાવી ખ્રિસ્તી પંથને જગતનો સૌથી મોટો પંથ બનાવી દીધો. આવો, યહૂદી અને ખ્રિસ્તી ઇતિહાસને વૈદિક ઈતિહાસથી સરખાવી તથ્ય સમજાવતા આ ત્રણ લેખ વાંચીએ અને સમજીએ કે સનાતન ધર્મ અને હિંદુ સમાજ સાથે શું કરવાની કોશિશ થઈ રહી છે.

➢ યહૂદી ધર્મ, ઇસુ ખ્રિસ્તનો ઉદ્ભવ અને રોમન રાજાઓની સત્તા : આવો જાણીએ હિંદુઓને વટલાવવા મથતા આ ખ્રિસ્તીઓ કોણ છે?

ભાગ ૧ : યહૂદીઓમાં ઇસુ રૂપે નવી ધાર્મિક વિચારધારાનો જન્મ અને ઈસુનું શૂળી પર ચડવું

લેખક - ડૉ. કૌશિક ચૌધરી, ૧૯ એપ્રિલ, ૨૦૨૫/ ફેસબુક પર

ગુજરાતનો હિંદુ સમાજ ખ્રિસ્તીઓ અને સહજાનંદી સ્વામિનારાયણીયાઓ દ્વારા ધર્માંતરણનો બેવડો માર ઝીલી રહ્યો છે, જ્યાં બંને સનાતન ધર્મના વૈદિક ઈશ્વરોની ઉપાસના ગુજરાત ભૂમિ પરથી નષ્ટ કરી રહ્યા છે. એક ગરીબ અને આદિવાસીઓને વટલાવી રહ્યો છે, તો બીજો સવર્ણ અને સમૃદ્ધ હિન્દુઓને સત્તાના પ્રભાવ અને 'નારાયણ' નામની છેતરપિંડીથી વટલાવી રહ્યો છે. બંને બાજુએ હિન્દુઓને વૈદિક આરાધ્ય દેવો અને પંચદેવ છોડીને એક નવો સર્વોપરી ઈશ્વર માનવાનો છે, અને તેનામાં માનવા માત્રથી તેના ધામમાં મૃત્યુ પછી સ્થાન મેળવી લેવાની કલ્પનામાં જીવન કાઢવાનું છે, જ્યાં જીવનમાં પાદરીઓ - સ્વામીઓની સામાજિક ગુલામીથી વિશેષ કંઈ નથી. હવે કારણકે આ બંનેના ઉદ્ભવમાં એજ યુરોપિયનો અને ખ્રિસ્તી પાદરીઓ છે, તો ચાલો, આજે એજ લોકોના ઇતિહાસમાં ઘૂસી જઈએ. જાણીએ કે આપણને વટલાવવા આવેલા આ લોકો છે કોણ અને કેવી રીતે આ પૃથ્વી પર ઉદભવ્યા? કારણકે આખરે જ્ઞાન જ એ શક્તિ છે, જે તમને બચાવે છે.

ઇસ પૂર્વે ચોથી સદીથી એલેક્ઝાન્ડર (સિકંદર)નું ગ્રીક સામ્રાજ્ય ત્રણસો વર્ષ સુધી પશ્ચિમી સત્તાનું કેન્દ્ર રહ્યું, અને પછી ધીરે ધીરે સત્તાનું કેન્દ્ર ગ્રીસથી આજના ઇટાલીના રોમમાં આવી ગયું. એ રીતે ગ્રીક સંસ્કૃતિમાંથી રોમન સામ્રાજ્ય અસ્તિત્વમાં આવ્યું જેનો ઉદભવ ત્યારે થયો જ્યારે ઇસ પૂર્વે ૫૯માં જુલિયસ સિઝર પ્રજાની ક્રાંતિનું નેતૃત્વ લઈ પોતે રોમનો રાજા બની ગયો. આ રોમન રાજ્યનો ધર્મ હજી પણ એ ગ્રીક દેવતાઓનું આહવાન કરવાનો હતો જેમાં જ્યુપિટર, માર્સ (મંગળ), વિનસ (શુક્ર) જેવા દેવોનો પણ સમાવેશ થતો. પણ રોમન રાજ્યમાં એ દેવતાઓમાં એક ઉમેરો થયો હતો. હવે રોમના રાજાને પણ 'સિઝર' નામે એક દેવ કે ઈશ્વર કહેવાતો અને તેની પૂજા થતી, તેનો દ્રોહ કરવો ધર્મદ્રોહ ગણાતો, અને તેની સજા મૃત્યુદંડ હતી.

આ રોમનોની સત્તા યુરોપથી નીચે આજના ઈઝરાયેલની ભૂમિ સુધી ફેલાયેલી હતી. પણ સમસ્યા એ હતી કે ઈઝરાયેલમાં પ્રજા યહૂદી ધર્મ પાળતી હતી, જે રોમન ધાર્મિક સ્વરૂપથી બિલકુલ અલગ હતો. ત્યાં ઈશ્વરને સાકાર સ્વરૂપે જોવો એ ધર્મદ્રોહ હતો, તો રાજાને ઈશ્વર માનવાની વાત જ દૂર હતી. અને રોમન રાજ્ય તો દેવતાઓની મૂર્તિઓથી ભરેલું હતું. તો ઈઝરાયેલની કટ્ટર યહૂદી પ્રજાને સંભાળવી ધાર્મિક બાબતમાં થોડા સહિષ્ણુ ગણાતા એ વખતના રોમન રાજાઓ માટે પણ માથાનો દુ:ખાવો હતો.

યહૂદી ધર્મનું સ્વરૂપ :

ઈઝરાયેલની પ્રજા યહૂદી ધર્મ પાળતી, જે તેમના મુખ્ય પૂર્વજ અબ્રાહમને એકમાત્ર નિરાકાર ઈશ્વર 'યહોવા' એ આપેલ કરારનો ધર્મ હતો. એ જૂના કરારના પાંચ પુસ્તકોનો સેટ કે જે 'તોરાહ' કહેવાતો, તે યહૂદીઓનો ધર્મ ગ્રંથ હતો. ઈશ્વર યહોવાએ અબ્રાહમને આપેલ ઉપદેશ મુજબ ઈશ્વર એક જ છે અને નિર્ગુણ, નિરાકાર છે, જેણે અબ્રાહમ અને તેની પ્રજાએ કેવી રીતે જીવવું એ વિશે પોતાનો શુદ્ધ કરાર આપેલો છે અને એ કરાર મુજબ જીવવા માટે અબ્રાહમના વંશજોને ઈઝરાયેલ ભૂમિનું વચન આપેલું છે. એટલે ઇઝરાયેલના યહૂદીઓ પોતાને શુદ્ધ લોહી વાળી ઈશ્વરનો શુદ્ધ આદેશ પાળવાવાળી પવિત્ર પ્રજા માનતા. ગેર-યહૂદીઓને 'જેન્ટાઈલ' કહેવામાં આવતા, અને તેમના સાથે લગ્ન જેવા સામાજિક સબંધો રાખવામાં ન આવતા. કોઈપણ જેન્ટાઈલ યહૂદી વિધિ મુજબ કન્વર્ટ થાય તો જ તેને યહૂદી કહેવામાં આવતો. યહૂદીઓના ધર્મગ્રંથ તોરાહમાં મોસીસની ઇજિપ્તથી યહૂદીઓને લઈને ઈઝરાયેલ પહોંચવાની અને તે પહેલાની નોહ દ્વારા મોટું જહાજ બનાવીને જીવોને જળસમાધિમાંથી બચાવવાની (આપણી મનુ અને મત્સ્ય અવતાર વાળી) વાર્તાઓ હતી, સાથે નિરાકાર ઈશ્વર યહોવાને પૂજવાના તેમના ધાર્મિક ક્રિયાકાંડો અને સિદ્ધાંતો હતા (જેમ આપણા વેદોમાં નિરાકાર દેવોના આહ્વાન માટેના યજ્ઞ વગેરે છે).

યહૂદીઓ તેમની ઉપાસના જેરુસલેમના મંદિરમાં કરતા. જેરુસલેમમાં ઇસ પૂર્વે ૯૫૭માં રાજા સોલોમને તેમનું પહેલું મંદિર બનાવેલું, જેને ચારસો વર્ષ બાદ ઇસ પૂર્વે ૫૮૬માં બેબીલોનીયન આક્રમણમાં તોડી દેવાયેલું. તેના ચાલીસ વર્ષ પછી જેરુસલેમમાં યહૂદીઓએ બીજું મંદિર બનાવ્યું, જેમાં પાંચસો વર્ષથી યહૂદીઓ પોતાની ધાર્મિક વિધિ કરતા હતા. તેમના મંદિરમાં એકેશ્વરવાદી ઉપાસના થતી. મંદિર માત્ર યહોવા માટે સમર્પિત હતું. યહૂદીઓ માનતા હતા

કે યહોવા નિરાકાર રૂપે મંદિરના આંતરિક પવિત્ર ભાગ 'પવિત્રતમ સ્થાન (HOLY OF HOLIES)'માં આધ્યાત્મિક રીતે વસે છે. મંદિરમાં યહોવાની કોઈ ભૌતિક પ્રતિમા કે મૂર્તિ ન હતી. મંદિરમાં ઉપાસનાનું કેન્દ્ર 'કરારનું પુસ્તક રાખેલ પેટી' (ARK OF THE COVENANT) હતી, અને પછી બલિ બેદી હતી જ્યાં પશુઓ અને અનાજની બલી ચડાવાતી. આ બે સામાન્ય રીતે ખુલ્લા સ્થાન હતા યહૂદી મંદિરના, જ્યારે યહોવાની હાજરીથી યુક્ત ગણાતા 'પવિત્રતમ સ્થાન'માં ફક્ત મુખ્ય પૂજારી જ વર્ષમાં એક વખત ક્ષમા દિન પર પ્રવેશ કરી શકતો. એ દિવસે તે ત્યાં ઇઝરાયલના પાપો માટે રક્તની બલિ અર્પણ કરતો. આ પવિત્રતમ સ્થાન યહોવાની પૃથ્વી પર હાજરીનું પ્રતીક હતું. અને બલી તેના સાથેના જુના કરારને પાળવાની પ્રતિજ્ઞા રૂપે હતી. સારાંશરૂપે, યહૂદીઓના મંદિરોમાં માત્ર યહોવાની ઉપાસના થતી હતી – કોઈ પ્રતિમા વિના, શ્રદ્ધાપૂર્વકની વિધિઓ, કડક નિયમો અને ઊંડા નૈતિક તથા આધ્યાત્મિક સમર્પણ દ્વારા.

હવે, રોમન સમાજથી તદ્દન ભિન્ન ધાર્મિક સ્વરૂપ ધરાવતા આ ઇઝરાયેલ પર રાજ્ય ચલાવવા રોમન રાજા સિઝરે હેરોદ નામના એક ગવર્નરને ત્યાંનો સ્વતંત્ર રાજા બનાવી પોતાના પ્રતિનિધિ રૂપે નિમ્યો. ઇસા પૂર્વે ૩૭ નું એ વર્ષ હતું, અને હેરોદે ઇસુના જન્મ પછી ચાર વર્ષ સુધી, એટલે કે ૪૧ વર્ષ ત્યાં રાજ્ય કર્યું. હેરોદે રોમન સહિષ્ણુતાની છબીને આગળ લઈ જતાં પાંચસો વર્ષથી જર્જરિત બની ગયેલ જેરુસલેમના યહૂદી મંદિરનું નવનિર્માણ શરૂ કરાવ્યું. તેને મોટું ને ભવ્ય બનાવ્યું. આ સમય રોમનો અને યહૂદીઓ બંને માટે શાંતિમય અને સદભાવના યુક્ત ચાલી રહ્યો હતો. અને ત્યાં એન્ટ્રી થઈ ઇસુની, જેના પછી બેમાંથી એક પણ શાંતિથી પહેલા જેવા ના રહી શક્યા.

ઈસુ ખ્રિસ્ત - જીવન અને સંદેશ :

યહૂદી માતા-પિતા મેરી અને જોસેફના સંતાન રૂપે ઈસુનો જન્મ થયો. યહૂદીઓના જૂના કરારમાં એક ભવિષ્યવાણી હતી કે તેમના રાજા ડેવિડનો એક વંશજ ધરતી પર ઈશ્વરનું રાજ્ય સ્થાપિત કરશે જે હંમેશા માટે રહેશે. જ્હોન નામનો એક યહૂદી પૂજારી તે સમયે આ આવનારા ઈશ્વરના રાજ્યમાં સ્થાન મેળવવા માટે યહૂદીઓને પશ્ચાતાપ કરવાનું કહેતો હતો. ઇસુ બાળપણમાં તેની પાસે ગયા અને જ્હોને તેમને નદીના પાણીમાં ડૂબકી મરાવીને તેમનું બાપ્તિઝમ કરાવ્યું. અને આજના ખ્રિસ્તી ગ્રંથો અનુસાર તે દિવસથી ઈસુમાં ઈશ્વર યહોવાની ચેતના ઊતરી અને તે એમના દિકરા સમાન બન્યા. આ

રિવાજ આજે ખ્રિસ્તી ધર્માંતરણ માટે વિશ્વભરમાં વપરાય છે, જેને 'બાપ્ટીઝમ' કહે છે. ત્યારપછી ઈસુનું ૧૨ વર્ષથી ૩૦ વર્ષની ઉંમર સુધીનું અઢાર વર્ષનું જીવન અજ્ઞાત છે. બાઈબલમાં તેના માટે બસ એક વાક્યમાં કહેવાય છે કે આ સમય દરમિયાન તેમણે ઈશ્વર સાથે પોતાનું સાનિધ્ય ગાઢ બનાવ્યું. પણ અનેક પશ્ચિમ લેખકો, વિચારકો અને શોધકોનું માનવું છે કે આ સમય દરમિયાન ઈસુએ ભારત યાત્રા કરી ત્યાંથી ભારતીય આધ્યાત્મિક જ્ઞાન મેળવ્યું. કારણકે જ્યારે ત્રીસ વર્ષની ઉંમરે તે યહૂદી પ્રદેશમાં પાછા આવ્યા ત્યારે તેમના સંદેશ અને ઈશ્વરની સંકલ્પનામાં ભારતીય ધર્મની ઝલક હતી. ખાસ કરીને બૌદ્ધ ધર્મની, જે સમ્રાટ અશોકના કાળથી વિશ્વભરમાં બૌધ્ધ મિશનરીઓ રૂપે ફેલાઈ રહ્યો હતો.

ઈસુની ઈશ્વર વિશેની કલ્પના યહૂદીઓની સમજણથી કેવી રીતે અલગ હતી?

ઇસુ પોતે યહૂદી હતા અને અન્ય યહૂદીઓની જેમ યહોવાની ઉપાસના કરતા હતા. પરંતુ તેમણે ઈશ્વર અને માનવ વચ્ચેના સંબંધની એક નવી વ્યાખ્યા યહૂદી સમાજમાં રજૂ કરી. તેમણે ઈશ્વરને "પિતા" તરીકે ઓળખાવ્યો – વ્યક્તિગત, નજીકનો અને ક્ષમાશીલ. તેમણે યહૂદી કર્મકાંડ કરતાં કૃપા, વ્યક્તિના આંતરિક પરિવર્તન અને પ્રેમ પર ભાર મૂક્યો. તેમણે પોતાને ઈશ્વરના દિવ્યપુત્ર તરીકે ઓળખાવ્યા અને ક્યારેક તો પોતાને ઈશ્વર સાથે એકરૂપ પણ બતાવ્યા. (યોહાન 10:30 : "હું અને પિતા એક છીએ")

જ્યારે આનાથી વિપરીત, પરંપરાગત યહૂદી દષ્ટિકોણ સખત એકેશ્વરવાદ પર હતો કે ઈશ્વર એક છે, અગોચર છે, અને માનવ સ્વરૂપમાં નથી. સાથે તે ઉપર ક્યાંક સાતમા આસમાને છે, તે દરેક સ્થાને વસેલો નથી. તેણે બસ અબ્રાહમ દ્વારા મનુષ્યને જીવવા માટેનો એક કરાર (નિયમો, સિદ્ધાંત) આપેલો છે, જેને બાઇબલનો જૂનો કરાર કહેવાય છે. આ કારણે, કોઈ માનવ પોતાને ઈશ્વર કે ઈશ્વરના દીકરા તરીકે ઓળખાવે તે યહૂદીઓમાં ધર્મનિંદા અને ઈશનિંદા (BLASPHEMY) માનવામાં આવે છે.

ઈસુએ યહોવાને નકાર્યા નહીં, પરંતુ તેમના ઈશ્વર વિશેના દાવાઓ, ધાર્મિક નિયમોની નવી વ્યાખ્યાઓ તેમજ અહીંસા પર ભાર મૂકી અમુક યહૂદી ક્રિયાકાંડોને પાખંડ કહેવા - એ કારણે યહૂદી ધાર્મિક નેતાઓ સાથે ઈસુની અથડામણ શરૂ થઈ. ગરીબ યહૂદીઓ ઇસુ સાથે જોડાવવા લાગ્યા, કારણકે તેમને પૂજારીઓ અને અન્ય ક્રિયાકાંડોથી મુક્ત રહી પશ્ચાતાપ અને

પ્રેમથી ઈશ્વર યહોવા સાથે ઇસુ વડે જોડાવાનો સીધો માર્ગ મળ્યો. ઈસુએ પોતાને ઈશ્વરના સંતાન કહ્યા, અને જેમ ઘેટાં ભરવાડને અનુસરે તેમ પોતાના અનુયાયીઓને પોતાના ઉપદેશને અનુસરવા કહ્યું. આમ કરવાથી તેમને સીધું ઈશ્વરનું સ્વર્ગ મળી જશે એ દાવો કરવામાં આવ્યો. ઈસુના અનુયાયી તેમને પેલી ભવિષ્યવાણી વાળો રાજા ડેવિડનો વંશજ કહેવા લાગ્યા જે ધરતી પર ઈશ્વરનું રાજ્ય સ્થાપવા આવ્યો છે. ઈસુએ અનુયાયીઓ વધતાં જેરુસલેમના યહૂદી મંદિરમાં જઈ ક્રિયાકાંડોને પાખંડ કહીને વિરોધ પણ કર્યો. આ કારણે યહૂદી કાઉન્સિલ અને ધર્મગુરુઓ રોષે ભરાયા.

પણ રાજ્ય રોમન રાજા હેરોદના પુત્ર હેરોદ એન્ટીપાસનું હતું. યહૂદી ધર્મગુરુઓ અને ચુસ્ત યહૂદી અનુયાયીઓ ઈસુને કોઈ સજા આપવાનો અધિકાર નહોતા ધરાવતા. આથી, યહૂદી ધર્મગુરુઓએ રાજા હેરોદ એન્ટીપાસને સંભાવના બતાવી કે આ પોતાને ઈશ્વરનું રાજ્ય સ્થાપનાર રાજા કહે છે, અને તેના અનુયાયીઓ વધતાં તે રાજ્યની કાનૂન વ્યવસ્થા ખોરવી પોતે રાજ્ય માટે દાવો કરશે. આ વાતમાં તથ્ય માની રાજાએ ઈસુને શૂળી પર ચડાવી દીધા. ત્રીસ વર્ષની ઉંમરે તે યહૂદી પ્રદેશમાં પાછા ફર્યા હતા, અને બે વર્ષ બાદ બત્રીસ વર્ષની ઉંમરે તેમને શૂળી પર ચડાવી દેવામાં આવ્યા.

ઇસુ યહૂદી પ્રદેશમાં હિંદુ ધર્મની સાકાર ઈશ્વરની સંકલ્પના લઈને આવ્યા કે ઉપર બેઠેલો નિરાકાર ઈશ્વર, મનુષ્ય રૂપે ઈશ્વરના દીકરા તરીકે આવીને પિતાનો સંદેશ આપે છે, અને અંતે તે દીકરો અને ઈશ્વર એક થઈ જાય છે. સાથે તેમણે એ પણ કહ્યું કે જે તે ઈશ્વરને પ્રેમ કરે છે અને તેની આજ્ઞા માને છે તેનામાં ઈશ્વરની ચેતના રહેલી છે. આ ઈશ્વરની ચેતનાને હોલી સ્પિરિટ - પવિત્ર ચેતના કહેવાઈ. આમ, ઈશ્વર, ઈશ્વરનો દીકરો (ઇસુ) અને પવિત્ર ચેતના (હોલી સ્પિરિટ) - એ ત્રણ એકમો દ્વારા ઈશ્વર ધરતી પર પોતાનો સંદેશ આપે છે. અને એ ત્રણેયને 'હોલી ટ્રિનિટી (પવિત્ર ત્રયી)' કહેવાય છે. ઈશ્વરનું રાજ્ય આ રીતે દરેકના અંદર છે. જે તે ઈશ્વરને પ્રેમ કરે છે અને તેની આજ્ઞામાં રહે છે તેના દ્વારા ઈશ્વરનું રાજ્ય ધરતી પર સ્થપાય છે. બસ, આ ફિલસૂફી ઈસુ ખ્રિસ્તની ધાર્મિક ફિલસૂફી બની જેને બાઇબલનો નવો કરાર કહેવાય છે. ઈશ્વર અને મનુષ્ય વચ્ચેનો ઇસુ મારફતે નવો કરાર. જૂનો કરાર અબ્રાહમ મારફતે હતો જે યહૂદીઓ સુધી રહ્યો, અને નવો કરાર માનવાવાળા ઇસુના અનુયાયી બન્યા. આ રીતે યહૂદી અને ઈસાઈઓના નવા અને જૂના કરાર વચ્ચે શું ફરક છે તે આપણે જાણ્યો.

હવે એ જાણી લઈએ કે હિંદુ ધર્મના સિદ્ધાંતથી ઈસુનો આ નવો કરાર કઈ રીતે અલગ પડે છે. સનાતન હિંદુ ધર્મમાં નિરાકાર પરમેશ્વર 'પરબ્રહ્મ' નામે છે, જે ૐ સ્વરૂપે ઓળખાય છે અને સધાય છે. તે નિરાકાર પરબ્રહ્મ સાકાર રૂપે પુરાણોમાં અને રામાયણ-મહાભારતમાં પંચદેવ રૂપે પ્રગટ થાય છે. એ નિરાકાર પરમેશ્વર જ્યારે આકાર અને સ્વરૂપ ધારણ કરે છે, વ્યક્તિત્વ ધારણ કરે છે, ત્યારે તેને કોઈ એક આકાર, સ્વરૂપ કે વ્યક્તિત્વમાં સીમિત કરાતો નથી. તેને વિષ્ણુ, શિવ, શક્તિ, ગણેશ, અને સૂર્ય એમ પાંચ સ્વરૂપ, વ્યક્તિત્વ અને અભિવ્યક્તિ અપાય છે. એ પાંચમાંથી કોઈપણ એકને આરાધ્ય માની બાકીના ચારને તે એકના અંશ માનનારા અલગ અલગ લોકો આખરે તે એક જ નિરાકાર પરબ્રહ્મ ૐ સુધી પહોંચે છે. એ નિરાકાર પરબ્રહ્મ પરમેશ્વરને પૂર્ણ પણે જાણવા માટે આપણે એ પાંચેય સ્વરૂપોની શક્તિ અને અભિવ્યક્તિને આત્મસાત કરવી પડે છે, ત્યારે આપણે એ મૂળ નિરાકાર પરમેશ્વરથી એક થઈએ છીએ. એની સ્થાને અબ્રાહમ પંથોનું વૃક્ષ ઇસુ ખ્રિસ્ત મારફતે એક જ સાકાર સ્વરૂપ સુધી પહોંચે છે અને તે સ્વરૂપને નિરાકાર યહોવાનું પુત્ર રૂપે પ્રતિનિધિ માની આખરી માને છે. ઇસુ સિવાય કોઈ નહીં, એ કટ્ટરતા ત્યાં ધર્મનું મુખ્ય સ્વરૂપ છે. ત્યાં એ તર્ક વાપરે છે કે એકથી વધુ ઈશ્વરને ચાહવા એ વેશ્યા જેવું છે. જ્યારે સનાતની સત્ય એ છે કે પંચદેવ એકથી વધુ ઈશ્વર નથી. એક જ ઈશ્વરના પાંચ સ્વરૂપ અને અભિવ્યક્તિ છે. અને જો માતા, પિતા, સંતાન, પતિ, પત્નીને એક સાથે પ્રેમ કરી શકાતો હોય, ત્યાં બધાને એક સમાન પ્રેમ કરવો વેશ્યા જેવું ના કહેવાતું હોય, તો એક જ ઈશ્વરની અનેક શક્તિઓ અને અભિવ્યક્તિઓને ચાહવી ખોટી કેવી રીતે કહી શકાય? એજ તો ઈશ્વરને તેના પૂર્ણત્વમાં પ્રાપ્ત કરવાનો માર્ગ છે.

સનાતન ધર્મમાં પરબ્રહ્મ નિરાકાર રૂપે કે સાકાર રૂપે સર્વવ્યાપ્ત છે, સમસ્ત સૃષ્ટિમાં ફેલાયેલું છે. સમસ્ત તેનાથી જ વ્યાપ્ત છે, તેનાથી જ અસ્તિત્વમાં છે. આમ, મનુષ્યનો આત્મા પણ એજ પરબ્રહ્મનો અંશ છે. બસ મનુષ્યને એ વાતની સ્વ-અનુભૂતિ પોતાના આત્મામાં કરવાની છે. પોતાના સાચા આત્મ સ્વરૂપને અનુભવી લેવો અને કર્મ બંધનનું વૃક્ષ વૈરાગ્ય અને જ્ઞાનની કુહાડીથી કાપી નાખવું તેને મોક્ષ કહેવાય છે. ઈસુના નવા કરારમાં, ઉપર બેઠેલા ઈશ્વરના બાઈબલમાં કહેવાયેલા આદેશ જે પ્રેમથી માને છે તેનામાં જ ઈશ્વરની ચેતના છે, બીજામાં નહીં. અર્થાત્ ત્યાં હજી અદ્વૈત પૂર્ણ પણે વિકસિત નથી થયું. ત્યાં શરતો આધીન ઈશ્વરીય ચેતના છે.

એટલે સારાંશ રૂપે, જ્યારે એક ખ્રિસ્તી હિન્દુનું ધર્માંતરણ કરવા આવે છે, ત્યારે તે હિન્દુને પંચદેવના સ્થાને એક નવો જિસસ નામનો સર્વોપરી સાકાર ઈશ્વરનો હાથ પકડાવે છે. અને કહે છે કે આ એક જ ઈશ્વર છે, બીજા કોઈ પૂજવા યોગ્ય નથી. તે જિસસમાં માનવા અને ચાહવા માત્રથી તેનામાં ઈશ્વરની પવિત્ર ચેતના જાગૃત થઈ જશે, અને તે ધરતી પરના ઈશ્વરના રાજ્યમાં કહેવાશે. અને મૃત્યુ પછી સીધા એ ઈશ્વરના સ્વર્ગમાં જઈને બેસશે. મનુષ્ય પોતાના આત્માનો સાક્ષાત્કાર કરી પોતાને જ એ મૂળ તત્વ પરબ્રહ્મ રૂપે અનુભવી લે અને શરીર છોડતાં એમાં ભળી જાય - એ હિંદુ માર્ગથી મનુષ્યને ભટકાવી સ્વર્ગની કલ્પનાનો ક્ષણિક આનંદ અને લાલચ આપવાની આ કોશિશ છે. આ જ કોશિશ સહજાનંદી સંપ્રદાય સનાતન ધર્મના દેખાવ સાથે અંદર રહીને કરી રહ્યો છે. પંચદેવના સ્થાને જિસસ જેવો 'સ્વામિનારાયણ' નામ સાથેનો એકમાત્ર સર્વોપરી સાકાર ઈશ્વર અને એ નવા ઈશ્વરને વૈદિક ઈશ્વરોથી સર્વોપરી માનવા માત્રથી એના ધામમાં મર્યા પછી મળતું હંમેશા માટેનું સેટલમેન્ટ.

આ લેખના ભાગ ૨માં જોઈશું કે ઇસુ ખ્રિસ્તના મૃત્યુ પછી ખ્રિસ્તીઓ યહૂદીઓથી અલગ પડી રોમન રાજાઓ દ્વારા વિશ્વમાં કેવી રીતે ફેલાયા, અને તેમણે યહૂદીઓ સાથે શું કર્યું? એ જાણીને આપણને સમજાશે કે BAPS વિશ્વભરમાં એ નવા સર્વોપરી ઈશ્વરના મંદિર બનાવીને અને તેને હિંદુ મંદિર કહેવડાવીને અસલમાં કઈ કોશિશ કરી રહ્યું છે.

➢ આવો જાણીએ હિંદુઓને વટલાવવા મથતા આ ખ્રિસ્તીઓ અને સ્વામિનારાયણ પંથના હિંદુ દ્રોહીઓ કોણ છે?

ભાગ ૨ઃ ઈસુના અનુયાયીઓનું યહૂદીઓથી અલગ પડી દુનિયામાં ફેલાવું અને રોમન રાજાઓને હાથમાં લઈ યહૂદીઓ પર અત્યાચાર કરવા

લેખક - ડૉ. કૌશિક ચૌધરી, ૧૯ એપ્રિલ ૨૦૨૫/ ફેસબુક પર

ઇસ ૩૦-૩૩ વચ્ચે ઇસુને વધ સ્તંભ પર ચડાવી દેવામાં આવ્યા. ત્યારબાદ તેમના અનુયાયી બનેલા યહૂદીઓ યહૂદી જ બનીને રહ્યા. બસ ફર્ક એ હતો કે તે ઈસુને યહૂદી શાસ્ત્રોમાં બતાવેલ ઈશ્વરનું રાજ્ય સ્થાપનાર મસીહા તરીકે પૂજતા હતા, જેની યહૂદી શાસ્ત્રોમાં ભવિષ્યવાણી હતી. આ

રીતે દસેક વર્ષ સુધી ઈસુના અનુયાયીઓ યહૂદીઓના એક પંથ બનીને રહ્યા, જેને 'તે માર્ગ' (THE WAY) કહેવાતો. પણ ઇસ ૪૦ થી ૫૦ વચ્ચે પૌલ નામના એક યહૂદીએ ઈસુનું અનુસરણ શરૂ કર્યું, અને ઈસુનો સંદેશ ગૈર-યહૂદીઓ (જેન્ટાઇલ્સ)માં આપવાનું શરૂ કર્યું. આમ, જેન્ટાઇલ તરીકે ઓળખાતા ગૈર-યહૂદી ઈસુના અનુયાયી બનવા લાગ્યા, અને અહીં પહેલીવાર ધર્મસંકટ ઊભું થયું. ઈસુના અનુયાયી અત્યાર સુધી યહૂદીઓનો જ એક પંથ હતા, પણ ગૈર-યહૂદીને યહૂદી બનવા માટે એક અલગ ધાર્મિક વિધિ હતી, અને તે પછી યહૂદી મંદિરમાં નિરાકાર યહોવાની ઉપાસનાના અલગ ક્રિયાકાંડો હતા.

પણ ગૈર-યહૂદી ઈસુના અનુયાયી બનવા લાગ્યા ત્યારે ઇસ ૪૯માં યહૂદી કાઉન્સિલને નિર્ણય લેવો પડ્યો કે ગૈર-યહૂદી ઈસુના અનુયાયી બની શકે છે, તે માટે તેમને યહૂદી બનવું જરૂરી નથી. આ રીતે યહૂદી કાઉન્સિલે પહેલીવાર ઈસુના અનુયાયીઓને યહૂદીઓથી અલગ બતાવ્યા. આ વિભાજન તરફનું પહેલું મોટું પગલું હતું. આ ગૈર-યહૂદીઓમાં ગ્રીકો અને યુરોપિયનો પણ હતા, અને મસીહા માટે ગ્રીક શબ્દ હતો 'ક્રાઇસ્ટ (ખ્રિસ્ત)'. આ કારણે આ સમયગાળા દરમિયાન ઇસ ૫૦માં જ પ્રથમવાર ઈસુને 'ઇસુ ખ્રિસ્ત (JESUS CHRIST)' કહેવાનું શરૂ થયું.

વીસ વર્ષ પછી ઇસ ૭૦માં યહૂદિઓએ રોમથી સ્વતંત્રતા માટે સશસ્ત્ર બળવો કરી દીધો. અને એ બળવાના જવાબમાં રોમન સૈન્યએ જેરુસલેમનું યહૂદીઓનું એ મંદિર તોડી પાડ્યું, જેનું કેટલાક દશકો પહેલા ગ્રીક રાજા હેરોદે સમારકામ કરી આપ્યું હતું. આ સમયે ઇસુ ખ્રિસ્તના અનુયાયીઓ ઈસુના અહિંસાના સિધ્ધાંતો બતાવી બળવાથી દૂર રહ્યા, જ્યારે યહૂદીઓ આ સમયે રોમનોથી તેમને સ્વતંત્ર કરે એવા કોઈ સાચા મસીહાને શોધી રહ્યા હતા, જે પ્રાચીન યહૂદી રાજાઓનો વંશજ હોય. પણ ખ્રિસ્તીઓ એ બળવાથી અલગ રહેતાં, જન્મે યહૂદી હોય પણ ખ્રિસ્તી બની ચૂક્યા હોય તેમને જેરુસલેમમાંથી કાઢી મૂકવામાં આવ્યા.

ત્યારબાદ ઇસ ૮૦ થી ૧૦૦ વચ્ચે યહૂદી ધર્મ રબ્બીઓના નેતૃત્વ હેઠળ પુનઃસંરચિત થવા લાગ્યો, જ્યાં મંદિર વિના પણ યહૂદી પરંપરાને કેવી રીતે જીવંત રાખવી એ નક્કી કરવામાં આવ્યું. આ નવા ક્રિયાકાંડો અને સિદ્ધાંતોમાંથી ખ્રિસ્તીઓને બાકાત રાખવામાં આવ્યા, અને વિશ્વાસઘાતીઓને શ્રાપ આપતી પ્રાર્થનામાં ખ્રિસ્તીઓને શામેલ કરવામાં આવ્યા. બીજી બાજુ, ખ્રિસ્તી ધર્મના

નવા ગ્રંથો અને ગોસ્પેલો રચાઈ જેમાં યહૂદી ધર્મ વિરુદ્ધ લખાણ વધ્યું, અને યહૂદીઓને વિરોધી રૂપે ચીતરવામાં આવ્યા. જેવું આપણે સ્વામિનારાયણના પ્રારંભિક ચોપડાઓમાં સનાતન ધર્મના વૈષ્ણવ, શૈવ, શાક્ત અને જૈન જેવા અન્ય સંપ્રદાયો અને તેમના વૈદિક આરાધ્ય દેવો વિરુદ્ધ લખાણ લખેલું જોઈએ છીએ. અને એ લખાણથી તૈયાર થયેલા અનુયાયીઓ અને પાદરીઓ જેવા સ્વામીઓ સનાતન ધર્મ અને તેના આરાધ્ય દેવો વિરુદ્ધ જેમ ઝેર ઓંકે છે, તેમ ખ્રિસ્તીઓમાં યહૂદીઓ વિરુધ્ધ શરૂ થયું. યહૂદીઓ માટે ઈસુને ઈશ્વર રૂપે સ્વીકારવા એ પ્રાચીન યહૂદી ધર્મ અને ઉપાસના પધ્ધતિઓનો ખાત્મો બોલાવવા સમાન હતો, એટલે તે પોતાના પ્રાચીન સિદ્ધાંતોને વળગી રહ્યા. સામે ખ્રિસ્તીઓએ યહૂદી મંદિરના સ્થાને પોતાના ચર્ચો સ્થાપવાનું શરૂ કરી દીધું, જ્યાં ઇસુ, મેરી અને વધસ્તંભ મુખ્ય હતા.

ઇસ ૧૧૦માં એન્ટિઓકના ઇગ્નેટિયસ પહેલા ખ્રિસ્તી આગેવાન સાબિત થયા જેમણે સ્પષ્ટપણે કહ્યું: "ખ્રિસ્તી ધર્મ યહૂદી ધર્મ નથી." આ સાથે તેમણે યહૂદી હોવાની નિશાની રૂપ સુન્નત કરાવવાની, અને ખાવા પીવાની તેમજ અન્ય ક્રિયાકાંડની વિધિઓથી દૂર રહેવાની ચેતવણી આપી. ઇસ ૧૩૨ થી ૧૩૫ વચ્ચે યહૂદીઓએ ફરીથી રોમ સામે બળવો કર્યો, ઈઝરાયેલની સ્વતંત્રતા અને જેરુસલેમ મંદિરના નિર્માણ માટે. તેનું નેતૃત્વ શિમોન બાર કોખબાએ કર્યું. તેણે ઘણી વખત મસીહા તરીકે માન્યતા મેળવી. પણ ખ્રિસ્તીઓએ આ બળવાને સમર્થન ન આપ્યું, કારણ કે તેઓ કોબખાને મસીહા તરીકે સમર્થન આપવામાંગતા નહોતા. તે ઈસુને જ સાચા મસીહા માનતા હતા. સાથે, હવે તેમને જેરુસલેમ મંદિરમાં પણ રસ નહોતો, કારણકે તે પોતાના ચર્ચ બાંધવા લાગ્યા હતા. અને અહિંસા વાળો તર્ક તો હતો જ. આ ઘટનાથી યહૂદીઓ અને ખ્રિસ્તીઓ વચ્ચે સંપૂર્ણ વિચ્છેદ સર્જાયો. બળવો પત્યા પછી રોમનો દ્વારા યહૂદીઓને સજા રૂપે જેરુસલેમમાંથી કાઢી મૂકાયા, અને તેમના પ્રવેશ પર પ્રતિબંધ મૂકવામાં આવ્યો. પણ ખ્રિસ્તીઓ બળવામાં શાંત રહ્યા હોવાથી આ પ્રતિબંધ તેમના પર ના લાગ્યો. અને આ કારણે જેરુસલેમમાં ખ્રિસ્તીઓએ પોતાનું પ્રભુત્વ સ્થાપિત કરવાનું શરૂ કર્યું.

ત્યારબાદ ખ્રિસ્તીઓએ યહૂદીઓથી બિલકુલ ઉપર થઈ જવા માટે ગૈર-યહૂદીઓમાં પોતાનો વિસ્તાર વધારવા પર ધ્યાન કેન્દ્રિત કર્યું. ઇસ ત્રીજી સદી આવતાં આવતાં ખ્રિસ્તી ધર્મ ગ્રીસ અને રોમ જેવા યુરોપીય દેશોની સામાન્ય પ્રજામાં હાજરી નોંધાવવા લાગ્યો. ખ્રિસ્તી ચર્ચ વધુ ને વધુ ગૈર-યહૂદી ભાષા,

સંસ્કૃતિ અને ધર્મશાસ્ત્ર પ્રમાણે આકાર લેવા લાગ્યા. ઇઝરાયેલની ભૂમિમાં અને બહાર ખ્રિસ્તીઓની સંખ્યા વધતાં બધા દેશોમાં તેમણે યહૂદીઓ વિરૂદ્ધ ભાષણો આપવાનું શરૂ કર્યું અને તેમને ઈસુ ખ્રિસ્તના હત્યારા ગણાવ્યા. કેટલાક ખ્રિસ્તી પાદરીઓએ યહૂદીઓ સાથે સામે ચાલીને ધાર્મિક ચર્ચાઓ કરી અને ખ્રિસ્તી ધર્મની શ્રેષ્ઠતા પ્રચારિત કરવાનું શરૂ કર્યું. આ બધું એજ હતું જે આજે ગુજરાતમાં એક સંપ્રદાયના અનુયાયીઓ દ્વારા હિંદુ ધર્મ સામે થાય છે, અને વિદેશોમાં વૈદિક ઈશ્વરોને હિન બતાવતા મંદિરો બાંધીને BAPS એજ કરી રહ્યું છે જે ખ્રિસ્તીઓએ ઈઝરાયેલની ભૂમિ બહાર ફેલાવો કરીને, ચર્ચ બાંધીને દુનિયામાં પોતે યહૂદીઓથી શ્રેષ્ઠ છે એ સ્થાપિત કરવા માટે કર્યું હતું.

ઇસ ચોથી સદીમાં રોમમાં યહૂદિઓથી અલગ પોતાનું અસ્તિત્વ ઊભું કરી ચૂકેલા ખ્રિસ્તીઓએ રોમન રાજા કોન્સ્ટેન્ટાઇનની પત્નીને ખ્રિસ્તી બનાવવામાં સફળતા મેળવી. અને આ કારણે રાજા કોન્સ્ટેન્ટાઇન પણ તેમના સમર્થનમાં આવી ગયો. ઇસ ૩૧૩માં સમ્રાટ કોન્સ્ટેન્ટાઇન દ્વારા ખ્રિસ્તી ધર્મને કાનૂની માન્યતા આપવામાં આવી. તેમણે ખ્રિસ્તી ધર્મને પ્રોત્સાહન આપ્યું અને ચર્ચો અને ધાર્મિક પરિષદોને સહાયતા આપી. આ કારણે ખ્રિસ્તીઓને રોમન સામ્રાજ્યમાં વધુ શક્તિ મળવા લાગી. ઇસ ૩૨૫માં તેણે નાઇસિયાની પ્રથમ ખ્રિસ્તી કાઉન્સિલ બોલાવી, અને ખ્રિસ્તી સિદ્ધાંતોને એકરૂપ કર્યા. અહીં ઈસુ ખ્રિસ્તને ઈશ્વર તરીકે માન્યતા આપવામાં આવી, અને ઈસ્ટરને યહૂદી મુજબ નહીં પરંતુ રોમન સૂર્ય કેલેન્ડર મુજબ નક્કી કરવામાં આવ્યું. આ સાથે ઇસુ ખ્રિસ્તનો જન્મ દિવસ ૨૫ ડિસેમ્બર અહીંથી નક્કી થયો. આ ખ્રિસ્તી ઓળખને યહૂદીઓથી જુદી પાડવા માટે જાણી જોઈને કરાયેલો પ્રયાસ હતો. આજે ભાજપ સરકાર, સંઘ અને વીએચપી દ્વારા આ સંપ્રદાયનું જે તુષ્ટિકરણ ચાલે છે, તે ખ્રિસ્તીઓને ક્રમશઃ રોમન સ્વીકૃતિ મળ્યાના આ ૩૧૩ થી ૩૨૫ ના સમય સમાન છે.

પણ હજી રાજા કોન્સ્ટેન્ટાઇને ઈસાઈ ધર્મને રોમનો રાષ્ટ્રીય ધર્મ જાહેર નહોતો કર્યો, તેણે બસ ખ્રિસ્તી ધર્મને રોમના અન્ય પંથો સાથે વિકસિત થવાની સ્વીકૃતિ આપી હતી, અને રાજ્ય તરફથી તેની તરફદારી કરી હતી. રોમન સામ્રાજ્યમાં હજી પેગન (મૂર્તિપૂજક) ધર્મ ચાલુ રહ્યા હતા. પણ રાજસત્તાની મદદથી એ પછીના ૭૦ વર્ષમાં જ ખ્રિસ્તીઓ એટલા શક્તિશાળી બની ગયા કે ઇસ ૩૯૫માં સમ્રાટ થીઓદોશિયસ પ્રથમે જાહેરનામું બહાર પાડીને ઈસાઈ

ધર્મને રોમનો રાષ્ટ્રીય ધર્મ જાહેર કરી દીધો. પેગન (દેવતાઓની મૂર્તિ) પૂજા ઉપર પ્રતિબંધ મૂકવામાં આવ્યો, મંદિરો બંધ કરાયા અને ખ્રિસ્તી સિવાયના અન્ય વિચારોને ગુનાહિત જાહેર કરવામાં આવ્યા. આ એ સમય હતો જ્યારે ખ્રિસ્તી ધર્મને રોમન શાસનની સત્તા મળી.

ત્યારબાદ યુરોપમાં ખ્રિસ્તી ધર્મ ફેલાવાના રસ્તા ખુલી ગયા. અને એ પ્રવાહ ધીરે ધીરે યુરોપના સંપૂર્ણ ખ્રિસ્તીકરણ તરફ જ વધ્યો. હવે પછીના આ સમયને ગુજરાતમાંથી ભારતના અન્ય રાજ્યોમાં સ્વામિનારાયણ પંથની પ્રસરણ પ્રવૃત્તિ સમાન જુઓ. ઇટાલી અને સ્પેનમાં રોમન સામ્રાજ્યના પ્રભાવથી ખ્રિસ્તી પંથ આવ્યો, ફ્રાન્સમાં રાજા ક્લોવિસ પ્રથમનું ધર્મપરિવર્તન (ઇસ ૪૯૬) કરીને, આયર્લેન્ડમાં સેન્ટ પૅટ્રિક દ્વારા ધર્મપ્રચારથી, ઈંગ્લેન્ડમાં પોપ ગ્રેગોરીએ મોકલેલા સેન્ટ ઓગસ્ટિન ઑફ કેન્ટરબરી (૫૯૭ ઇ.સ.) થી, જર્મની અને સ્કેન્ડીનેવીયામાં ૮મી-૧૧મી સદીમાં કેટલીક બળજબરીથી, અને પૂર્વ યુરોપ (પોલેન્ડ, હંગેરી, રશિયા)માં ૧૦મી થી ૧૧મી સદીમાં ખ્રિસ્તી ધર્મ ફેલાયો. ક્યાંક રાજાઓના ધર્મપરિવર્તનથી પ્રજા ઈસાઈ બની, ક્યાંક મઠો અને મિશનરીઓએ શિક્ષણ અને ધર્મપ્રચાર કર્યો તો ક્યાંક રાજા અને ચર્ચના ગઠબંધને ધર્મના પ્રસારમાં નિર્ણાયક ભૂમિકા ભજવી. યુરોપના આ દેશો ભારતના અલગ અલગ રાજ્યો સમાન છે. અને ગુજરાતમાં રાજકીય સંરક્ષણ પ્રાપ્ત કરી ગુજરાત બહારના ભારતના રાજ્યોમાં સ્વામિનારાયણ સંપ્રદાય જે રીતે ફેલવાની કોશીશ કરી રહ્યો છે, તે એજ રીત છે જે રોમ અને સ્પેનના ખ્રિસ્તીઓએ બાકીના યુરોપમાં ખ્રિસ્તી ધર્મ ફેલાવવા હાથ ધરી હતી.

યહૂદીઓનું શું થયું?

કોન્સ્ટેન્ટાઇન દ્વારા રોમમાં ખ્રિસ્તીઓને માન્યતા આપ્યા બાદ ઈસાઈ ધર્મનું પ્રભુત્વ સ્થપાયુ અને યહૂદીઓની કાનૂની સ્થિતિ નબળી પડી. ઘણી ઈસાઈ પરિષદોએ યહૂદીઓ વિરુદ્ધ નિયમો ઘડ્યા. યહૂદીઓ માટે સરકારી હોદ્દા, લગ્ન અને ધર્મપ્રચાર ઉપર પ્રતિબંધ મૂકાયો. ખાસ કપડાં પહેરવાની અને અલગ વિસ્તારો (યહૂદી વસાહતો)માં રહેવાની ફરજ પડાઈ, તેમજ તેમના પ્રાર્થના સ્થાનો નષ્ટ કરાયા. ઈસાઈ સમાજે યહૂદીઓ પર ઈસુની હત્યા કરવાનો આરોપ મૂક્યો. પ્લેગ અને યુદ્ધોમાં યહૂદીઓને બલીનો બકરો બનાવવામાં આવ્યા. બળજબરીથી ધર્મપરિવર્તન, દેશનિષ્કાસન અને હિંસક હુમલાઓ (પોગ્રોમ) થયા.

ઈંગ્લેન્ડમાં (૧૨૯૦) તમામ યહૂદીઓને દેશ બહાર કાઢવામાં આવ્યા.

ફ્રાન્સમાં ૧૩૦૬માં નિકાળવામાં આવ્યા, બાદમાં પરત ફર્યા. સ્પેનમાં (૧૪૯૨) બળજબરીથી ધર્મપરિવર્તન કરાવવામાં આવ્યું, ન માનવા પર દેશનિષ્કાસન આપવામાં આવ્યું. અને ખ્રિસ્તીઓ દ્વારા યહૂદીઓની આ પ્રતાડનાનો ક્રમ છેક વીસમી સદીના મધ્ય સુધી ચાલ્યો જ્યારે હિટલરે પોલેન્ડ અને જર્મનીમાંથી સાહીઠ લાખ યહૂદીઓની કત્લેઆમ કરાવી દીધી. આમ, ઈસાઈ ધર્મ યુરોપમાં ફેલાયો અને એ વચ્ચે યહૂદી સમાજે ભારે દમન, ધાર્મિક ભેદભાવ અને બળજબરીથી ધર્મપરિવર્તન ભોગવ્યા. ચર્ચ અને રાજ્યના ગઠબંધને ખ્રિસ્તી યુરોપની રચનામાં અને યહૂદીઓના દમનમાં નિર્ણાયક ભૂમિકા ભજવી. ત્રણસો ચારસો વર્ષમાં યહૂદી ધર્મ એ ખ્રિસ્તીઓ મારફતે લઘુમતિમાં આવીને વિસ્થાપિત બની ગયો જે તેમનામાંથી જ એક મસીહા તરીકે ઊભા કરાયેલા ઈસુ દ્વારા સ્થપાયો હતો.

આમ, યહૂદી શાસ્ત્રોમાં મસીહાની ભવિષ્યવાણીને હાથો બનાવી ઇસુ જેવો એક સર્વોપરી ઈશ્વર ઊભો કરી યહૂદી સભ્યતાને છિન્ન ભિન્ન કરી દેવામાં આવી. એવું એ જ અંગ્રેજો અને ખ્રિસ્તી પાદરીઓ દ્વારા સહજાનંદને એક અશાસ્ત્રોક્ત - નકલી નારાયણ બનાવી હિંદુ સભ્યતા છિન્ન ભિન્ન કરવાની કોશિશ રમતી મુકાઈ છે. BAPS વિશ્વભરમાં એ સર્વોપરી નકલી નારાયણ કે જે બીજો જિસસ છે - તેના મંદિરો બાંધી જે રીતે વૈદિક ઈશ્વરોને સેવક અને વોચમેન જેવા સ્થાપે છે તે એજ છે, જે ખ્રિસ્તીઓ દ્વારા યહૂદી ભૂમિ બહાર નીકળી ચર્ચ બનાવી યહૂદીઓ સાથે કરવામાં આવ્યું હતું. આ કોશિશને સનાતન ધર્મના દરેક સાચા રક્ષકે, સંતે અને આચાર્યએ હરાવવાની છે, ત્યારે જ આપણે સાચા અર્થમાં સનાતન સાબિત થઈશું. અને જો સનાતન પ્રત્યે નિષ્ઠા હોય તો એ બહુ આસાન કાર્ય છે. મક્કમતાથી કોઈપણ જાતની લાલચ અને ડરથી દૂર રહીને નકલી નારાયણને નકલી કહી દેવાનો છે, અને સનાતન ધર્મના શાસ્ત્રો, દેવી દેવતાઓ અને શાસ્ત્રોની શબ્દાવલીઓનું નામ પણ લેવાની ના પાડી દેવાની છે. ખ્રિસ્તીઓએ યહૂદીઓ વિરુદ્ધ અપનાવેલો માર્ગ સનાતન વૈદિક ધર્મ વિરુદ્ધ એટલે બેઅસર બની જાય એમ છે કારણકે યહૂદીઓ પાસે સાકાર ઈશ્વર નહોતો, જે ઈસુ મારફતે ખ્રિસ્તીઓ લઈને આવ્યા, અને તેમના સમાજને વેરવિખેર કરી નાખ્યો. સનાતન ધર્મ નિરાકારથી સાકાર સુધી એક સંપૂર્ણ ધર્મ છે, જેમાં એક નહીં પાંચ સાકાર સ્વરૂપ છે જે મૂળરૂપે એક જ નિરાકાર ઈશ્વર ૐ છે. એટલે અહીં, સાકર ઈશ્વર નવી વસ્તુ નથી, અહીં અલ્લાહ કે જીસસ જેવો એકમાત્ર સર્વોપરી ઈશ્વર

એ નવી વસ્તુ છે, પણ આપણી પંચદેવ વિવિધતા અને વિસ્તૃતતા સામે સંકુચિતતા અને સીમિતતા આપતી જડ વસ્તુ છે. બસ, આ એકમાત્ર સર્વોપરી ઈશ્વરની જીસસ કે સહજાનંદની ખ્રિસ્તી સંકલ્પનાને આપણે આપણા પંચદેવ ઉપાસનાના દર્શનની ઉપયોગિતા અને મહત્તાથી પરાસ્ત કરવાની છે.

સારાંશ: ખ્રિસ્તી ધર્મ ઇસુ ખ્રિસ્તના મૃત્યુ પછી ઇસ ૩૨માં શરૂ થયો હતો. પણ એ સ્થપાયો ઇસ ૩૨૫માં, જ્યારે રોમન રાજા કોન્સ્ટન્ટાઈને તેને ધર્મ તરીકે સ્વીકારી રોમમાં પ્રચાર કરવાની છૂટ આપી, અને પોતાનું સમર્થન આપ્યું.

૭૦ વર્ષ પછી ૩૯૫માં બીજો રોમન રાજા થિયોડાયમસ આવ્યો જેણે ખ્રિસ્તી ધર્મને રોમનો આધિકારિક ધર્મ ઘોષિત કરી દીધો. અમુક જ દશકમાં આખું યુરોપ ખ્રિસ્તી બની ગયું. એ પહેલા ત્યાં ગ્રીક દેવતાઓ પૂજાતા હતા. ત્રિશૂળવાળા પોસાયડન અને ઇન્દ્ર જેવા જિયુસ.

અત્યારે ૨૦૨૫ના ગુજરાતમાં છેલ્લા આઠેક વર્ષથી જે ચાલે છે એ પેલું ૩૨૫માં થયું એ છે. અમે કોશિશ કરી રહ્યા છીએ કે તે અહીંથી પાછું વળે, અને ૨૦૯૫માં એ ન થાય જે ૩૯૫માં થયું. અમને એવા કોઈ વ્યકિત, સંસ્થા, સંગઠન કે પંથથી વાંધો નથી જે સનાતન ધર્મના વૈદિક આરાધ્ય દેવોના સાચા સ્વરૂપ, તેમના માન-સમ્માન અને તેમની અમરતાની રક્ષાના વિરુદ્ધમાં નથી આવતા. અમારી ધર્મ રક્ષાના એ કાર્ય વિરુદ્ધમાં જે પણ આવે છે અમને તેમનાથી વાંધો છે, અને એ વાંધો અમે ઉઠાવીએ છીએ.

➢ અંગ્રેજોએ કરેલા વેદોના ભ્રષ્ટ અર્થઘટનમાંથી નીકળતી સ્વામી સંપ્રદાયની કપટી યોજના અને તેને વિફળ કરી દેતું વેદોનું સત્ય

લેખક - ડૉ. કૌશિક ચૌધરી, ૧૮ માર્ચ ૨૦૨૫/ ફેસબુક પર

એક ઇરાદો જે આ સનાતન દ્રોહી સ્વામી સંપ્રદાયનો બહુ પહેલાથી સમજાઈ ગયેલો છે પણ એ હવે એમની વાતોમાં પણ દેખાવા લાગ્યો છે. એ ઈરાદો જન્મે છે લેફ્ટિસ્ટ લોકોએ લખેલા એ ઇતિહાસમાંથી કે ઋગ્વેદમાં ઇન્દ્રની પૂજા કરતા સૂક્ત અને શ્લોક વધુ હોવાથી ઈન્દ્ર ઋગ્વેદના મુખ્ય ભગવાન હોવાનું જણાય છે, અને પાછળ જતાં વિષ્ણુ, શિવ વગેરે મુખ્ય ભગવાન બની ગયા અને ઇન્દ્ર એજ વિષ્ણુ અને શિવના મંદિરોમાં બહારની

બાજુએ દીવાલ ફરતે ધકેલાઈ ગયા. આ દુષ્ટ સ્વામી સંપ્રદાયની ઈચ્છા અને યોજના એ છે કે એમના અંગ્રેજોએ ઊભા કરેલા જિસસ જેવા ભગવાન સહજાનંદને નારાયણ નામ આપી એકમાત્ર સર્વોપરી તરીકે મંદિરોમાં મુખ્ય બનાવી દેવો, અને ઇન્દ્ર, વરુણ વગેરે દેવોની જેમ હવે વિષ્ણુ, શિવ, બ્રહ્મા, મા શક્તિ, હનુમાનજી, ગણેશ વગેરે વૈદિક દેવોને હિંદુ મંદિરોની બહાર ધકેલી દેવા, દિવાલો ફરતે સ્થાપી દેવા. એમને અંગ્રેજોએ વેદોના કરેલા એ અર્થઘટનમાં કહેવાયેલા ઇતિહાસને પુનરાવર્તિત કરવો છે, અને સનાતન ધર્મના પંચદેવ સાથે એવું કરી દઈ સનાતન ધર્મને ખ્રિસ્તીઓ જેવો એક જિસસ, એક સ્વર્ગ અને પાદરીઓવાળો સંપ્રદાય બનાવી દેવો છે. પૂરી શક્યતા છે કે આ યોજના પણ અંગ્રેજો અને પાદરીઓ જ એમના મનમાં વેદોના એ જૂઠા અર્થઘટન સાથે ભરાવતા ગયા છે. એટલે જ એમના શબ્દોમાં એ છુપી વાત હવે બહાર આવી ગઈ છે કે 'સનાતન ધર્મ તો નદી સમાન છે, પ્રવાહ સાથે પરિવર્તન આવતા જશે. પહેલા જેમ ઇન્દ્ર, વરુણ જેવા દેવ પૂજાતા એની જગ્યાએ અત્યારે રામ, કૃષ્ણ જેવા અવતારો પૂજાય છે એમ આગળ પરિવર્તન આવવાના.'

હવે જવાબ તો એમને વેદોના સાચા અર્થઘટન અને જ્ઞાનથી જ મળે છે. આપણે એ અંગ્રેજોની પેદાશ સામે અંગ્રેજોએ કહેલું જૂઠ તોડીશું એટલે એમના એ દુષ્ટ ઇરાદા પણ સનાતન ધર્મના એ પ્રવાહમાં વહી જશે. ઋગ્વેદમાં નિરાકાર, નિર્ગુણ અને અવ્યક્ત પરબ્રહ્મ રૂપી પરમાત્મા છે, જેને ૐ રૂપે દર્શાવાય છે. તે નિર્ગુણ, અવ્યક્ત પરબ્રહ્મ તેત્રીસ કોટી દેવો મારફતે વ્યક્ત થાય છે, જેમાં બાર આદિત્ય, આઠ વસુ, અગિયાર રુદ્ર, બે અશ્વિની કુમારો અને એક દેવી છે. આદિત્ય અને વસુ બંનેમાં સૂર્ય આવતા હોવાથી આ સરવાળો ચોત્રીસના સ્થાને તેત્રીસ થાય છે. એ બાર આદિત્યોમાં પહેલા છે ઇન્દ્ર જે વરસાદ અને વીજળીના દેવતા છે. ઋગ્વેદના કૃષિ આધારિત સમાજમાં વરસાદ અને નદીઓનું મહત્વ હોવાથી સૌથી વધુ સૂક્ત અને શ્લોક ઇન્દ્ર અને વરુણના છે. પણ ઇન્દ્ર સર્વોચ્ચ નથી. ઇન્દ્ર પ્રથમ આદિત્ય છે. બાર આદિત્ય વડે સૂર્ય સાથે જોડાયેલી ઉર્જા શું છે તે સમજાવવા પ્રયાસ થયો છે, અને એમાં વિષ્ણુ બારમા આદિત્ય છે, જે સૂર્ય પાછળની મૂળ સર્વ વ્યાપક ઉર્જા તરીકે સર્વોચ્ચ માનવામાં આવે છે. ઋગ્વેદના પ્રથમ બ્રાહ્મણ ગ્રંથ ઐતરેય બ્રાહ્મણનો પ્રથમ જ શ્લોક કહે છે, 'તેત્રીસ કોટી દેવતાઓમાં અગ્નિ સૌથી નીચે છે, વિષ્ણુ સૌથી ઉચ્ચ છે, અને બાકીના બધા તે બંનેની

વચ્ચે છે.'

અને તે પછી રચાયેલા બીજા વેદ યજુર્વેદની કૃષ્ણ યજુર્વેદ શાખાની તૈત્તિરીય સંહિતામાં વિષ્ણુને એજ રીતે સર્વ દેવોમાં સર્વોચ્ચ અને તમામ યજ્ઞનું કેન્દ્ર કહેવાયા છે. તૈત્તિરીય સંહિતામાં "વિષ્ણુ"ને હંમેશાં યજ્ઞનું કેન્દ્ર માનવામાં આવ્યું છે – ક્યારેક રક્ષક, ક્યારેક ત્રિવિક્રમ, તો ક્યારેક સ્વયં યજ્ઞ સ્વરૂપ. આ રીતની સંહિતા પછી દરેક વેદમાં આવે છે બ્રાહ્મણ ગ્રંથ, અને તે પછી આવે છે આરણ્યક અને ઉપનિષદ. કૃષ્ણ યજુર્વેદના તૈત્તિરીય અરણ્યકમાં નારાયણ સૂક્ત આવે છે, જેમાં સર્વવ્યાપી સર્વોચ્ચ વિષ્ણુને પરમાત્મા તરીકે નારાયણ કહેવાયા છે. તૈત્તિરીય અરણ્યકના દસમા પ્રપાઠકને મહાનારાયણો ઉપનિષદ કહેવાય છે. એ મહાનારાયણો ઉપનિષદના ૧૩ મા અધ્યાયમાં નારાયણ સૂક્ત આવે છે, જેમાં ઋગ્વેદ અને યજુર્વેદની તૈત્તિરીય સંહિતામાં વિષ્ણુ માટે કહેવાયેલી બધી વાતો નારાયણ નામે કહેવાય છે. કેટલાક સંસ્કરણોમાં આ નારાયણ સૂક્તમાં જ વિષ્ણુ ગાયત્રી મંત્ર સમાયેલો છે, જે અલગ અલગ સંસ્કરણોમાં અલગ અલગ શ્લોક સંખ્યાએ આવે છે.

વિષ્ણુ ગાયત્રી શ્લોક કહે છે,

ॐ नारायणाय विद्महे वासुदेवाय धीमहि तन्नो विष्णुः प्रचोदयात् ।।

અર્થાત્

અમે સર્વવ્યાપક એવા ભગવાન નારાયણને જાણીએ છીએ અને તે વાસુદેવનું અમે ધ્યાન ધરીએ છીએ. તે ભગવાના વિષ્ણુ અમને પ્રેરણા આપે.

વાસુદેવ એટલે સર્વત્ર વસેલા દેવ જે આઠ વસુઓના પૂજ્ય દેવ છે. આ શ્લોક ભગવાન વિષ્ણુના નારાયણ અને વાસુદેવ રૂપે યશગાન કરી તેમને ઋગ્વેદના વિષ્ણુ તરીકે સતત ઓળખાવતો રહે છે. આ જ વાત યજુર્વેદથી આગળ વધી અથર્વવેદમાં અથર્વશીર્ષ ઉપનિષદ રૂપે સ્થાપિત થાય છે, જ્યાં સૌપ્રથમવાર પંચદેવ ઉપાસનાનું શાસ્ત્રોક્ત સ્વરૂપ મળે છે. ગણપતિ, વિષ્ણુ, શિવ, શક્તિ અને સૂર્ય - એ પાંચેય સ્વરૂપના પોતાના અથર્વશીર્ષ છે, અને તે અથર્વવેદના ઉપનિષદ રૂપે સ્થાપિત છે. વિષ્ણુ અથર્વશીર્ષમાં વિષ્ણુ એજ નારાયણ છે એ સ્થાપિત કરવામાં આવે છે, અને નારાયણ વિષ્ણુના અન્ય એક નામ તરીકે સ્થાપિત થાય છે.

ઋગ્વેદના જ રુદ્ર યજુર્વેદમાં વધુ શાંત અને યોગી બનતાં શિવ વિશેષણથી નવાજવામાં આવે છે. શિવ રુદ્ર - જ્યાં શિવ શબ્દનો અર્થ છે શાંત અને પૂજ્ય. પુરાણોમાં પણ ભગવાન શિવનો ઉલ્લેખ દરેક વખતે રુદ્રથી

જ શરૂ થાય છે. ઋગ્વેદના દેવી સૂક્તમાં કહેલી વાતોથી દેવી ભાગવત કે શાક્ત પુરાણ લખાયું છે. આદિત્ય તરીકે સૂર્ય દેવને અને અશ્વિની કુમારોમાંથી ભગવાન ગણેશનું પ્રાગટ્ય બતાવાય છે. આમ, ઋગ્વેદના તેત્રીસ કોટી દેવતાઓમાં વિષ્ણુ શરૂથી જ સર્વોચ્ચ છે, અને રુદ્ર વેદોથી જ શિવ છે. શક્તિ ઋગ્વેદના દેવી સુક્તથી જ કણ કણનું સ્પંદન કરાવતી, રુદ્રને શિવ બનાવતી અને વિષ્ણુને વિષ્ણુત્વ આપતી શક્તિ છે. આમ, ક્યારેય ઇન્દ્ર કે અગ્નિ કે વરુણ સનાતન ધર્મમાં મુખ્ય કે સર્વોચ્ચ દેવ હતા જ નહીં. તે હંમેશા દેવ જ હતા, અને સર્વોચ્ચ દેવ રૂપે હંમેશા વિષ્ણુ જ હતા. કોઈ પરિવર્તન થયું નથી સનાતન ધર્મની ઉપાસના પધ્ધતિમાં. બસ વેદોના નિરાકાર દેવો પુરાણો અને રામાયણ મહાભારતમાં સાકાર બની જાય છે, અને તે સમયે તે તેત્રીસ કોટી દેવોમાંથી પરબ્રહ્મની જે પાંચ મુખ્ય અભિવ્યક્તિઓ સામે આવે છે તેમને પંચદેવ રૂપે સર્વોપરી બતાવવામાં આવે છે. વિષ્ણુ, શિવ, શક્તિ, સૂર્ય અને ગણેશ.

તો દુષ્ટ ધર્મદ્રોહીઓને કહેવાનું કે અંગ્રેજો જતા રહ્યા છે, અને તેમનો લખેલો વિકૃત ઈતિહાસ, તેમનું કરાયેલું વેદોનું કપટી અર્થઘટન બધું એક્સપોઝ થઈ ચૂક્યું છે. અપ્રાસંગિક બની ચૂક્યું છે. બસ હવે તેમણે લખાયેલા તમારા વિકૃત ચોપડા જ બાકી છે, જે ભારતના વિકૃત ધાર્મિક ઇતિહાસના લેખનનું એક ષડયંત્ર છે. હવે એ પણ એક્સપોઝ થઈ ચૂક્યું છે, અને પ્રાસંગિક તો ક્યારેય બની શકે એમ જ નહોતું. એ વિકૃત જ હતું, અને એ વિકૃતિ હવે જગ જાહેર થઈ ચૂકી છે. હવે ગમે તેટલી સત્તાને વોટ અને નોટથી ખરીદીને નીચોવી લો તો પણ, સનાતની સમાજ તમને નહીં છોડે. એ જાગી ગયો છે, તમને જાણી ગયો છે. હવે જૂઠ અને પ્રપંચ કરી નહીં બચી શકો.

✻

પ્રકરણ ૯

ભારતવર્ષનું આરાધ્ય તત્વ

સહજાનંદના સ્વામી સંપ્રદાય દ્વારા દશકોથી ચલાવાયેલ સનાતન ધર્મના ઉપાસ્ય દેવ વિરુદ્ધ એક સંકટકારક ષડયંત્રને આપણે પ્રમાણો સહિત આ પુસ્તકમાં જાણ્યું. પણ આ સમસ્યા અને સનાતન સેવા ટ્રસ્ટમાં અમારી ચિંતા કોઈ એક સંપ્રદાય પૂરતી નથી. અમે સનાતન હિન્દુ વૈદિક ધર્મ તેમજ આર્યભૂમિ અને ભારતભૂમિના ઉપાસ્ય દેવોની તેમના સાચા શાસ્ત્રોક્ત સ્વરૂપ સાથે ઉપાસના જળવાઈ રહે એ ઉદ્દેશ્ય સાથે કાર્યરત છીએ. ભારત દેશ અને ભારતીય સભ્યતાની અમરતા માટે જે અમારી વૈચારિક સ્પષ્ટતા છે તે આ બે લેખોથી સ્પષ્ટ થાય છે. આપણે એ બે લેખ સાથે આ પુસ્તકનું સમાપન કરીએ છીએ.

"અધર્મનો નાશ થાઓ. ધર્મની જય થાઓ. પ્રાણીઓમાં સદભાવના થાઓ. વિશ્વનું કલ્યાણ થાઓ."

આ શબ્દો ફક્ત કોઈ નારો નથી, તે એક તબક્કાવાર કરવું પડતું કાર્ય સૂચવે છે. અધર્મનો નાશ થયા વિના ધર્મની જય નથી થતી. રામરાજ્યના સ્થાપિત થતા પહેલાં રાવણની લંકાનો વિનાશ જરૂરી છે. ધર્મની જય થયા વિના, એટલે કે સંસાર અને રાષ્ટ્રમાં ધર્મ તેમજ ન્યાય સ્થપાયેલો ન હોય ત્યાં સુધી પ્રાણીઓમાં સદભાવના નથી પ્રગટી શકતી. અને પ્રાણીઓમાં સદભાવના સ્થપાયા વિના વિશ્વનું કલ્યાણ નથી થતું.

અમે આ પુસ્તકમાં એજ વિચારથી અધર્મને રેખાંકિત કરવાનું કાર્ય કરવાની કોશિશ કરી છે, જેથી તેનો નાશ કરી શકાય અને મનુષ્યોમાં સદભાવના સ્થાપિત કરી શકાય.

➢ દુનિયામાં બધી લડાઈ ઉપાસ્ય દેવોની છે, અને ભારતના ઉપાસ્ય દેવ જ તેની રાષ્ટ્રીયતા અને અખંડિતતાનો આધાર છે.

લેખક - ડૉ. કૌશિક ચૌધરી, ૮ જૂન ૨૦૨૫ અને
૨૧ સપ્ટેમ્બર ૨૦૨૫ના બે લેખમાંથી/ ફેસબુક પર

જગતમાં બધી લડાઈ અને રાજનીતિ ઉપાસ્ય દેવોની છે, ફિલસૂફી અને તત્વજ્ઞાનની નહીં. ૐ અને કૃષ્ણ નામના ઈશ્વર નીચે દ્વૈતથી લઈને અદ્વૈત સુધીની અનેક ફિલસૂફી છે. અલ્લાહ નામના ઈશ્વર નીચે ૭૩ પ્રકારની ફિલસૂફી છે, જેમાંની ઘણી સૈદ્ધાંતિક રીતે ૐ અને કૃષ્ણ નીચે રહેલી કોઈક ફિલસૂફીને મળતી આવે છે. ઇસુ નામના ઈશ્વર નીચે ૨૦૦થી વધુ પ્રકારની ફિલસૂફી છે જેમાંની કેટલીક કૃષ્ણ નામના ઈશ્વર પાછળ ચાલતી ફિલસૂફીથી સમાન છે.

આમ, માનવજાતિમાં લડાઈ તત્વજ્ઞાન અને ફિલસૂફીની નથી રહી, એ બદલાઈને કોનો ઈશ્વર આખરી છે એ વિશે બની ચૂકી છે. જ્યારે ભગવાન વેદવ્યાસ વડે વેદોના સંપાદન અને પુરાણોના નિર્માણ દ્વારા સનાતન ધર્મમાં નિરાકાર ૐ અને સાકાર પંચદેવ પાછળ અપાયેલી પંચદેવ ઉપાસના અપાઈ, ત્યારે તે પાછળનો વિચાર આ ઉપાસ્ય દેવની લડાઈને ઉદ્ભવતી રોકવાનો જ હતો. પણ અબ્રાહમિક પંથોના ભારતમાં આગમન સાથે એ લડાઈ ભારતીય ભૂમિ પર પણ સક્રિય બની છે.

આજે વેદોમાં અપાયેલ અહમ બ્રહ્માસ્મિ અને આત્મા એજ પરમાત્મા જેવા સિદ્ધાંતોને ફરી કહી કહીને નવા નવા વ્યક્તિઓ ભગવાન બને છે. દરેક સ્થાને કહેવાય છે કે અમે રામ, કૃષ્ણ બધાને સ્વીકારીએ છીએ (જાણે ઉપકાર કરે છે એમ કરીને), પણ સાથે કહેવાય છે કે મરતા પહેલા તો તેમને દાદા ભગવાન અને નીરુમાં આંગળી પકડીને લઈ જવા આવશે. વૈષ્ણવ સંપ્રદાયોમાં ખ્રિસ્તી પાદરીઓની મિલાવટથી સહજાનંદી પંથ જેવા નકલી નારાયણવાળા સંપ્રદાય ઊભા થયા છે. આ નકલી નારાયણ જેવા પંથ આખી માનવતામાં આધ્યાત્મ ભારતના જે વૈદિક ઉપાસ્ય દેવોથી શરૂ થયું છે તેમને માત્ર સહજાનંદના સેવક બતાવવા માટે સ્વીકારે છે. અને એજ ટેકનિકનો ઉપયોગ કરી સહજાનંદ જેવા કેટલાય નવા નવા સર્વોપરી ભગવાનો બન્યા છે જેમાંના કોઈ શરીર છોડી ચૂક્યા છે, કોઈ વ્હીલ ચેર પર છે, તો કોઈ લાકડી લઈને પોતાના જર્જરિત શરીરને ફેરવે છે.

સાબરકાંઠામાં તો ઠેર ઠેર વિવિધ બાપાઓ પૂજાય છે, એવી રીતે કે ઘરમાં કોઈ સનાતન વૈદિક ઈશ્વરનો ફોટો ન મળે. પણ જેમના સંતાનો હજી સરપંચની ચૂંટણી લડતા હોય એવા બાપાઓના ફોટા ઘરમાં ભગવાનનું સ્થાન લેતા જાય છે. અહી પણ ઉપનિષદોથી જ આ પૃથ્વી પર અસ્તિત્વમાં આવેલી "આત્મા એજ પરમાત્મા"ની વાતો કરાય છે, પણ ઉપનિષદોમાં એ આત્મારૂપી પરમાત્મા કોણ છે એ પરમાત્માની સંકલ્પના છોડી દેવાય છે, અને ઉપનિષદોના ઈશ્વરના સ્થાને સામે બેઠેલા બાપાના ફોટાઓ પૂજાવા લાગે છે. પણ આ બધા બાપાઓ પણ છેલ્લે તો એજ સાંસારિક ઇચ્છાઓમાંગવા મનાય છે. કોઈને છોકરો વિદેશમાં મોકલવો છે, તો કોઈને છોકરો પરણાવવો છે, તો કોઈને ધંધો સેટ કરવો છે. અને આ બધું કોઈ ઈશ્વરીય કૃપાથી થાય એના કરતાં તો વેપારી નેટવર્ક અને મેનેજમેન્ટથી વધુ સારૂ થાય. એટલે સહજાનંદી નકલી નારાયણના બાપાઓ સાબરકાંઠામાં બીજા નાના બાપાઓને અજગરની જેમ ગામે ગામ ગળી રહ્યા છે. કારણકે એમની પાસે છોકરાને વિદેશમાં સેટ કરવાથી લઈને, ગુજરાતમાં ધંધામાં સેટ કરવાનું, નોકરીમાં બદલીઓ કરાવવાનું, અને લોકો વચ્ચે લગ્ન અને ધંધાની ભાગીદારીઓ કરાવવાનું મજબૂત નેટવર્ક છે. સાથે મર્યા પછી પેલી ઇસ્લામ અને ખ્રિસ્તીઓ જેવી ફરી જન્મ્યા વિના સ્વર્ગમાં (અક્ષરધામમાં) જલસા કરવાની કલ્પના તો ખરી જ. બસ, આધુનિક ઉપાસ્ય દેવ બનવા માટે આટલી કવોલિફિકેશન કાફી છે. કારણકે કોઈને આત્મા એ જ પરમાત્માની આત્માનુભૂતિ નથી જોઈતી, દરેકને સાંસારિક હરીફાઈમાં આજુબાજુના સગાવાલાના સાથે રહેવું છે, કાં તો આગળ નીકળવું છે. એટલે હાથવગા કામ આવે એવા બાપાઓ ઉપાસ્ય દેવ તરીકે પૂજાય છે.

આ બધું જેટલું હાસ્યાસ્પદ અને છીછરું છે, એટલું જ ખતરનાક. કારણકે વિશ્વભરમાં ભાષા અને આહાર વ્યવહારની સંસ્કૃતિ પર દેશ બનેલા છે. પણ ભારત એકમાત્ર એવો દેશ છે જે દરેક રાજ્યમાં ભિન્ન ભાષાઓ અને આહાર વ્યવહારની ભિન્ન સંસ્કૃતિ ધરાવે છે અને છતાંય એક દેશ છે. કારણકે તેને એક દેશ બનાવતું એકમાત્ર પરિબળ છે તેની પ્રાચીન સભ્યતાના વૈદિક ઉપાસ્ય દેવ. ઉત્તર, દક્ષિણ, પૂર્વ પશ્ચિમ દરેક સ્થાને એજ વિષ્ણુ, શિવ, શક્તિ, બ્રહ્મા અને ગણેશ સાથે ૐકાર પૂજાય છે. એટલે ભારત એક દેશ છે. જો એ વૈદિક પંચદેવ લુપ્ત થઈ ગયા અને આ નવા અઢળક ઉપાસ્ય દેવોએ તેમની જગ્યા લઈ લીધી, તો એ ભારતના અંતિમ વિઘટનનું કારણ બનશે.

આ કોઈ ધાર્મિક પાખંડનો મસલો નથી. ભારત માટે વૈદિક ૐ અને સાકાર પંચદેવ તેની રાષ્ટ્રીયતાનો આધાર છે. રામ, કૃષ્ણ, શિવ, દુર્ગા અને ગણેશ આપણને એક દેશ બનાવે છે. આ મૂળભૂત વાત ભૂલાય નહીં એ જરૂરી છે.

ગાયત્રી પરિવાર :

આ બધા વચ્ચે દ્વારિકા સ્થિત શારદાપીઠના શંકરાચાર્યજી શ્રી સદાનંદ સરસ્વતીજી સહજાનંદી સંપ્રદાય સાથે ગાયત્રી પરિવાર, બ્રહ્માકુમારી અને ઇસ્કોન વિશે પણ અશસ્ત્રોકત સિદ્ધાંતો પાખંડ સાથે સ્થાપિત કરતા હોવાની વાત જાહેર કરી ચૂક્યા છે. ગાયત્રી પરિવાર સામે બે વિરોધ છે. એક એ કે તે સ્ત્રીઓને જનોઈ પહેરાવે છે, જે સર્વથા વર્જિત છે અને શાસ્ત્રમત વિપરીત છે. અને બીજું, તે આજના લોકતાંત્રિક યુગમાં અશ્વમેઘ યજ્ઞ કરાવે છે, જેનો કળયુગમાં નિષેધ છે. કારણકે અશ્વમેઘ યજ્ઞ પ્રાચીન સમયમાં ફક્ત કોઈ ચક્રવર્તી રાજા જ પોતાના શાસનની સ્થિરતા અને સીમાઓ સુનિશ્ચિત કરવા કરી શકતો, જેમ ભગવાન રામે રામ રાજ્ય શરૂ થયા પછી કરેલો. તેમાં એક સફેદ ઘોડાના માથા પર કાળું ટપકું કરી, તેના ગળામાં તામ્રપત્ર લટકાવવામાં આવે છે, જેમાં લખેલું હોય છે કે જે પણ આ ઘોડાને રોકશે તેને યજ્ઞ કરનાર રાજા સાથે યુદ્ધ કરવું પડશે. આજના સમયમાં આવો યજ્ઞ કરવો એ કોઈ યજમાન દ્વારા પાખંડ, આત્મશ્લાઘા અને પતિત માનસિકતાનું પ્રતીક છે, જ્યારે કોઈ રાજાઓ રહ્યા નથી, જ્યારે પ્રજાનું શાસન છે. એટલે આજના સમયમાં કોઈ અશ્વમેઘ યજ્ઞ કરવા સગવડ કે સમર્થન આપે છે તો તે શાસ્ત્રમત જ નહીં, ધર્મ અને શાલીનતાનું પણ ઉલ્લંઘન કરે છે. આ બે કારણે અમારી ટ્રસ્ટના માનદ સંરક્ષક શારદા પિઠાધીશ્વર શ્રી સદાનંદ સરસ્વતીજીએ ગાયત્રી પરિવારનો વિરોધ જાહેરમાં અને પ્રણવ પંડ્યાજી સામે અંગતમાં પણ નોંધાવ્યો છે.

બ્રહ્માકુમારી :

બ્રહ્માકુમારી સામે ટ્રસ્ટ અને શંકરાચાર્યજી સહિત સનાતન ધર્મના શાસ્ત્રોક્ત પ્રતિનિધિઓનો વિરોધ પણ ઉપાસ્ય દેવના સ્વરૂપ સાથે છેડખાની કરવાના કારણે છે. બ્રહ્માકુમારીમાં શિવને નિરાકાર જ્યોતિનું સ્વરૂપ આપી બ્રહ્મા, વિષ્ણુ અને શંકરને અનુક્રમે સર્જન, પાલન અને વિનાશ કરતા સાકાર રૂપ તરીકે સ્થાપિત કર્યા છે, જે શિવ નામની એ નિરાકાર જ્યોતિથી શક્તિ

મેળવે છે. આ રીતે શિવ અને શંકર એવા ભગવાન શિવના બે નામોને એકબીજાથી અલગ કરી દેવામાં આવ્યા છે, અને બ્રહ્મા તરીકે તેમની સંસ્થાના સ્થાપક લેખરાજ કૃપલાણી (જન્મ ઇસ ૧૮૭૬ - મૃત્યુ ઇસ ૧૯૬૯) ને બેસાડી દેવામાં આવ્યા છે. વાત અહીં નથી અટકતી. એ શિવ નામની જ્યોતિ જેને શિવબાબા કહેવામાં આવે છે તે વેદોના પરબ્રહ્મની જેમ સર્વ સ્થાને વ્યાપેલી નથી, તે બસ કોઈ એક પરમધામમાં જ છે, જ્યાંથી તે તેમના સ્થાપક લેખરાજ ઉર્ફ બ્રહ્માબાબાના લલાટમાં જ પ્રગટ થાય છે. બ્રહ્માકુમારીના ગામ-નગરમાં બનેલા સેન્ટરોમાં બ્રહ્માબાબા તરીકે લેખરાજ કૃપલાણીનો ફોટો મૂકી તેમના લલાટમાં શિવબાબાને જોવાનું ધ્યાન કરવાનું કહેવામાં આવે છે. આ કારણે નીચેના સ્તરે ગામડા અને નગરોની શાસ્ત્રથી અજાણ પ્રજા લેખરાજ કૃપલાણીને જ શિવબાબા કહેવા લાગી છે, જ્યારે માઉન્ટ આબુમાં આવેલા મૂળ સેન્ટરમાં પહેલાં સમજાવ્યું એ મુજબનું વર્ણન છે. જીવનનો મૂળ હેતુ ફરી એજ કોઈ મુક્તિ કે મોક્ષના સ્થાને હવે પછી આવનારા સતયુગમાં દેવી દેવતા બનીને જન્મ લેવાનો છે. એટલે કે ધરતી પર સ્વર્ગ સ્થપાશે, વિષ્ણુ અને લક્ષ્મી રાજા-રાણી હશે અને બ્રહ્માકુમારીમાં માનતા લોકો દેવી દેવતા હશે. વિષ્ણુને હાસ્યાસ્પદ રીતે પ્રિન્સ કહેવાય છે, અને લક્ષ્મીને પ્રિન્સેસ.

આ સિવાય પરણિત સ્ત્રીઓને ઘરસંસાર અને બાળકોથી વિરક્ત કરી કે કુંવારી યુવતીઓને એ આવનારા સતયુગ કે સ્વર્ગના દેવી દેવતા બનવાની લાલચે સંસ્થામાં સમર્પિત કરાવવાની ઝુંબેશ સમાજમાં અનેકવાર બ્રહ્માકુમારીના વિરોધનું કારણ બની છે, જેમાં ક્યાંક એ સત્યતા પણ છે કે લગ્ન જીવનમાં પરેશાન કે પ્રતાડિત થયેલી સ્ત્રીઓને શાંતિ માટે અને જીવનને એક કાલ્પનિક સ્વર્ગનું ધ્યેય આપવા માટે એક સ્થાન પણ મળ્યું છે. અને સમર્પિત થનારી સ્ત્રીઓમાં એવી સ્ત્રીઓની અને તેમની દીકરીઓની સંખ્યા વધુ છે.

સનાતન ધર્મના શાસ્ત્રોથી વિપરીત વાતો બ્રહ્માકુમારીમાં એ રીતે છે કે ભગવાન શિવને મૂળ પરબ્રહ્મ પરમાત્મા તરીકે દર્શાવીને લખાયેલ પુરાણ શિવપુરાણ છે, અને શિવને ઇષ્ટ માનતા સનાતનીઓ અને સંપ્રદાયોને શિવપુરાણ અને લિંગપુરાણનું જ અનુસરણ કરવાનું હોય છે. શિવપુરાણમાં એ પરમ જ્યોતિ પરબ્રહ્મ સૃષ્ટિના આરંભે અર્ધનારીશ્વર સદાશિવ રૂપે ઉત્પન્ન થાય છે. એ સદાશિવના અર્ધ ભાગ રૂપે રહેલ શક્તિ દેવી અલગ પડે છે અને શિવ સ્વરૂપ પુરુષ રૂપે અલગ સ્થાપિત થાય છે. એ શિવના ડાબા

ખભાથી વિષ્ણુ ઉત્પન્ન થાય છે. વિષ્ણુની નાભિમાંથી કમળ પુષ્પ નિકળે છે. શિવ પોતાના જમણા હાથને ઘસીને બ્રહ્માને ઉત્પન્ન કરે છે જે કમળ પુષ્પ પર બિરાજે છે. વિષ્ણુ અને બ્રહ્મા બંને પોતાને ઉત્પન્ન કોણે કર્યા એ શોધે છે ત્યારે તેમને એક ઉર્જાનો સ્તંભ દેખાય છે જે ઉપર અંતરિક્ષ અને નીચે પાતાળ સુધી વિકસેલો છે. વિષ્ણુ અને બ્રહ્માને એ સ્તંભ આસપાસ ૐ નાદ સંભળાય છે, અને એ ઉર્જાનો સ્તંભ શિવલિંગ તરીકે પ્રગટ થાય છે. સાથે સાકાર રૂપે ભગવાન શિવ પણ તેમના ત્રિશૂળ, સાપ અને ડમરું સાથે પ્રગટ થાય છે. તે વિષ્ણુ અને બ્રહ્માને કહે છે કે શિવલિંગ તેમનું નિરાકાર સ્વરૂપ છે જે ૐ કાર રૂપી પરબ્રહ્મ છે, અને પ્રસ્તુત સાકાર રૂપ તેમનું વ્યક્ત રૂપ છે. તેમણે તેમના આ સાકાર રૂપમાંથી જ વિષ્ણુ અને બ્રહ્માને ઉત્પન્ન કર્યા છે. ત્યારબાદ શિવ બ્રહ્માને સર્જન કરવાનું અને વિષ્ણુને તેનું પાલન પોષણ કરવાનું કાર્ય સમજાવે છે. બ્રહ્મા પ્રજાપતિ ઉત્પન્ન કરે છે, અને પ્રજાપતિ બ્રહ્માંડનું સર્જન કરે છે. આમ, શિવ અને શંકર અલગ નથી. જે શિવ છે એજ શંકર છે. એ શંકરનું નિરાકાર રૂપ શિવલિંગ છે, અને સાકાર રૂપ આપણે જે સાકાર શિવ જોઈએ છીએ તે છે. તે વેદોના એ મૂળ પરબ્રહ્મ પરમાત્મા ૐ છે. સાથે બ્રહ્માના કોઈ અવતારો સનાતન ધર્મના શાસ્ત્રોમાં નથી.

તો, બ્રહ્માકુમારીને એક શિવને ઇષ્ટ માનતા પંથ તરીકે શિવપુરાણ સાથે એકરૂપતા કેળવવી પડશે. નિરાકાર જ્યોતિ અને સાકાર શંકર બને એક જ ભગવાન શિવ છે જે સર્વવ્યાપી છે એ બતાવવું પડશે. લેખરાજ કૃપલાણીને બ્રહ્મા તરીકે નહીં બતાવી શકાય, તેમના સ્થાને એજ સનાતન ધર્મના ચાર મુખવાળા ચતુર્મુખ બ્રહ્મા જ બતાવવા પડશે. લેખરાજ તેમના ગુરુ અને સ્થાપક જ હોઈ શકે છે, જેમણે શિવ સ્વરૂપનો સાક્ષાત્કાર કર્યો હોય તો એક શિવ સ્વરૂપ યોગી જેવા ગુરુ બતાવી શકાય, પણ એમના લલાટમાં જ શિવ જ્યોતિ રૂપે છે કે એવું કંઈપણ બીજું મનઘડત દર્શન સનાતન ધર્મના વૈદિક ઈશ્વરોના નામ લઈને નહીં ચલાવી શકાય. ભગવાન વિષ્ણુ અને લક્ષ્મીના આગામી અવતાર માટે પણ પ્રિન્સ અને પ્રિન્સેસ જેવા શબ્દો ઉપયોગમાં લેવા ઉચિત નથી, એવા સ્વર્ગની કે દેવી દેવતા બનવાની લાલચે સંપ્રદાય ચલાવવો પણ આદર્શ નથી. શિવ સ્વરૂપનો સાકરથી નિરાકાર સુધીનો સાક્ષાત્કાર જ સનાતન ધર્મમાં શૈવ પંથી મનુષ્યના જીવનનું લક્ષ્ય છે, અને એક સનાતની હિંદુ શૈવ પંથે એજ લક્ષ્ય સમજાવવું જોઈએ.

ઇસ્કોન :

ઇસ્કોન (ISKCON) વિશે વિવિધ પ્રકારના વિવાદ અને ફરિયાદો સતત સામે આવી છે. પણ એ તરફ જતાં પહેલાં ભક્તિ વેદાંત સ્વામી પ્રભુપાદજી જેમણે કૃષ્ણ અને રામ નામની જ્યોતિ વિદેશોમાં ઇસ્કોન સંસ્થા હેઠળ જે રીતે જગાવી એને બિરદાવવી અને એની વ્યાપક સફળતાની નોંધ લેવી જરૂરી છે. એક તરફ જ્યાં સહજાનંદ સ્વામીના સંપ્રદાયે વિદેશોમાં મંદિરો બનાવીને તે ભિન્ન ભિન્ન દેશોના હિંદુઓને વટલાવી તેમને સનાતન ધર્મના વૈદિક ઈશ્વરો અને પંચદેવથી વિરુદ્ધ કરવાનું કાર્ય કર્યું, ત્યાં ઇસ્કોને વિશ્વભરમાં જે તે દેશના ગૈર હિંદુઓને (ગોરાઓ અને હબસીઓને) "હરે રામ હરે કૃષ્ણ"નું કીર્તન કરતા કરી દીધા તે એક નોંધનીય ધર્મકાર્ય છે. પણ ત્યાંથી જ આગળ નીકળે છે એ ભટકાવ અને સમસ્યાઓ જે ચિંતાજનક છે. શંકરાચાર્યજીને અને હિંદુ સમાજને એ ફરિયાદો મળી છે કે ઇસ્કોનના વિશ્વવ્યાપી અનુયાયીઓમાં હવે ગૈર ભારતીયોની સંખ્યા એટલી વધી ગઈ છે કે તેમાં ભિન્ન ભિન્ન પ્રકારના ગૈર સનાતની ફેરફાર બહાર આવે છે. ક્યારેક કૃષ્ણ અને જિસસ એક જ છે એમ કહી બંનેની સાથે પૂજા ઇસ્કોનના એક વિદેશી ગુટે શરૂ કરેલી જે હવે બંધ કરાવી દેવાઈ છે એ સ્પષ્ટતા સામે આવી છે. ઇસ્કોનના વિશ્વસ્તરના અધ્યક્ષ, ભારતના અધ્યક્ષ અને ગુજરાતના અધ્યક્ષ તરીકે કૃષ્ણ ભક્તિમાં સમર્પિત વિદેશી સાધુઓ આવી ગયા છે, જેના કારણે કેટલાક પરિવર્તનો આવ્યા હોવાનું સંભળાય છે. ઇસ્કોનના અમુક જૂથ 'અમે હિંદુ છીએ' એવું કહેવાનું ટાળે છે, અને 'અમે ઇસ્કોનના અનુયાયી છીએ' એવું કહે છે. આ સાથે દશકોથી ચાલ્યો આવતો ઇસ્કોનમાં આવતા હિંદુઓના પૈસા ક્યાં જાય છે એ પ્રશ્ન તો સામે છે જ, કારણકે વહીવટ વધુને વધુ ગૈર ભારતીયોના હાથમાં જઈ રહ્યો છે.

કેટલાક અહેવાલો મુજબ ઇસ્કોનમાં કૃષ્ણને જિસસ સમાન એકમાત્ર ઈશ્વર એ રીતે બનાવી દેવાયા છે કે ક્યારેક તેમની સામે રામ અને વિષ્ણુને પણ તેમનાથી અલગ કરી તેમના નીચે બતાવી દેવાય છે. જો આ સાચું હોય તો એ સનાતન ધર્મના પંચદેવ ઉપાસના સહિત વૈષ્ણવ સિદ્ધાંતના પણ વિપરીત છે, કારણકે વૈષ્ણવ માર્ગમાં ભગવાન વિષ્ણુ અને તેમના અવતારો મૂળ પરમાત્મા છે, જેમાં કૃષ્ણ એકમાત્ર પૂર્ણપુરુષોત્તમ અવતાર છે. વિષ્ણુથી કૃષ્ણને અલગ પાડવાની કોશિશ એ કૃષ્ણને તેમના મૂળથી અલગ કરી જિસસ

જેવા એક અલગ એકાકી ઈશ્વર તરીકે સ્થાપિત કરવાનું કાર્ય બની શકે છે. વધુ સ્પષ્ટ શબ્દોમાં, વિદેશી ઇસ્કોન અનુયાયીઓના પ્રભાવમાં ઇસ્કોન સનાતન ધર્મથી કૃષ્ણ, ગીતા અને શ્રીમદ્ ભાગવતને છીનવી લઈ વિશ્વમાં કૃષ્ણના નામે ઇસ્કોન નામનો એક અલગ પંથ ઉભો કરવા તરફ જઈ શકે છે. અને આ અશુભ ભવિષ્યથી રોકવા માટે જ ઇસ્કોનનો વિરોધ ઉપર્યુક્ત કારણોસર કરવામાં આવે છે. ભાગવત પુરાણ અનુસાર કૃષ્ણ ભક્તિ પાછળ ચાલતા એક વૈષ્ણવ પંથ તરીકે ઇસ્કોન સ્વીકાર્ય છે, જેમાં પંચદેવ ઉપાસના સમાહિત હોય અને ભગવાન કૃષ્ણએ ભગવાન વિષ્ણુ તરીકે તેમના ચોવીસ અવતારો સાથે સ્થાપિત હોય. જેમ ખ્રિસ્તી મિશનરીઓ વિશ્વભરના દેશોમાં લોકોને ખ્રિસ્તી પંથમાં ધર્માંતરિત કરે છે, પણ એ બધા દેશોના વટલાયેલા ખ્રિસ્તીઓને આખરે રોમ કે વેટિકનના પોપ સાથે જોડે છે. બસ એ રીતે, ઇસ્કોનમાં કૃષ્ણ ભક્તિના માર્ગે સમર્પિત બનેલા ગૈર ભારતીયો અને ગૈર હિંદુઓ ભારતની ચાર શંકરાચાર્ય પીઠ કે માધવાચાર્ય, રામાનુજાચાર્યની પીઠ સાથે જોડાઈને સનાતન ધર્મના શાસ્ત્રોક્ત સ્વરૂપમાં સમાહિત થવા જોઈએ. સનાતનમાંથી કૃષ્ણની ચોરી કરી અલગ પંથ ઉભો કરવા માટે ઇસ્કોન ઉપયોગમાં ન આવવું જોઈએ. બસ ચિંતા અને વિરોધ કે ફરિયાદનું કારણ આ છે.

હિંદુત્વની અલગ વ્યાખ્યાઓ કરતા હિંદુ સંગઠનો :

આ બધા વચ્ચે રાષ્ટ્રીય સ્વયંસેવક સંઘ જેવા સંગઠનો પણ છે જે પણ વૈદિક ઈશ્વરોને સ્વીકારીને દેશભક્તિ અને રાષ્ટ્રવાદના નામે ભારત માતાનો ફોટો ઉપાસ્ય દેવ સમાન રાખે છે. સાથે હિંદુ કોણ છે એના માટે વિવિધ અવાસ્તવિક વ્યાખ્યાઓ કરે છે. ક્યારેક કહે છે કે ભારતમાં જન્મેલ દરેક વ્યક્તિ હિંદુ છે. જેના પૂર્વજો ભારતના છે તે હિંદુ છે. ઉપાસ્ય દેવમાં બધું સ્વીકાર્ય છે (વૈદિક ઈશ્વરોથી ઉપર સહજાનંદ પણ), કોઈ શાસ્ત્ર મુખ્ય નથી. સાવરકરના મુસ્લિમ અને ખ્રિસ્તી વિરોધી જે ભારતીય નસલનો માણસ છે તે હિન્દુ છે - એ વિચારથી સંઘ પ્રેરિત જણાય છે. એક રીતે ચીનની સામ્યવાદી ક્રાંતિ પછી ત્યાં ધર્મને ખતમ કરી દેવા સાંસ્કૃતિક ક્રાંતિના નામે ૧૯૬૬માં જે વિચારો આપવામાં આવ્યા એવા આબેહૂબ વિચારોનું આ નિર્માણકાર્ય નજરે પડે છે. પહેલી નજરે રાષ્ટ્રભક્તિનો ઠીક ઠાક લાગતો દેશ જ સર્વસ્વ છે વાળો ઝનૂની વિચાર છે, જેને અમુક સમય સુધી વિરોધવો પણ મુશ્કેલ છે,

કારણકે દેશભક્તિ ભાવનાત્મક છે. પણ એમાં સમસ્યા એ આવે છે કે મૃત્યુ સુધી પૃથ્વીના કોઈ એક જ પ્રદેશના ભૂ ભાગને ઈશ્વર માનીને તેને વિકસિત અને શક્તિશાળી કરીને પણ શું? મર્યા પછી શું છે, શરીર સિવાયની ચેતના શું છે? આનો જવાબ ન મળતાં વ્યાકુળ બનેલા અધૂરા મનુષ્યો ઈશ્વર પ્રત્યે નાસ્તિક માનસ સાથે ઉપાસ્ય દેવ રૂપે રહેલા પૃથ્વીના એક ભૂ ભાગ પ્રત્યે ઝનૂન વધારી દે છે અને એ ભૂ ભાગને વધારવાની અને બીજાથી શ્રેષ્ઠ બતાવવા તરફની ગતિ શરૂ થાય છે. બિલકુલ એવું જેવું હિટલરના નાઝી જર્મનીમાં થયું. જેવું એક હદે વર્તમાન નાસ્તિક ચીનમાં છે. એ પણ વિનાશનું કારણ છે. પોતાના માટે અને બાકીના માનવસમાજ માટે.

સાર : આ જગતમાં લડાઈ તત્વજ્ઞાનની નથી, તત્વજ્ઞાન તો મનુષ્યના વ્યક્તિગત આત્મ અનુભવથી ઉદભવે છે. જગતમાં બધી લડાઈ ઉપાસ્ય દેવોની છે - એ વાત સમજી લેવામાં આવે, અને સાથે એ પણ સમજી લેવામાં આવે કે વૈદિક ૐ અને તેના સાકાર પંચદેવ ભારતની રાષ્ટ્રીયતાનો અને અખંડિતતાનો મૂળભૂત આધાર છે.

➢ ભારતનું આરાધ્ય તત્વ કોણ છે?

વૈદિક માર્ગથી જૈન, શીખ અને બૌધ્ધ પંથ સુધી.

લેખક - ડૉ. કૌશિક ચૌધરી, ૧૪ જુલાઈ, ૨૦૨૫ / ફેસબુક પર

વૈદિક ધર્મ :

ભારત શરૂ થાય છે વેદોથી, જેમાં સંસારને રચનારું આરાધ્ય તત્વ છે પરબ્રહ્મ. તે તત્વ નિર્ગુણ નિરાકાર છે, પણ તેની અવસ્થા છે સચ્ચિદાનંદ - અર્થાત્ સત, ચિત અને આનંદ. તે સત્ય રૂપ છે, તે ચિત એટલે કે ચેતના સ્વરૂપ છે (મૂળરૂપે ભૌતિક સ્વરૂપે નથી), અને આનંદ સ્વરૂપ છે. એ આકાર વિહિન સચ્ચિદાનંદ તત્વને મનુષ્યએ સાધવું હોય, એનાથી જોડાવવું હોય તો એની ઓળખ માટે શું? તો, એ ઓળખ બની પ્રણવ ૐ. એ નિરાકાર તત્વના કંપનમાંથી જે શબ્દ ગુંજે છે તે છે ૐ. એટલે ૐ ના જાપ વડે આપણે તે નિરાકાર પરબ્રહ્મને સાધી શકીએ. આ કારણે, ધ્યાનની પદ્ધતિઓમાં અને મોટાભાગના મંત્રોમાં ૐ મુખ્ય બન્યો.

પણ એ નિર્ગુણ પરબ્રહ્મે જે સંસાર રચ્યો છે એ તો સગુણ પણ છે

અને સાકાર પણ છે. ભૌતિક આકાર રૂપે છે, અને વિવિધ ગુણોથી યુક્ત છે. તો પરબ્રહ્મના એ સગુણ સાકાર સ્વરૂપની ઓળખ શું? તો, એ ઓળખ માટે વેદોમાં કોઈ એક વ્યક્તિત્વ ન આપવામાં આવ્યું. પાંચ વ્યક્તિત્વ સંસારમાં પરબ્રહ્મ મારફતે થતા પાંચ કાર્યો પરથી આપવામાં આવ્યા, અને તે પંચદેવ બન્યા. વિષ્ણુ, શિવ, શક્તિ, ગણેશ અને સૂર્ય અથવા બ્રહ્મા. આમ, વેદોનું નિર્ગુણ નિરાકાર આરાધ્ય તત્વ ૐ નામથી પૂજાય છે, અને તેનું જ સગુણ સાકાર સ્વરૂપ પંચદેવ મારફતે પૂજાય છે. અબ્રાહમીક પંથો સંસારના કારણ તત્વને નિર્ગુણ નિરાકાર જ માને છે, આપણે વેદોમાં તેને નિર્ગુણ નિરાકાર અને સગુણ સાકાર બંને રૂપે ઓળખીએ છીએ. આ છે સનાતન વૈદિક ધર્મનું આરાધ્ય તત્વ, જે ભારત ભૂમિનું મૂળ આરાધ્ય તત્વ છે.

જૈન પંથ :

વેદો પછી છ વૈદિક દર્શનોમાંથી બે છે સાંખ્ય અને યોગ દર્શન. સાંખ્યમાં મનુષ્યના આત્માને પરબ્રહ્મ રૂપે જાણી પુરુષ કહેવાયો, જે શરીર અને ઇન્દ્રિયો રૂપી પ્રકૃતિમાં ગૂંચવાઈ ગયેલો છે. અને જીવનનું લક્ષ્ય છે આપણા આત્મા રૂપી એ પુરુષને ઓળખી તેને પ્રકૃતિમાંથી મુક્ત કરવો, અને મૂળ નિર્ગુણ નિરાકાર રૂપમાં સ્થિત થઈ જવું. આ લક્ષ્ય માટે યોગ દર્શનમાં મનુષ્યને અષ્ટાંગ યોગનો માર્ગ આપવામાં આવ્યો. આ જ બે દર્શન પર પૂર્ણતઃ આધારિત એક પંથ ચાલ્યો જેને આપણે જૈન ધર્મ કહીએ છીએ. બિલકુલ સાંખ્યની ફિલસૂફી બસ પુરુષને આત્મા અને પ્રકૃતિને પુદગલ કહેવાયું. લક્ષ્ય એજ, માર્ગ પણ યોગ દર્શનનો. યમ અને નિયમના મહાવ્રત એમાં વધુ કડક નિયમો ઉમેરી વિસ્તારિત કરાયા, અને જૈન દર્શન બન્યું. તેમાં પણ આરાધ્ય તત્વ નિર્ગુણ નિરાકાર આત્મા ૐ જ રહ્યું.

શીખ પંથ :

શીખ માર્ગ અસ્તિત્વમાં આવ્યો જેમાં પણ ગુરુઓએ એજ પરબ્રહ્મ ૐ ને સાધવાનો માર્ગ આપ્યો. તેમાં ગુરુ અને ગ્રંથ મારફતે બ્રાહ્મણ પરંપરા વિના સીધા ભક્તિ અને કર્મ યોગના માર્ગે વૈદિક આરાધ્ય તત્વ ૐ ને સાધવાની કોશિશ થઈ છે.

બૌદ્ધ પંથ :

બૌદ્ધ માર્ગ ફક્ત એ રીતે અલગ પડ્યો કે તેણે પ્રકૃતિ અને ઇન્દ્રિયોની પક્કડથી મુક્ત થઈને મનુષ્યની ચેતનાએ જે મૂળ નિર્વાણની સ્થિતિ મેળવી તેને શૂન્યતા કહ્યું. અર્થાત્ તેણે જડ સંસાર અને ઇન્દ્રિયોથી પાછળ કોઈ તત્વને સ્વીકારવાની કે એમાં પડવાની કે શોધ કરવાની કોશિશ ન કરી. ઇન્દ્રિયોથી મુક્ત થઈ ધ્યાનમાં એ સમાધિની સ્થિતિ મેળવી લીધી? બસ, એ શૂન્યતા છે, એજ લક્ષ્ય છે. એનાથી આગળ વિચાર પણ નથી, તો કલ્પના કરવાની જરૂર નથી કે એ શું છે? બૌધ્ધ માર્ગ નાગાર્જુન મારફતે આ રીતે શૂન્યવાદ રૂપે સ્થપાયો. તો, બુધ્ધિઝમમાં આરાધ્ય તત્વ નથી, મુક્તિ રૂપે શૂન્યતા છે.

આદિશંકરાચાર્ય :

અને, નાગાર્જુનની એજ બધી વાતોને એમની એમ રાખી આદિશંકરાચાર્યએ જે મૂળ વાતનો વિરોધ કર્યો એ હતો કે પ્રકૃતિ અને ઇન્દ્રિયો પાછળ શૂન્યતા ક્યાંથી હોય? એ ઇન્દ્રિયો અને પ્રકૃતિ કોણે બનાવી તો? એની પાછળ મુખ્ય સ્રોત એવું એક તત્વ છે, એ તત્વ મૂળ રૂપે નિર્ગુણ નિરાકાર છે જેની મૂળ સ્થિતિને નાગાર્જુન શૂન્યતા કહી રહ્યા છે. પણ એજ નિર્ગુણ નિરાકાર તત્વ પોતાને સગુણ અને સાકાર રૂપે વ્યક્તિ કરી આ આખી સૃષ્ટિ અને પ્રકૃતિ બનાવે છે. આપણે પ્રકૃતિ અને ઇન્દ્રિયો પાછળ એ જે સત-ચિત -આનંદ ધરાવતી શૂન્યતામાં સ્થાયી થઈએ છીએ તે એ તત્વની નિર્ગુણ અવસ્થા છે. અને એ તત્વને જ વેદોમાં પરબ્રહ્મ કહ્યું છે, જેને નિર્ગુણ નિરાકાર રૂપે ૐ અને સગુણ સાકાર રૂપે પંચદેવ કહેવાયા છે. આ રીતે આદિશંકરાચાર્યએ નાગાર્જુનના બૌધ્ધ શૂન્યતાના તત્વવિહીન વાદમાંથી પરબ્રહ્મ રૂપી તત્વ સાથે વૈદિક ધર્મ પુનર્જીવિત કર્યો. આપણે પણ આપણી યાત્રામાં એક આખું ચક્કર ફરીને પહેલા ફકરાની જાણકારી પર એ રીતે આવી ગયા.

ભગવો ધ્વજ :

તો, જો કોઈ ભગવા ધ્વજને ગુરુ કહી તેની પાછળ કોઈ આરાધ્ય ન હોવાનું કહે છે, તો તે બૌધ્ધવાદનું પ્રતીક છે. આરાધ્ય રૂપે પરબ્રહ્મ ૐ સ્વીકારે છે તો એ વૈદિક, જૈન અને શીખ માર્ગનું પ્રતીક છે. બૌધ્ધ માર્ગને પણ ૐ ને પરબ્રહ્મ તત્વ માનતા ત્રણ માર્ગ સાથે રાખીને પ્રતિક આપવાનો માર્ગ એ છે કે સભ્યતાનું પ્રતીક ભગવો ધ્વજ છે, જે સત્યની આધ્યાત્મિક ખોજનો પ્રતીક

છે. સભ્યતાના ગુરુ તરીકે જે ભગવો ધ્વજ છે તે ગુરુનો આરાધ્ય પરબ્રહ્મ ૐ અને તેના પાંચ સગુણ રૂપ છે. આથી, એ ગુરુ તરીકે રખાયેલ ભગવા ધ્વજના કેન્દ્રમાં ૐ અને પંચદેવ હોવા જોઈએ. પ્રતીક રૂપે રખાયેલ ભગવો ધ્વજ ઇસ્લામ, ખ્રિસ્તી, યહૂદી, પારસી વગેરેને પણ પોતપોતાના આરાધ્ય તત્વના નામ સાથે સત્યની આધ્યાત્મિક શોધ કરવાની છૂટ આપે છે. પણ એ નિયમ સાથે કે એકબીજા પર પોતાના માર્ગ અને આરાધ્ય તત્વના નામને થોપી નહીં શકાય. તમને તમારું આરાધ્ય તત્વ શોધવાની અને એનાથી જોડાવાનો જે માર્ગ અપનાવવો હોય તે અપનાવવાની છૂટ છે. એ શોધ પણ ભગવા ધ્વજના પ્રતિક સાથે થઈ શકે છે. પણ ઇસ્લામનો લીલો રંગ પણ રણમાં હરિયાળી પ્રગટવાના જ સંદેશનું પ્રતિક છે. આ કારણે રાષ્ટ્રના પ્રતિક રૂપે ત્રિરંગો ધ્વજ વધુ યોગ્ય સાબિત થાય છે. સભ્યતાના પ્રતિક તરીકે ભગવો ધ્વજ પણ સત્યની આધ્યાત્મિક શોધમાં બધા માર્ગોને આવરી લે છે. પણ જો કોઈ ભગવા ધ્વજને ગુરુ કહી રહ્યું છે, તો એ ભગવા ધ્વજમાં આરાધ્ય તત્વ તરીકે ૐ અને પંચદેવ અનિવાર્ય છે.

✻

પરિશિષ્ટ

સંપ્રદાય તરફથી ફરતા વિકૃત ચિત્રો

૧. વડતાલ ગાદી હેઠળના સાળંગપુર હનુમાન મંદિરના ભીંતચિત્રોમાં સહાજનંદ અને તેમના માતા પિતાની સેવ કરતા હનુમાનજી

૨. મુંબઈના વરલી સ્થિત સ્વામિનારાયણ મંદિરમાં સહજાનંદની સેવા કરતાં હનુમાનજી અને શિવ-પાર્વતીના ભીંતચિત્રો

૩. પોઈચામાં મળી આવેલ વિવાદાસ્પદ મૂર્તિઓ : આ લખાઈ રહ્યું છે ત્યારે માતા પાર્વતીના પૂતળાનું મુખ ફેરવીને ભગવાન શિવ તરફ કરી દેવામાં આવ્યું છે, જેથી વિવાદ ટાળી શકાય. પણ હજી શિવ પાર્વતીનું નીલકંઠવર્ણી નામ આપીને બેસાડેલા સહજાનંદ સ્વામીના પૂતળા પાસે એ રીતે ઊભા હોવું એ સનાતનીઓને સ્વીકાર્ય નથી.

➢ **નીચેની પીડીએફ લિંકમાં અપાયેલ વિકૃત ચિત્રોનું લિસ્ટ :**

બીજા આવા જ વિકૃત ચિત્રો અહી આપવામાં સંપ્રદાય દ્વારા કોપીરાઇટનું બહાનું કાઢીને પુસ્તકના વિતરણને પ્રભાવિત કરવાની કોશિશ થાય એમ છે. આ બધા એ વિકૃત ચિત્રો છે જે સંપ્રદાયના અંદરના વર્તુળોમાંથી કે પુસ્તકોમાંથી અને સાંપ્રદાયિક કેન્દ્રોમાંથી લીક થાય છે, અને આ ચિત્રો કયા ફાંટાના છે એવું પૂછતાં જવાબ આપવા કે તેની જવાબદારી સ્વીકારવા કોઈ બહાર નથી આવતું. પણ જો તેમને અહીં મુકાયા તો એને બહાનું બનાવી પુસ્તકને પરેશાન કરવા જરૂર આવે એવી આ જમાત છે. એટલે એ બધા ચિત્રો નીચેની લિંક પર આપેલ એક પીડીએફમાં ક્રમવાર ગોઠવીને અપાયા છે.

પીડીએફ લિંક :

https://drive.google.com/file/d/1h8JSLGyMQcQ1NuW_Z2ygv5aQPX-AZL07s/view?usp=sharing

૧. સ્વામિનારાયણ કુંડળધામની (SMK) યુટ્યુબ ચેનલ પરના એક વિડીયોમાં સહજાનંદ સ્વામી ઉર્ફે તેમના સ્વામિનારાયણ એક ગાદી પર બેઠા છે, તેમની સામે તેમના શિષ્યો ભગવા કપડામાં બેઠા છે, અને બાજુ પર બ્રહ્મા, વિષ્ણુ અને શિવ સનાતન ધર્મના અન્ય દેવો સહિત સહજાનંદ સામે હાથ જોડીને ઊભા છે. અહીં એ ફોટાનો એક કૃત્રિમ બુધ્ધિમતાથી બનાવેલો AI સ્કેચ અપાયો છે. અસલી ચિત્ર પીડીએફમાં છે.

૨. આવા જ બે અન્ય ફોટોમાં સહજાનંદ સ્વામી સ્વામિનારાયણ તરીકે બ્રહ્મા, વિષ્ણુ, શિવ, મા સરસ્વતી, લક્ષ્મી અને પાર્વતીને બે હાથે આશીર્વાદ આપે છે, અને પાછળ તેમના સંપ્રદાયના એક મંદિરનું શિખર દેખાય છે. અહીં એ ફોટાનો એક કૃત્રિમ બુદ્ધિમત્તાથી બનાવેલો AI સ્કેચ આપ્યો છે, અસલી ચિત્ર પીડીએફમાં છે.

૩. 'ઘનશ્યામ ચરિત્ર' નામના પુસ્તકમાં આપેલ બે ફોટા. એકમાં હનુમાનજી સહજાનંદને કોઈ રાક્ષસથી બચાવીને એમની માતાને આપે છે અને પોતાને સહજાનંદનો સેવક કહે છે. અને બીજામાં બાલ ઘનશ્યામને વાગ્યું ત્યારે ઇન્દ્ર, ચન્દ્ર, બ્રહ્મા, વિષ્ણુ વગેરે આવ્યા (પાના નંબર ૩૯) એવો ફોટો છે. અહીં એ ફોટાનો એક કૃત્રિમ બુદ્ધિમત્તાથી બનાવેલો AI સ્કેચ આપ્યો છે, અસલી ચિત્ર પીડીએફમાં છે.

૪. 'સર્વોપરી શ્રી સ્વામિનારાયણ ભગવાન ભાગ -૨' નામના પુસ્તકમાં શિવ અને પાર્વતી સહજાનંદ સ્વામીની સેવાની પરવાનગીમાંગતા હોય અને તેમના સામે હાથ જોડીને ઉભા હોય તેવો ફોટો છે. આ જ કાલ્પનિક પ્રસંગને મૂર્તિઓ રૂપે પોઈચામાં એક બગીચામાં અને મુંબઈના વરલી સ્થિત મંદિરમાં ઉભો કરવામાં આવ્યો છે.

૫. હનુમાનજી સહજાનંદ સ્વામીની સેવા કરતાં હોય, તેમની નીચે હાથ જોડીને બેઠા હોય તેવા અનેક ચિત્રો ચોપડીઓમાં ચિતરાયેલા છે, સાથે કેટલાક સ્થાને ભીંત ચિત્રો અને મૂર્તિઓ રૂપે ઉભા કરવામાં આવ્યા છે. (એમાંના કેટલાકને સનાતાનીઓએ ઉગ્ર વિરોધ બતાવતા સંપ્રદાયને હટાવવા પડેલા, પણ પુસ્તકોમાં તે એમના એમ છે.)

૬. કારતક મહિનામાં પ્રબોધિની એકાદશીના દિવસે ભગવાન વિષ્ણુ અને તુલસીના વિવાહ પ્રસંગથી હિંદુઓ માટે લગ્ન મુહુર્તોની શરૂઆત થાય છે. શાસ્ત્ર આધારિત એ પ્રસંગને પણ બદલી આ સંપ્રદાય આ દિવસે તુલસીના વિવાહ ભગવાન વિષ્ણુના સ્થાને સહાજાનંદ સ્વામી સાથે કરાવે છે. એનો એક ફોટો આપેલ છે.

૭. શિવરાત્રીના દિવસે શિવલિંગ પર અભિષેક કરવાના સ્થાને આ

સંપ્રદાય સહજાનંદ સ્વામીના અન્ય એક નામ નીલકંઠ વર્ણી પર અભિષેક ચડાવે છે. આમ, ભગવાન શિવને બાજુએ કરી તેમના સાથે જોડાયેલા શાસ્ત્ર આધારિત શિવરાત્રીના પાવન દિવસને પણ નીલકંઠવર્ણી નામ સાથે સહજાનંદ સ્વામી સાથે જોડી દેવાયો છે.

૮. નવરાત્રીમાંમાં અંબાના ગરબા ગાવાની સ્વામિનારાયણ સંપ્રદાયમાં ના પાડવામાં આવે છે. BAPS ના વર્તમાન પ્રમુખ મહંત સ્વામી એને ઢીંગલા ઢીંગલીની રમત સાથે સરખાવીને ગરબા ગાવાની ના પાડતો વિડીયો છે. આના સ્થાને તે શરદ પૂર્ણિમાના દિવસે એક દિવસ માટે સહજાનંદ સ્વામીને વચ્ચે રાખી ગરબા ગાય છે. એ પ્રસંગની તેમની જાહેરાતના ફોટો છે.

૯. અષાઢી બીજના દિવસે જયારે જગન્નાથ રથયાત્રા નીકળે છે ત્યારે આ સંપ્રદાય સનાતન ધર્મની ભગવાન કૃષ્ણ, બલરામ અને સુભદ્રાની રથયાત્રામાં શામેલ થવાના સ્થાને એજ દિવસે સહજાનંદ સ્વામીની રથયાત્રા નીકાળે છે, જેમાં સહજાનંદ સ્વામી ઉપર અને ભગવાન કૃષ્ણ નીચે હોય છે. BAPS ની આવી યાત્રાઓમાં સહજાનંદ સ્વામી નીચે એમના સંસ્થા પ્રમુખની ફોટો હોય છે પછી ભગવાન કૃષ્ણ હોય છે. આવું જ ગણેશ ચતુર્થીના દિવસે ભગવાન ગણેશની યાત્રામાં પણ તેઓ કરે છે. સહજાનંદ સ્વામીની મૂર્તિ કે ફોટો ઉપર અને ભગવાન ગણપતિ તેમના નીચે.

૧૦. વડોદરામાં ગણેશ ચતુર્થીના પ્રસંગે સહજાનંદી સંપ્રદાય હિંદુ તહેવારોમાં પોતાની ઘૂસપેઠ જાળવી રાખવા ગણપતિની મોટી મૂર્તિ તો બનાવે છે, પણ એમાં ભગવાન ગણપતિના ઉપર સહાજનંદને બેસાડે છે.

૧૧. ગામોમાં સંપ્રદાયના મંદિરોની દીવાલો પર ભગવાન શિવે એ સ્થાને આવીને સહજાનંદને દંડવત પ્રણામ કર્યા હતા અને સહજાનંદની સ્તુતિ કરી હતી એવા શિલાલેખ કોતરાવેલ છે.

૧૨. સંપ્રદાયના દરેક ફાંટામાં બ્રહ્માંડના જે કાલ્પનિક સ્તર બતાવવામાં આવે છે તે દર્શાવતા વિવિધ ફાંટાના પુસ્તકોના પાનાનાં સ્ક્રીનશોટ વાઇરલ થયેલા છે. પણ એ પોતાના છે એવું સ્વીકારવા કોઈ નથી આવતું. જ્યારે એમાં બતાવેલી વાતો સરધારના નિત્યસ્વરૂપદાસ સ્વામી પોતાના પ્રવચનમાં કોઈ સાઇકોપેથિકની જેમ ગર્વથી બોલી રહ્યા હોય એવા બે વિડીયો આપણે પ્રકરણ ૪ની શરૂઆતમાં આપ્યા જ છે. સંપ્રદાયમાં બ્રહ્માંડના સ્તરમાં પહેલા સહજાનંદને સાકાર પરબ્રહ્મ તરીકે ભગવાન સ્વામીનારાયણ નામે અક્ષરધામમાં બેસાડવામાં આવે છે. નીચે બ્રહ્મ અને અક્ષરબ્રહ્મ (પરબ્રહ્મ, બ્રહ્મ અને અક્ષર

બ્રહ્મને કોઈ અલગ વસ્તુઓ બતાવવાની મૂર્ખ વાતો) સંપ્રદાયના સ્વામીઓ તરીકે બતાવાય છે, એના નીચે સંપ્રદાયના અનુયાયીઓ એટલે કે અક્ષરમુક્તો, પછી પ્રકૃતિ પુરુષ, પછી પ્રધાન પુરુષ પછી ફલાણું, ઢીંકણું એમ કરીને હિંદુ શાસ્ત્રોના ખાલી શબ્દો ચોરી, એના અર્થનો અનર્થ કરી સહજાનંદ, તેમના સંપ્રદાયના સ્વામીઓ અને અનુયાયીઓથી નીચે સાતમા-આઠમા સ્થાને બ્રહ્મા, વિષ્ણુ અને શિવને બતાવાય છે. સંપ્રદાયનો દરેક ફિરકો તેની ઇચ્છા મુજબ બ્રહ્મા, વિષ્ણુ અને શિવ પહેલા અલગ અલગ સંખ્યાના સ્તર બતાવે છે.

✣

ડૉ. કૌશિક ચૌધરી

(પ્રબુદ્ધ લેખક, ચિંતક અને દાર્શનિક – ગુજરાત, ભારત)

ડૉ. કૌશિક ચૌધરી ગુજરાતના પ્રતિષ્ઠિત લેખક, દાર્શનિક અને આધ્યાત્મિક ચિંતક છે, જેઓનું લેખન આધુનિક વિજ્ઞાન, વૈદિક દર્શન અને ભારતીય આધ્યાત્મિકતાના અનન્ય સંગમને પ્રસ્તુત કરે છે. મૂળ વ્યવસાયે દંતચિકિત્સક હોવા છતાં, તેમણે પોતાનું અધ્યયન અને લેખન ભારતીય જ્ઞાનપરંપરા, ન્યાયદર્શન, વેદાંત અને આધુનિક ભૌતિકશાસ્ત્રના તુલનાત્મક સંવાદને અર્પણ કર્યું છે.

તેમની પ્રસિદ્ધ કૃતિઓમાં IT'S NOT A CREATION, IT'S A PROJECTION THROUGH EXPRESSION વિશેષ ઉલ્લેખનીય છે – જે વેદાંતના સિદ્ધાંતોના આધારે અનેક બ્રહ્માંડોથી બનેલી સૃષ્ટિનું આરંભથી અંત સુધીનું એક સમગ્ર મોડેલ રજૂ કરે છે. આ પુસ્તકના આધાર પર તેમણે ભૌતિકશાસ્ત્ર અને જીવવિજ્ઞાનના સંશોધન પત્રો વિશ્વની પ્રતિષ્ઠિત જર્નલોમાં રજૂ કર્યા છે. આ પુસ્તક પ્રોફેસર સ્ટીફન હૉકિંગે વાંચ્યું હતું અને તેનું મૂલ્યાંકન ઇસરોના પૂર્વ અધ્યક્ષ ડૉ. જી. માધવન નાયરે કર્યું હતું.

ડૉ. ચૌધરીની અન્ય મહત્વપૂર્ણ કૃતિઓમાં THE PLAY OF JUSTICE નામની તેમની અંગ્રેજી નવલકથા છે, જે ન્યાયદર્શનમાં વર્ણવાયેલા ન્યાયના પ્રાચીન સિદ્ધાંતને કાનૂની થ્રિલર વાર્તા દ્વારા આધુનિક યુગમાં પુનર્જીવિત કરે છે. ઉપરાંત, સ્વામિનારાયણ સંપ્રદાયના સનાતન ધર્મ વિરુદ્ધના ષડયંત્રને સમાજ સમક્ષ લાવવાના કાર્યમાં ડૉ. કૌશિક ચૌધરી કેવી રીતે પ્રવૃત્ત થયા અને તેમણે તે કાર્ય કેવી રીતે કર્યું તેની યાત્રા દર્શાવતું પુસ્તક 'કોણ સ્વામી અને કોણ નારાયણ?' પણ તેમણે લખ્યું છે – જે વૈદિક હિન્દુ ધર્મ વિરુદ્ધ ઊભા કરાયેલા વિકૃત હિંદુ સંપ્રદાયોના પ્રમાણિક વિશ્લેષણ દ્વારા હિંદુ સમાજને પંચદેવ ઉપાસનાના આધ્યાત્મિક તત્વોથી પરિચિત કરવાનું કાર્ય કરે છે.

તેમનું લેખન માત્ર સાહિત્યિક નથી, પરંતુ દાર્શનિક અને સામાજિક ચેતનાનું દસ્તાવેજ છે – જેમાં ભારતીય સંસ્કૃતિની આત્મા, ન્યાય અને સત્યની રક્ષા તથા વેદોના સનાતન તત્વોની પુનઃસ્થાપનનો સંકલ્પ રહેલો છે.

પુસ્તકો ઉપરાંત ડૉ. કૌશિક ચૌધરી **'ગુજરાત સમાચાર'** અને **'લોકસત્તા જનસત્તા'** જેવા વર્તમાનપત્રો તથા **'સાધના'** અને **'ફીલિંગ્સ'** જેવા સામયિકોમાં કોલમ અને લેખો લખી ચૂક્યા છે.

✣ ✣ ✣

www.ingramcontent.com/pod-product-compliance
Lightning Source LLC
LaVergne TN
LVHW090404210926
848480LV00002B/449
9798903628308